வைகறை வாசகன் பதிவுகள்

பல்சுவைக் கதம்பம்

டாக்டர் **சங்கர சரவணன்**

விகடன்
பிரசுரம்

Title:
VAIKARAI VASAGAN PATHIVUGAL

© Dr.SANKARA SARAVANAN

ISBN : 978-93-94265-51-6

விகடன் பிரசுரம்: **1128**

நூல் தலைப்பு:
வைகறை வாசகன் பதிவுகள்

நூல் ஆசிரியர்:
© டாக்டர் சங்கர சரவணன்

படங்கள் தெரிவு:
நா.ரோகிணி, தே.ச.சிவசங்கர்

முதற்பதிப்பு : **ஆகஸ்ட், 2024**

விலை : **₹ 375**

பதிப்பாளர்:
பா.சீனிவாசன்

துறைத் தலைவர்:
எம்.அப்பாஸ் அலி

முதன்மைப் பொறுப்பாசிரியர்:
அ.அன்பழகன்

தலைமை உதவி ஆசிரியர்:
ப.சுப்ரமணி

தலைமை வடிவமைப்பு:
மா.முகமது இம்ரான்

இந்தப் புத்தகத்தின் எந்த ஒரு பகுதியையும் பதிப்பாளரின் எழுத்துபூர்வமான முன் அனுமதி பெறாமல் மறுபிரசுரம் செய்வதோ, அச்சு மற்றும் மின்னணு ஊடகங்களில் மறுபதிப்பு செய்வதோ காப்புரிமைச் சட்டப்படி தடை செய்யப்பட்டதாகும். புத்தக விமரிசனத்துக்கு மட்டும் இந்தப் புத்தகத்திலிருந்து மேற்கோள் காட்ட அனுமதிக்கப்படுகிறது.

விகடன் பிரசுரம்
757, அண்ணா சாலை, சென்னை-600 002.

மொபைல்: 80560 46940 / 95000 68144
Website: http://books.vikatan.com
e-mail: books@vikatan.com

பதிப்புரை

நாம் பார்க்கும், படிக்கும் நல்ல விஷயங்கள் எல்லாவற்றிலும் பொது அறிவு பொதிந்திருக்கிறது. பொது அறிவை வளர்த்துக்கொண்டால் அது எல்லோருக்கும் எப்போதும் உதவும். மாணவர்கள், போட்டித் தேர்வு எழுதுவோர் மட்டுமே அறிந்து கொள்ள வேண்டியதல்ல பொது அறிவு. அனைவரும் அறிந்திருக்க வேண்டியது அவசியம்.

இலக்கியவாதிகள், ஆய்வாளர்கள், நண்பர்கள், மாணவர்கள், திரைத்துறையினர், அரசு அதிகாரிகள் ஆகியோருடன் டாக்டர் சங்கர சரவணன் பரஸ்பரம் பரிமாறிக்கொண்ட தகவல்கள், போட்டித் தேர்வுப் பயிற்சி அனுபவங்கள், முகநூலிலும் பொது அறிவுப் புத்தகங்களிலும் எழுதியவை... என அனைத்துத் தரப்பு வாசகர்களும் பயன்பெறும் கட்டுரைகளாகத் தொகுத்துத் தந்துள்ள நூல் இது.

'சொல்லுக சொல்லிற் பயனுடைய' என எல்லாக் கட்டுரைகளிலும் பயனுள்ள தகவல்களைத் தந்திருக்கிறார் நூலாசிரியர். குறிப்பாக இன்றைய இளம் தலைமுறையினர் வாசிப்பு முறையின் வசதிக்கேற்ப குறுகத் தரித்த கட்டுரைகளாகக் கொடுத்திருப்பது இந்த நூலின் தனிச்சிறப்பு.

வாசிப்பின் முக்கியத்துவம், போட்டித் தேர்வர்களுக் கான ஆலோசனை, அறிவை விரிவாக்கம் செய்ய வேண்டியதன் அவசியம், படித்துப் பயன்பெற வேண்டிய நூல்கள்... இப்படி பொது அறிவை விரிவுபடுத்தத் தேவையான பல தகவல்களைக் கொண்டிருக்கும் பல்சுவைக் கதம்பம் இந்த நூல்.

வைகறை வாசகனின் பதிவுகளைப் படியுங்கள்... பயன்பெறுங்கள்!

முன்னுரை

டாக்டர் சங்கர சரவணன் எனும் நான் (கொஞ்சம் பிரமாண்டமாகத் தொடங்குவோம்) விகடன் குழும இதழ்களில் கடந்த இருபது ஆண்டுகளாக எழுதி வருகிறேன். என் எழுத்துப் பயணம் 2004-ல் சுட்டி விகடனில் தொடங்கியது. ஆனந்த விகடனோடு எனக்கான பரிச்சயம் எனது சுட்டிப் பருவத்தில், ஜெயந்தா அண்ணன் கவிதை வெளியான இதழில் (1984) இருந்தே தொடங்கிவிட்டது.

நான் எழுதிய 15-க்கும் மேற்பட்ட நூல்களை வெளியிட்டதோடு, 2014 முதல் தொடர்ந்து பத்தாண்டுகளாக விகடன் இயர் புக்கின் கௌரவ ஆலோசகராக இயங்கவைத்து எனது வாழ்க்கைப் பயணத்தையே மாற்றி அமைத்துள்ளது விகடன். என் சேவையை கால்நடைத் துறையைவிட கல்வித் துறையில் சிறப்பாகச் செய்ய இயலும் என உணர்த்தியதில் விகடனுக்கு முக்கியப் பங்குண்டு. தமிழ்நாட்டின் முகவரியான விகடன் எனக்கு முகவரி தந்தது எனலாம்.

லட்சக்கணக்கான மாணவர்களையும் போட்டித் தேர்வு ஆர்வலர் களையும் கண்டு உரையாடி, அறிவூட்டி, உற்சாகமூட்டவும் ஆயிரக் கணக்கான வெற்றியாளர்களை அரசு பதவிகளில் அமர வைக்கவும் நூற்றுக்கணக்கான தமிழ்நாட்டுத் தம்பி-தங்கைகள் அரசு உயர் அலுவலர்களாக இந்தியத் திருநாடெங்கும் உலா வருவதற்கு என் எழுத்தாலும் உரைகளாலும் வகுப்புகள் வாயிலாகவும் கல்விப் பணி ஆற்ற களம் அமைத்துக் கொடுத்தது நூற்றாண்டு காணப்போகும் பாரம்பர்யம்மிக்க பத்திரிகை நிறுவனமான விகடன். அதற்கு என் நெஞ்சம் நிறைந்த நன்றி.

இந்தப் படைப்பு எனது முந்தைய நூல்களிலிருந்து முற்றிலும் மாறுபட்டது (வழக்கமாக சினிமா இயக்குநர்கள் பேட்டியில் சொல்வது போலத்தான்). கடந்த பத்தாண்டுகளாக விகடன் இயர் புக்கில் பல்வேறு புனைபெயர்களில் நான் எழுதியவற்றில் இருந்து தெரிவு செய்யப்பட்ட சில பதிவுகளும், புலனம் மற்றும் முகநூலில் எழுதிய சில பதிவுகளும் இதில் அடங்கும். வாசிப்பின் வாசல்கள், கலைச் சொல்லாக்கம், தமிழ் இலக்கியம், தொல்காப்பியத் துளிகள், தற்கால உலக இலக்கியக் கோட்பாடுகளின் வெளிச்சத்தில் திருக்குறள், போட்டித் தேர்வு பயிற்றுவித்தல் அனுபவங்கள், பங்கேற்ற சில நிகழ்வுகள், இரண்டு நேர்காணல்கள், சில நூல்கள் மற்றும் திரைப்படங்களுக்கான மதிப்புரைகள், சில ஆளுமைகள் குறித்த பதிவுகள், க்விஸ் ஆர்வலர்களுக்கான சில குறிப்புகள், என் வாழ்வின் சுவையான நினைவலைகள் என 118 குறுங்கட்டுரைகள் இதில் உள்ளன.

வைகறை வாசகன், குவலயக் குமரன், சிலம்புச் செவ்வேள், விஞ்ஞானி முருகன், தேசன், நேரு நேசன், தீபிகை கந்தசாமி... என பல புனைபெயர்களில் நான் விகடன் இயர் புக்கில் எழுதி வந்துள்ளேன். இருப்பினும் வைகறை வாசகன் என்ற பெயரில் நான் எழுதியவையே அதிகம்.

இதுபோல் ஒரு நூலை நான் கொண்டுவர வேண்டும் என்று தொடர்ந்து வலியுறுத்தி வந்த என் மனைவி உஷா கௌரி, மகன் சிவசங்கர் ஆகியோருக்கும், வைகறை வாசகன் பதிவுகள் (சுருக்கமாக வைவா பதிவு) தொகுக்கப்பட வேண்டும் என்று நீண்ட நாட்களாக வலியுறுத்தி வந்த ஆர்.பாலகிருஷ்ணன் சாருக்கும், நண்பர் நந்தகுமார் அவர்களுக்கும் என் நன்றி.

வைவா பதிவொன்றை நான் சற்றும் எதிர்பார்க்காத விஐபி ஒருவருக்கு அனுப்பிவைத்து ஒரு விநாயகர் சதுர்த்தி அன்று என் அம்மாவுக்கு இன்ப அதிர்ச்சி கொடுத்த உதயச்சந்திரன் சாருக்கும், என் Narration நேர்த்தியாக இருப்பதாக அவ்வப்போது பாராட்டி ஊக்குவித்த அன்பு சகோதரர், பன்முகக் கலைஞர் சிவகுமார் அவர்கள், என் அன்புக்குரிய மூத்த எழுத்தாளர்கள் அ.முத்துலிங்கம் (கனடா) அவர்கள், கவிப்பேரரசு வைரமுத்து அவர்கள் மற்றும் என் நலம் விரும்பிகள், நண்பர்கள் அனைவருக்கும் என் நன்றி. இனி... வைகறை வாசகனோடு எந்தப் பக்கத்தில் வேண்டுமானாலும் நீங்கள் உரையாடுங்கள். நான் பக்கத்தில் நின்று பார்க்கிறேன்.

இந்த நூலில் திரு. நடராஜன் அவர்கள் வரைந்துள்ள திருக்குறளுக் கான ஓவியங்களை ஆங்காங்கே பயன்படுத்தியுள்ளோம். அவருக்கு மிக்க நன்றி.

மெய்ப்புத் திருத்தத்தில் உதவிய நண்பர்கள் சரவணன், சுரேஷ் ஆகியோருக்கும், இந்தப் பதிவுகளைப் பத்திரப்படுத்திக் கொடுத்த நண்பர்கள் ஹரி மற்றும் அருண்குமார் ஆகியோருக்கும் நன்றி.

இந்த வைகறை வாசகன்-1 நன்றாக இருக்கும் என்று நம்புகிறோம்; ஆனால், அடுத்த ஆண்டு வைகறை வாசகன்-2 வருமா என பயத்தோடு கேட்கும் 'இந்தியர்'களுக்கு பதில் சொல்லும் பொறுப்பை விகடன் பிரசுர துறைத் தலைவர் நண்பர் அப்பாஸ் அலி அவர்களிடமே விட்டுவிடுகிறேன்.

வணக்கங்களுடன்,

08.08.2024

டாக்டர் சங்கர சரவணன்

டாக்டர் **சங்கர சரவணன்**

நெல்லை மாவட்டத்திலுள்ள தேவநல்லூர் என்ற கிராமத்தில் பிறந்தவர். பெற்றோர் டி.ஆர்.சங்கரன்–டி.எஸ்.லெஷ்மி. தமிழார்வமும் தகவலார்வமும் ஒருங்கே கொண்ட இவர், சுட்டிகளுக்கும் மாணவர்களுக்கும் பயன்படும் வகையில் பலதுறை சார்ந்த பொது அறிவுத் தகவல்களை எளிய தமிழில் எழுதுவதில் நாட்டம் கொண்டவர்.

விகடன் குழும இதழ்கள் பலவற்றிலும் கடந்த இருபது ஆண்டுகளாக எழுதிவருபவர். இந்திய வேளாண்மை ஆராய்ச்சிக் கவுன்சில் நடத்தும் நுழைவுத் தேர்வில் அகில இந்திய அளவில் இரண்டாவது இடத்தில் வெற்றிபெற்று, உத்தரப்பிரதேசத்திலுள்ள இந்திய கால்நடை ஆராய்ச்சி நிலையத்தில் கால்நடை மருத்துவத்தில் முதுநிலைப் பட்டம் பெற்றவர்.

‘பொதிகை’ தொலைக்காட்சியில் ‘அறிவோம் அறிவை’ என்ற க்விஸ் நிகழ்ச்சி உட்பட பள்ளி, கல்லூரிகளில் பல க்விஸ் நிகழ்ச்சிகளை நடத்தியுள்ளார்.

இவர் வழிகாட்டுதலில் இளைஞர்கள் பலர் IAS, IPS உள்ளிட்ட பல்வேறு போட்டித் தேர்வுகளில் வெற்றிபெற்று பணியில் உள்ளனர்.

ராணிப்பேட்டையில் உள்ள கால்நடை நோய்த்தடுப்பு மருந்து நிலையத்தில் ஆராய்ச்சி அலுவலராக அரசுப் பணியில் இருந்த இவர், தற்போது தமிழ்நாடு பாடநூல் மற்றும் கல்வியியல் பணிகள் கழகத்தில் இணை இயக்குநராக அயற்பணியில் உள்ளார்.

மனைவி: உஷா கௌரி. மகன்: சிவசங்கர்.

இந்த நூல்...

இந்த நூல் *2k kids* என்று செல்லமாக
அழைக்கப்படும் எல்லாம்வல்ல
இரண்டாயிரத்தாம் ஆண்டு இளந்தளிர்களுக்கு....

உள்ளே

01.	'வைகறை வாசகன்' - ஒரு புனைபெயரின் வரலாறு	13
02.	கலையும் கல்வியும்	16
03.	தண்ணீர் தண்ணீர்	19
04.	பெரியோரை வியத்தலும் நலமே!	22
05.	கவனத்துக்குரிய கலைச்சொற்கள்-1	24
06.	கவனத்துக்குரிய கலைச்சொற்கள்-2	27
07.	கவனத்துக்குரிய கலைச்சொற்கள்-3	29
08.	கவனத்துக்குரிய கலைச்சொற்கள்-4	32
09.	கவனத்துக்குரிய கலைச்சொற்கள்-5	34
10.	கவனத்துக்குரிய கலைச்சொற்கள்-6	36
11.	கவனத்துக்குரிய கலைச்சொற்கள்-7	38
12.	சொக்கவைக்கும் சுந்தரம்-1	40
13.	சொக்கவைக்கும் சுந்தரம்-2	42
14.	அவையறிந்து ஆராய்ந்து சொல்லுக	44
15.	எதற்காக எழுத்தாளர்கள்?	46
16.	இன்னும் எழுதுகிறார் இ.பா.	48
17.	வாழ்வு நிறைந்தது; வானகம் புகுந்தார்	50
18.	புத்தியில் தீ1 பிடிக்கும் புத்தம் புது பாட்டுகள் தந்தவர்	52
19.	இப்படி(யாக) ஒரு தீபாவளி வாழ்த்து	54
20.	ராஜசேகர் - ஒரு நடைச்சித்திரம்	56
21.	குறுக்கெழுத்துப் 'புதிரும்' அப்பாவும்	59
22.	புனைவும் புனைவிலியும்	62
23.	எதிர்பார்ப்புகளை எதிர்கொள்ளல்!	65
24.	அப்பாவின் நினைவுகள்	67
25.	வடகொரியாவினரைப் பார்த்திராத தென்கொரிய மக்கள்	69
26.	ஆலங்குடி வங்கனார் முதல் ஆண்டன் செகாவ் வரை...	71
27.	செங்ஜன் விசாவும் லுப்தான்ஸாவும்	73

28.	மனைவியின் வகுப்புத் தோழர்	75
29.	கால்நடை மருத்துவமும் தடுப்பூசியும்	78
30.	Ordinary Day & Annual Day	81
31.	Annual Day அல்ல; அதையும் தாண்டி புனிதமானது!	83
32.	உலகமும் உலகப் பொதுமறையும்!	86
33.	உலக இலக்கியத் தத்துவக்கோட்பாடுகளும் குறளும்	88
34.	அறிவு	92
35.	திருக்குறளில் இருத்தல் இயல்	95
36.	திருக்குறளில் பின்நவீனத்துவம்	97
37.	பெண்ணின் கற்பும் பொருளாதார சுதந்திரமும்	99
38.	மரண தண்டனையும் என்கவுன்டரும்	102
39.	இல்லறமும் மணமுறிவும்	103
40.	நிர்வாகத்தில் ரகசியக் காப்பு	105
41.	ஜவஹர்லால் நேரு – 125	108
42.	சிலப்பதிகாரச் சிறப்புகள்-1	129
43.	சிலப்பதிகாரச் சிறப்புகள்-2	131
44.	சிலப்பதிகாரச் சிறப்புகள்-3	134
45.	எங்கேயும் எப்போதும் எஸ்.பி.பி.	136
46.	எஸ்.பி.பி - திரையுலக அறிமுகம்	138
47.	எஸ்.பி.பி - பிரபலங்களுக்குப் பாடுதல்	140
48.	எஸ்.பி.பி - பாடும் முறையில் புதுமைகள்	143
49.	இசையமைப்பாளர் எஸ்.பி.பி.	145
50.	எஸ்.பி.பி - விருதுகளும் சாதனைகளும்	148
51.	கலாம் களஞ்சியம்	151
52.	வள்ளுவத்தில் நடையழகு	159
53.	தொல்காப்பியத் துளிகள்	166

54.	பன்முகக் கலைஞர் சிவகுமார்	176
55.	ஐம்பதாண்டு தமிழ் சினிமாவில் பெண் ஆட்சியர்கள்	179
56.	திரைக்கலைஞர் லட்சுமி நேர்காணல்	182
57.	'அறம்' திரைப்பட இயக்குநர் கோபி நயினார் நேர்காணல்-1	184
58.	கோபி நயினார் நேர்காணல்-2	186
59.	கோபி நயினார் நேர்காணல்-3	188
60.	போட்டித் தேர்வு பொது அறிவு நோக்கும் போக்கும்-1	191
61.	போட்டித் தேர்வு பொது அறிவு நோக்கும் போக்கும்-2	194
62.	பள்ளிப் பருவமும் கல்லூரி காலமும்	197
63.	பயிற்சி மையங்களில் படித்தல் அவசியமா?	200
64.	போட்டித் தேர்வு - விகடன் பிரசுர இலவச பயிற்சி முகாம்	203
65.	நடிகையர் திலகம் - படம் சொல்லும் பாடம்	206
66.	அவரில்லாமல் வேறு யார்?	209
67.	ஆய்வறிஞர் ஐராவதம் மகாதேவன்-1	211
68.	ஆய்வறிஞர் ஐராவதம் மகாதேவன்-2	213
69.	மறக்க முடியாத மகேந்திரன்-1	215
70.	மறக்க முடியாத மகேந்திரன்-2	216
71.	மறக்க முடியாத மகேந்திரன்-3	218
72.	விடுதலைப் போராட்ட அமுத விழா	220
73.	சின்ன c-ல் நூறு பெரிய C-ல் நூறு-1	222
74.	சின்ன c-ல் நூறு பெரிய C-ல் நூறு-2	224
75.	சின்ன c-ல் நூறு பெரிய C-ல் நூறு-3	227
76.	சின்ன c-ல் நூறு பெரிய C-ல் நூறு-4	230
77.	ஒரு பயிற்றுநரின் பயணம்-1	237
78.	ஒரு பயிற்றுநரின் பயணம்-2	239

79.	ஒரு பயிற்றுநரின் பயணம்-3	242
80.	ஒரு பயிற்றுநரின் பயணம்-4	244
81.	சில கலைச்சொல் விளக்கங்கள்	246
82.	ஜெயசீலன் சால்பின் வரைத்து	248
83.	கவிதைச் சித்தருக்குக் 'கவிக்கோ விருது'	249
84.	நெல்லை ஜெயந்தா கவிதைகள்	252
85.	ஓர் ஆட்சியரின் அனுபவங்கள்	256
86.	வரப்புகளோடு சண்டைகள் எதற்கு?	259
87.	வாசிப்பின் வாசல்கள் -1	263
88.	வாசிப்பின் வாசல்கள் -2	266
89.	வாசிப்பின் வாசல்கள் -3	270
90.	வாசிப்பின் வாசல்கள் -4	273
91.	வாசிப்பின் வாசல்கள் -5	276
92.	வாசிப்பின் வாசல்கள் -6	279
93.	வாசிப்பின் வாசல்கள் -7	281
94.	வாசிப்பின் வாசல்கள் -8	284
95.	வாசிப்பின் வாசல்கள் -9	287
96.	வாசிப்பின் வாசல்கள் -10	288
97.	வாசிப்பின் வாசல்கள் -11	290
98.	வாசிப்பின் வாசல்கள் -12	291
99.	வாசிப்பின் வாசல்கள் -13	293
100.	வாசிப்பின் வாசல்கள் -14	295
101.	வாசிப்பின் வாசல்கள் -15	298
102.	வாசிப்பின் வாசல்கள் -16	300
103.	பயிலரங்குக்கு 10 கட்டளைகள்	304
104.	பொன்மாலைப் பொழுது -125	307
105.	தமிழும் தமிழ்சார்ந்த இடங்களும்	310
106.	கல்லூரிக் கனவு - 2024	313
107.	செம்மொழிச் சிற்பிகள் - என்னுரை	315

108. முதல் பகல் முதல் பணக்கடல் வரை 318
109. ஆயிரம் அஞ்சல் அட்டைகள் 320
110. நான் சந்தித்த ஒரே விமர்சகர் இந்திரன் 323
111. சிறுகதைச் சீமாட்டி மன்றோவின் மாட்சி 325
112. யாரைப் பிடிக்காது? 327
113. உதவும்போது வரும் துன்பம் 329
114. அம்மாவின் ஸ்டேட்டஸ் 331
115. KMUTயும் அம்மாவின் அலைபேசியும் 333
116. உள்ளத்திற்கினிய உதய் சார் 335
117. நட்புக்கு வீற்றிருக்கை நாகலிங்கம் 338
118. பண்ணையாரும் மீனாவும் 340

பின் இணைப்புகள்

1. விகடன் இயர்புக்கும் சங்கர சரவணனும் 342
– ஆர்.பாலகிருஷ்ணன், இ.ஆ.ப.
2. கனியமுதனும் அமுதநேசனும் 344
– டாக்டர் ஆர்.ஆனந்த குமார், இ.ஆ.ப.
3. வைகறை வாசகனுக்கு வயதாகவில்லை! 349
– க.இளம்பகவத், இ.ஆ.ப.

1

‘வைகறை வாசகன்’ - ஒரு புனைபெயரின் வரலாறு

புனைபெயரா? புனைப்பெயரா? எது சரி என யோசிக்க வேண்டாம். புனைபெயர்தான் சரி. அது வினைத்தொகை. எனவே, வலி மிகாது. ஆனால், இந்தக் கட்டுரையைப் படித்தால் கண் வலி மிகலாம்.

நேற்று பாலா சாரின் ‘இப்படி ஒரு தீயா?’ (குறள் தழுவிய காதல் கவிதைகள்) நூல் வெளியீட்டு விழாவில் பேசுவதற்கு எனக்கும் ஒரு ஐந்து நிமிடம் ஒதுக்கப்பட்டிருந்தது.

கலைவாணர் அரங்கத்தில் நடைபெற்ற அரசு விழாவில் கடமையாற்றிவிட்டு, நூல் வெளியீட்டு விழாவுக்கு உரிய நேரத்தில் செல்வது முடியாது எனத் தெரிந்தது. கடைசி நேரத்தில் சாரிடம் மன்னிப்பு கேட்கவாவது வருவேன் என்று புலனச்செய்தி அனுப்பினேன். அவரது கவிதை நூலில் 80-ம் பக்கத்தில் வந்த ‘என்ன கொடுமை சரவணன் இது’ என்ற பஞ்ச் டயலாக்கை பதிலாகத் தராமல் அவரது இன்னொரு கவிதையில் சொன்னதுபோல அ‘ற’வணைப்பார் என்பதை அறிவேன். ஏனெனில், அரசுப் பணியின் *Occupational Adventures* குறித்து ஓதி, உணர்ந்து, பிறர்க்கு உரைத்துத் தானும் அந்த அறவழியில் அடங்கி நடப்பவர் அவர். எனவே, பரிமேலழகர் கூறும் ‘அருத்தாபத்தி’ பிரமாணத்தின்படி

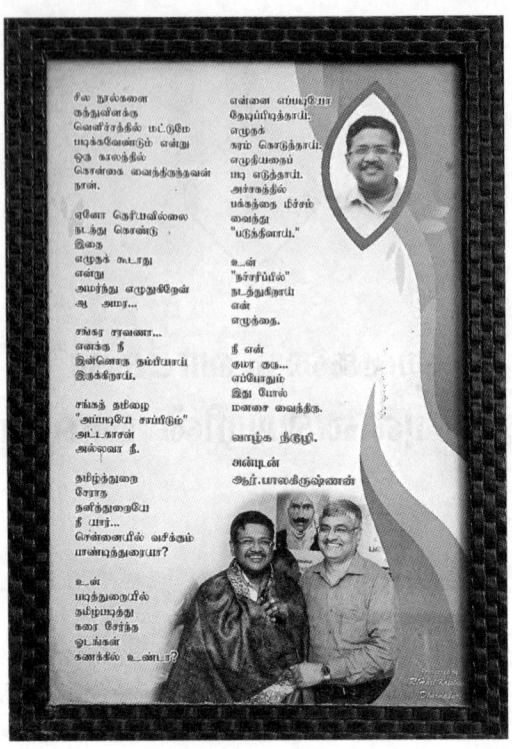

He is Genius Among Genius. எங்கள் குடும்பப் பிரதிநிதியாக என் இல்லத்தரசி உஷா உரிய நேரத்தில் அரங்கம் சென்றதை உறுதிப்படுத்திக் கொண்டேன்.

இந்தச் சிறுவனின் அதிகப் பிரசங்கித்தனத்தைச் சினங் கொள்ளாமல் பொறுத்தருளும் சீர்மிகு *C.R.*சார், பெருமை யுடன் வழங்கி வரும் *'Voice of Valluvar'* புலனக் குடும்பத்தில் பாலா சார் பதிவிட்டு வந்த, இன்பத்துப் பால் குறள்களை அடிப்படையாகக்கொண்ட கவிதைகளுக்கு வைகறைப் பொழுதில் 'பாராட்டுமுறைத் திறனாய்வு'களைக் குறும் பதிவுகளாக இட, ஆறு ஆண்டுகளுக்கு முன் நான் உருவாக்கிக் கொண்ட புனைபெயர்தான் வைகறை வாசகன். அதன்பின் அந்தப் பெயர் விகடன் இயர் புக்கில் இன்னும் பிரபலமாகி, தனிப்பட்ட முறையில் நான் எழுதும் வைகறை வாசகன் பதிவுகள் பலரால் ரசிக்கப்பட்டு இன்று வைகறை வாசகன் பதிவுகளுக்கும் சில *High profile* வாசகர்கள் - வாசகிகள் வந்துவிட்டனர். எல்லாப் புகழும் வள்ளுவருக்கே!

பாலா சாரின் கவிதை நூல் வெளியீட்டு விழாவுக்கு, தாமதமாக *RMRL* சென்று நான் ஆற்றிய உரை விரைவில் உங்களுக்குப் பகிர்ந்து (பரி) சோதனைக்குள்ளாக்கப்படும். வழக்கம்போல் அந்த ஐந்து நிமிட உரை பகிரப்பட்ட ஐந்தாவது நொடியில் படிக்காமலேயே 'அருமை' என்று போட்டு நீங்கள் என்னை மகிழ்விக்கலாம்.

அம்பல், அலர், கௌவை, தகையணங்கு, புலவி, ஊடலுவகை, கூற்றம், பிணை போன்ற குறள் சொற்களும் அவற்றை இந்தத் தலைமுறைக்கு அறிமுகம் செய்யும் கூடலூர் செல்லும் வழியில் உள்ளது ஊடலூர் பேருந்து நிலையம், மோகத்தின் கூட்டுத்தொகை, கண்ணாலாகாத்தனம், எமள், ஆண்கொத்தி மோகினி, ஒரு மனுஷி ராணுவம் என இன்பத்துப் பாலுக்கு பற்பல பால பாடங்கள்... மன்னிக்கவும் பாலா பாடங்கள். நூலைக் கற்க; கற்றபடி நிற்க; பரிந்துரைக்க; பரிசளிக்க.

இப்போது பாலா சாரிடம் ஒரு கேள்வி கேட்டு முடிக்கிறேன். தாமரைக் கண்ணான் உலகு - குறள் கவிதையில், மகிழ்ச்சி விண்ணிலா? மண்ணிலா? எனும் பட்டிமன்றத்தில் ஊர்வசி, ரம்பா, மேனகா இருப்பது எங்கே என்ற சர்ச்சையில் 'முந்தானை முடிச்சு' ஊர்வசி, 'உள்ளத்தை அள்ளித்தா' ரம்பா *Ok*. அது யார் 'நிஜங்கள்' மேனகா? அறுபது வயது கடந்தவர்களிடம் கேட்டறிந்தேன். சேதுமாதவன் இயக்கிய 'நிஜங்கள்' பற்றிய குறிப்பு தமிழ் விக்கிபீடியா *Hyperlink*-ல்கூடக் கிடைக்கவில்லை. “ஓ...அவரா? ரஜினி நடித்த 'நெற்றிக்கண்' மேனகா.. 'ராமனின் மோகனம்... ஜானகி மந்திரம்' பாட்டில் வருவாரே அவர்தான்” என்று அறுபத்தாறு வயதான ஒருவர் இந்த அரிய தகவலைச் சொன்னார். நம்மை மாதிரி *2K Kids* களுக்குப் புரிகிற மாதிரி சொல்வது எனில் கீர்த்தி சுரேஷ் அம்மா.. ஓரிரு மாதங்களுக்கு முன் நண்பர் டாக்டர் திருப்பதி அவர்கள் கேட்டுக்கொண்டதற்கிணங்க '*2K Book for 2K Kids*' என்ற தலைப்பில் குறள் பற்றிப் பேசினேன்.

எங்களைப் போன்ற *2K Kids*களுக்கு குறள் பற்றிய குறிப்புகளை *decode* செய்து தரும் கடமை என்னுடையது என்பதை உணர்ந்தேன். அதற்குத்தான் இந்த கீர்த்தி சுரேஷ் அம்மா பற்றிய குறிப்பு.

- வைகறை வாசகன், *26.11.2023*

2

கலையும் கல்வியும்

கலை, கல்வி - இரண்டில் எது பெரிது? இரண்டுமே பெரிதுதான். ஆனால், கல்வியை விடவும் கலை பெரிது என்பதைச் சொல்வதில் எனக்கு எந்தக் கூச்சமும் இல்லை; அதேநேரத்தில் என் கருத்தோடு நீங்களும் உடன்பட வேண்டுமென்று எந்தக் கட்டாயமும் இல்லை.

கல்விதான் என் துறை என்றாலும் கல்வியாளர்களோடும் இலக்கியவாதிகளோடும் எனக்கிருக்கும் பழக்கத்தைவிடக் கலைத் துறையினரோடு எனக்கு இருக்கும் பரிச்சயத்தையும் பழக்கத்தையும் கண்டு சுற்றமும் நட்பும் என்னை வியப்புப் பொங்க பார்க்கிறது. ஏன் அப்படி?

கல் - எனில் தோண்டுதல். கல்வி, கலை இரண்டுக்கும் வேர்ச்சொல் ‘கல்’ என்றபோதிலும் ‘வி’ - என்ற விகுதியைவிட ஐ - என்ற விகுதிக்குப் பணமும் புகழும் மிகுதி. கல்வியாளர்கள் அறிவுக்கு விருந்து வைக்கிறார்கள். கலைஞர்கள் உணர்வுக்கு விருந்து வைக்கிறார்கள். பாடம் கற்று, கல்வி எனும் கரையைக் கடப்பவர்கள் பலர். கலைத்தாயின் மக்கள் சிலர்.

என்ன சார் வளவளன்னு ஏதோ பினாத்துறீங்க. Youtube-ல பாருங்க... நல்ல *education content*-க்கு *likes* ஆயிரங்களில்தான் இருக்கும். ஆனால், ஒரு பாட்டுக்கோ டான்ஸ்க்கோ *likes* லட்சத்திலும் மில்லியனிலும் அள்ளும்.

சமீபத்தில் ஒரு வலைப்பதிவில் படித்தது... 'டாக்டரா இருந்தாலும் சரி இன்ஜினியர் ஆனாலும் சரி... ஒரு ரசிகனாகப் பேசும்போது மூளையைக் கழட்டி வச்சுட்டுதான் பலபேர் பேசுறாங்க'.

வாழ்க்கையில் படிப்பு முக்கியமே இல்லைங்க... எம்.ஜி.ஆரைப் பாருங்கள்.. கலைஞரைப் பாருங்கள்.. கமல்ஹாசனைப் பாருங்கள் என்று தொலைக்காட்சி நிகழ்ச்சிகளில் சிலர் பேசுகிறார்கள். அவர்களை என்ன செய்வது? (எந்த நிகழ்ச்சி என்று கேட்டால் 2023-ல் நீங்கள் தமிழ்நாட்டிலேயே இல்லை).

M.G.R, Kalaignar, Kamal போன்றோர் விதிவிலக்குகள். அவர்கள் வள்ளுவர் கூறியதுபோல நுணங்கிய கேள்வியறிவு, மதிநுட்பம், தம் தொழிலின் அதிநுட்பம் அனைத்தும் அறிந்து கொண்ட *exceptions. Exceptions can't become Rules.* இதைத் தெரிந்து தெளிக.

ஒருவர் கலைத்துறையில் வெற்றிபெறுவது அரிதினும் அரிது. மிகுந்த பயிற்சி, முயற்சி, திறமை, அதிர்ஷ்டம்(?) இருந்தால்தான் கலைத்துறையில் வெற்றிபெற முடியும். ஐஸ்வர்யா ராஜேஷ் மீது சத்தியமாக இது உண்மை என்கிறார் என் நண்பர் ஒருவர். அதனால், ஒழுங்கா படிங்க மக்களே... படிச்சு முன்னேற வழி பாருங்க.

கலைத்துறையில் இருப்பவர்கள் பிள்ளைகள்கூட அமெரிக்கா பிங்காம்டன் பல்கலையில் இன்டஸ்ட்ரியல் இன்ஜினியரிங் படிப்பில் மாஸ்டர் டிகிரி வாங்கிய பிறகோ டாக்டருக்குப் படித்த பிறகோதான் நடிக்க வருகிறார்கள் என்றார் ‘விருமன்’ என்ற படத்தைப் பார்த்துவிட்டு வந்த நண்பர். படிங்க... படிங்க... போய் ஒழுங்காப் படிங்க.

– வைகறை வாசகன், 07.11.2023

3

தண்ணீர் தண்ணீர்

'தண்ணீர் தண்ணீர்' படம் வெளியானபோது நான் இரண்டாம் வகுப்பு படித்துக்கொண்டிருந்தேன். அப்போதெல்லாம் சண்டைப் படம் பார்ப்பதில் எனக்கு ஆர்வம் அதிகம்.

1980-களின் முற்பகுதி அது. 1982 என நினைக்கிறேன். சந்தேகம் இருப்பவர்கள் கூகுள் உதவியுடன் சரிபார்க்கவும். எனது அண்ணன் நாகர்கோவிலில் படித்துக்கொண்டிருந்ததால் குடும்பத்தோடு அங்குக் குடியிருந்தோம். பள்ளி எங்கள் வீட்டிலிருந்து வெகுதொலைவு என்பதால் வாரத்தில் ஓரிரு நாட்கள் பள்ளி செல்வேன்.

அப்போது வீதிகளில் திரைகட்டி 16 mm திரைப்படங்கள் திரையிடுவார்கள். சிவாஜி, சாவித்ரி நடித்த 'பாசமலர்', சரத்பாபு நடித்த 'உச்சக்கட்டம்' (த்ரில்லர்) போன்ற படங்களை வீதியில் பார்த்தது இன்றும் பசுமரத்தாணி போல நினைவில் இருக்கிறது. ஆரம்பப் பள்ளி பற்றிய எந்த நினைவும் என் ஆழ்மனதில் இல்லை. செலக்டிவ் அம்னீஷியாபோலும். உண்மையிலேயே நான் படிக்கத் தொடங்கியது ஆறாம் வகுப்பு முதல்தான் என்றும் நன்றாகப்

படிக்கத் தொடங்கியது ஏழாம் வகுப்பு முதல்தான் என்றும் நினைக்கிறேன். ஐந்தாம் வகுப்புக்குள் 'எண்ணும் எழுத்தும்' நன்றாகக் கற்றதோடு (திரைப்) படம் பார்த்துக் கதை சொல்லவும் கற்றிருந்திருப்பேன் என நினைக்கிறேன்.

வேறொன்று விரித்தல் எனும் நூல் குற்றம் புரிந்துவிட்டேன். மன்னிக்க. *Coming back to* 'தண்ணீர் தண்ணீர்'. அதேநேரத்தில் ரஜினி நடித்த 'காளி' படம் வெளியாகி ஓடிக்கொண்டிருந்தது... போஸ்டரைப் பார்த்தால் சண்டைப் படம் என்பது உறுதியாகத் தெரிந்தது. "அண்ணே.. அண்ணே 'காளி' படத்துக்கு போலாம்னேன்..." என்றேன் ஜெயந்தா அண்ணனிடம். அண்ணன், "டேய் 'தண்ணீர் தண்ணீர்' படமும் சண்டைப் படம்தான்" என்றார். போஸ்டரைப் பார்த்தால் எனக்கு நம்பிக்கையில்லை. என் முகத்தைப் பார்த்த ஜெயந்தா அண்ணன், "டேய் தம்பி, ரஜினிகாந்த் முதல்ல நடிச்சதே 'தண்ணீர் தண்ணீர்' படம் எடுத்த டைரக்டர் பாலசந்தர் படத்தில்தான்" என்றார்.

எனக்கு அப்போது தெரிந்த ஒரே டைரக்டர் பாக்யராஜ் தான். பாலச்சந்தர் என்ற டைரக்டர் எந்த மாதிரி படம் எடுப்பார் என்று தெரியாது. அண்ணன் சொல்றாரே! ரஜினிகாந்தே பாலசந்தர் படங்களில் நடித்திருக்கிறார் என்றால் பாலசந்தரும் சண்டைப் படங்கள்தான் எடுப்பார் என்று தப்பான *Assertion & Reason* முடிவெடுத்து அண்ணனை நம்பி, 'தண்ணீர் தண்ணீர்' பார்க்கச் சம்மதித்து (வேறு வழியில்லை) தியேட்டரில் போய் உட்கார்ந்துவிட்டோம்.

படம் பார்க்க... பார்க்க... சரிதா தண்ணீர்க் குடத்தை வைத்துக்கொண்டு நடக்கிறார்.. நடக்கிறார்... நடந்து கொண்டே இருக்கிறார். கிராம மக்கள் கூடுகிறார்கள்; பேசுகிறார்கள்... ஒன்றும் புரியவில்லை. "அண்ணே! சண்டை வருமாண்ணே... அண்ணே சண்டை வருமாண்ணே" என்று பத்து நிமிடங்களுக்கு ஒருமுறை அண்ணனை அப்பாவித்தனமாக நச்சரிக்க.. ஒருகட்டத்தில் பொறுமை இழந்த அண்ணன் "டேய் ஒழுங்காப் படத்தைப் பாரு... இல்லென்னா உனக்கும் எனக்குந்தான் சண்டை வரும்" என்று சற்று கடுமையாகச் சொல்ல, நான் ஏமாற்றப்பட்டது தெரிந்து அழுகை வந்தது. 'தண்ணீர் தண்ணீர்' எனக்கு அன்று கண்ணீர் கண்ணீர் ஆனது.

பின்னாளில் கல்லூரி படித்த நாளில் அதே படத்தைப் பார்த்து... புரிந்து உண்மையான சண்டைப் படம்தான் அது என்றும் தண்ணீருக்காக சண்டை அல்ல போராட்டமே நடத்திய படம் அது என்றும் தெரிந்து தெளிந்தேன். கோமல், கே.பி சார், ஜெயந்தா அண்ணன் என எல்லோருக்கும் நன்றி சொன்னேன்.

சமீபத்தில் 'மாவீரன்' படத்தில் சரிதா அவர்களின் *intro scene*. தண்ணீர் குடத்தோடு சண்டை போடுவதாகத் தொடங்கும்... மேடம்! 40 வருஷமாகியும் உங்கள் தண்ணீர் பிரச்னை தீரலையா? என்று என்னைக் குழந்தைப் பருவ நினைவுகளுக்கு அழைத்துச் சென்றது.

– வைகறை வாசகன், *05.11.2023*

(பின்குறிப்பு: இந்தப் பதிவு, அன்புச் சகோதரர் பன்முகக் கலைஞர் சிவகுமார் அவர்கள் வாயிலாகத் திருமதி சரிதா அவர்களுக்குப் பகிரப்பட்டது. கட்டுரையைப் படித்த அவர், "கட்டுரை ரொம்ப நன்றாக இருந்தது சார்; நினைவுபடுத்தி எழுதியதற்கு நன்றி" என்று குரல் தகவல் அனுப்பியபோது இரண்டாம் வகுப்பு மாணவனை வயதில் மூத்த ஒருவர் வேடிக்கையாக "சார்" என்று அழைப்பது போன்ற உணர்வு தோன்றியது.)

4

பெரியோரை வியத்தலும் நலமே!

பன்மாயக் கள்வன் - குறளில் வள்ளுவர் ஆளும் சொல். *A multitasking personality who is liked by many* என்று அதற்கு ஆங்கிலத்தில் விரிவாக விளக்கம் தரலாம்.

ஐ.ஏ.எஸ் தேர்வு முழுவதையும் தமிழிலேயே எழுதி வெற்றி பெற்ற ஒரே தமிழ் இலக்கியப் பட்டதாரி என்ற பெருமைக்குச் சொந்தக்காரராக கடந்த 40 ஆண்டுகளாகத் திகழ்ந்து வருகிறார். தேர்தல், பேரிடர் மேலாண்மை போன்றவற்றில் சாதனைகள் பல புரிந்த இந்தியக் குடிமைப் பணியாளர். ஒடிஷா மாநில பண்பாட்டுத் துறையை வளப்படுத்தி முதல் உலக ஒடியா மாநாட்டையும் வெற்றிகரமாக நடத்தியவர்.

‘அன்புள்ள அம்மா’, ‘பன்மாயக் கள்வன்’, ‘இப்படி ஒரு தீயா?’ (இரு நூல்களும் குறள் தழுவிய காதல் கவிதைகள்), ‘ஏழைகளின் ஏஆர்ஆர்’ தாஜ்நூர் இசையில் ‘நாட்டுக்குறள்’ எனும் இசைத் தொகுப்பு என ஜனரஞ்சகப் பக்கம், ‘சிறகுக்குள் வானம்’, ‘தமிழ் நெடுஞ்சாலை’ நூல்கள்வழி நம்பிக்கை நாற்று நட்டு ஆற்றுப்படுத்தும் அன்பு ஒரு பக்கம், ‘சிந்துவெளிப் பண்பாட்டின் திராவிட அடித்தளம்’, ‘ஒரு பண்பாட்டின் பயணம் (*Journey of a Civilization*) - சிந்து முதல் வைகை வரை’ என்ற நூல்கள்வழி வரலாற்று ஆய்வுக்களத்தை இடப்பெயர் ஆய்வுகள், தொல்லியல் சான்றுகள் காட்டி மிரளவைக்கும் 30 ஆண்டு ஆய்வுப் பார்வை ஒரு பக்கம், அணிநடை எருமை, கடவுள் ஆயினும் ஆக, ஆவண மாக்கள் என ஆழமான

சங்க இலக்கியப் பொழிவுகள் ஒருபக்கம் - நிச்சயமாக ஆர்.பாலகிருஷ்ணன் சார் ஒரு பன்மாயக் கள்வன்தான்.

அவர் எழுத்திலும் பேச்சிலும் எப்போதும் சிந்துவெளி விட்ட இடத்தைச் சங்க இலக்கியம் தொட்டுக்கொண்டிருக்கும். மனிதநேயம் இனிதே நிறைந்திருக்கும். தன்னம்பிக்கை தவழும். பகிர்தல் அறம் பரிமாறப்படும். பரிவுத் தமிழ் தெரிவாகித் தெளிவாகும். பெருந்தலைமை பெருமிதமின்றித் தலைகாட்டும். ஆய்வுப் பார்வை ஆழமாக இருக்கும். அங்கதம் இழையோடும். புலிகேசிகளின் செயல் பரிகசிக்கப்படும். இரண்டாயிரத்தாம் ஆண்டின் இளந்தளிர்களே *(2k kids)* அவசியம் வாசியுங்கள் அவர் நூல்களை; சிரத்தையோடு செவிகளில் சேகரியுங்கள் அவர் உரைகளை.

விருதுகளுக்கு அப்பாற்பட்டது ஆர்.பாலகிருஷ்ணன் சார் ஆற்றும் வரலாற்றுப் பணி. எனவே, அவருக்கு விருதுகள் வழங்கப்படும்போதெல்லாம் தமிழ் ஆர்வலர்களும் வரலாற்று ஆர்வலர்களும் மட்டுமின்றி உலகத் தமிழர்கள் அனைவருமே ஒருமித்த மகிழ்ச்சி அடைகிறார்கள். அவரின் ஆய்வுப் பணியும் தமிழ்ப் பணியும் அறப்பணி என்பதை உணர்ந்துகொண்ட பலரும் மொழி எல்லை கடந்து அவரது பணிக்குத் தோள் கொடுக்கிறார்கள். கனடா இலக்கியத் தோட்டம் அவரின் வாழ்நாள் சாதனைக்காக இயல் விருது வழங்குவதைக் கொண்டாடி மகிழ்வோம். பெரியோரை வியத்தலும் நலமே! அவர்கள் அதை எதிர்பார்க்காதபோதும்.

- வைகறை வாசகன், 03.08.2024

5

கவனத்துக்குரிய கலைச்சொற்கள்-1

ஆங்கிலத்தில் பயன்படுத்தப்படும் கலைச்சொல் ஒன்றுக்கே தமிழில் துறைவாரியாக வெவ்வேறு கலைச்சொற்களைத் தேடவேண்டியது தமிழ் மொழிபெயர்ப்பில் இருக்கும் முக்கியச் சவால்.

Frequency என்பது இயற்பியலில் அலைகள் தொடர்பான கலைச்சொல். *Frequency*-ஐ இயற்பியல் வல்லுநர்கள் அதிர்வெண் *(as it indicates number of vibrations per second)* என்கின்றனர்.

உயிரியலில் *frequency of a gene* என்பதை நம் பாடநூல் ஒரு மரபணுவின் நிகழ்வெண் என்கிறது. நீட் வினாத்தாள் ஒரு மரபணுவின் அலைவெண் என்கிறது.

ஆங்கிலத்தில் *standard prefix* என்று நிர்ணயம் செய்துள்ளதைப்போல தமிழில் நிர்ணயம் செய்யவில்லை.

Civil Service, Civil Case, Civil Engineer, Civil Supplies இவற்றுக்கான தமிழ்ச்சொற்களை எண்ணிப் பார்க்க அவற்றுக்கான சவால்கள் விளங்கும்.

வெவ்வேறு ஆங்கிலச் சொற்களுக்குத் தமிழில் ஒரே மாதிரியான பின் ஒட்டு (suffix) பயன்படுத்தப்படுவதுண்டு. Introduction, Preamble, Foreward, Welcome address, Vote of thanks, Campaign இவற்றை முறையே முன்னுரை, முகவுரை, அணிந்துரை, வரவேற்புரை, நன்றியுரை, பரப்புரை என்று உரை என்ற ஒரே பின்னொட்டைப் பயன்படுத்திச் சொல்வதை எண்ணிப் பாருங்கள்.

1970-களிலிருந்தே பாடநூல் கழகம் பாடநூல்களில் காணப்பட்ட வடசொற்களைக் களையும் முயற்சியில் தீவிரமாக இயங்கி வருகிறது. இதன் காரணமாக 1980-களிலும் 1990-களிலும் பள்ளிப் பாடநூலில் வடசொல் இல்லாத தமிழ்ச் சொற்கள் புழக்கத்துக்கு வந்தன.

Catalyst - வினைவேகமாற்றி, Mutation - திடீர் மாற்றம், Capillary action - நுண்புழை ஏற்றம் என்பவை 1980-1990களில் பாடநூலில் வந்த சொற்கள். ஆனால், 1970-களில் பள்ளியில் படித்த மாணவர்கள், கல்லூரியில் பணியாற்றிய பேராசிரியர்கள் ஆகியோர் மேற்படி சொற்களுக்கு கிரியா ஊக்கி, சடுதி மாற்றம், தந்துகி கவர்ச்சி என்ற சொற்களையே பயன்படுத்தினர்.

இன்றும் வினாத்தாள் எடுக்கும் பணியோ - பாடநூல் மேலாய்வுப் பணியோ, மூத்த பேராசிரியர்கள் கைகளுக்குப் போகும்போது பழைய வடமொழிச் சொற்கள் மீண்டும் தலைகாட்டத் தொடங்குகின்றன.

எனது அனுபவம் ஒன்று. புதிய பிளஸ் டூ விலங்கியல் பாடத்தில் Mutation என்பதற்கு திடீர் மாற்றம் என்ற சொல் ஏற்கப்பட்டது. ஆனால், தாவரவியல் பேராசிரியர் சடுதி மாற்றம் என்ற சொல்லே வேண்டும் என்று கூறிவிட்டார். மூத்த பேராசிரியர் என்பதாலும் பல கருத்துகளை ஏற்பவர் என்பதாலும் அதற்கு மேலும் அழுத்தம் கொடுக்க முடியவில்லை.

Mutation என்பது sudden unexpected change. அதற்குத் திடீர் மாற்றம் என்பதே பொருத்தம். சடுதி என்ற வட சொல்லுக்கு விரைவு என்பதே பொருள். 'சரவண பவனார் சடுதியில் வருக' என்று ஒரு வரி சஷ்டி கவசத்தில் வருகிறது.

சடுதி - என்ற வட சொல்லுக்கு நீலாம்பிகை அம்மையாரின் வடசொற்றமிழ் அகரவரிசை விரைவு என்று பொருள் தருகிறது. எனவே, சடுதி மாற்றம் எனில் Fast change / Speedy change என்றுதான் வரும். எனவே, Mutation என்பதற்கு விலங்கியல் பாடநூலில் பயன்படுத்தப்பட்டுள்ள திடீர் மாற்றம் என்ற சொல்லே மிகவும் பொருத்தமானது.

Acute என்பதற்கு உடனடி, தீவிர போன்ற சொற்களும் பயன்பாட்டில் உள்ளன. Acute Renal Failure - சிறுநீரக உடனடிச் சீரிழப்பு. It is an acute disease (அது ஓர் தீவிர நோய்).

Adaptation - தகவமைவு. Amnesia - மறதி, சரியான சொல் அல்ல. Forgetfulness - மறதி. ஆனால், Amnesia - மறதி நோய். Amoeba என்பதற்குத் தமிழில் அம்பா/ நெகிழி என்று எழுதுவர் சிலர். இரண்டும் பொருந்தாது. அது என்ன அம்பா? அம்பா, அம்பாலிகா எல்லாம் மகாபாரத கதாபாத்திரங்கள். நெகிழி - plastic-ஐ குறிப்பதற்கு நிலைபெற்றுவிட்ட கலைச்சொல். அமீபா என்றே குறிப்பிடலாம். Corona virus கொரோனா/ கொரோனா நுண்மி என்று குறிப்பிடப்படுவதைப்போல நுண்மிகள், நுண்ணுயிரிகள், பூஞ்சைகள், ஒட்டுண்ணிகள் என்றெல்லாம் வகைப்படுத்தப்பட்டவற்றை இயன்றவரை அவற்றுக்கான பன்னாட்டுச் சொல்லையே ஒலிபெயர்த்து எழுத வேண்டும் என்பது பெருவாரியான கலைச்சொல் அறிஞர்களின் கருத்து.

Amoebiasis - என்பது அமீபா ஒட்டுண்ணியால் ஏற்படும் வயிற்றுப்போக்கு. இதற்கான வட்டார வழக்குச் சொற்களை sorkuvai.com போன்ற இணைய தளங்களில் காண்க.

Amphibia - இருவாழ்வி. பள்ளிப் பாட நூல்களில் நிலைபெற்றுவிட்ட கலைச்சொல்.

Anabolism - வளர்மாற்றம் (Building of Nutrients), Catabolism - சிதைமாற்றம் (Breaking of Nutrients). இந்த இரு நிகழ்வுகளின் கூட்டு நிகழ்வே Matabolism - வளர்சிதை மாற்றம். இவையும் பாடநூல்களில் நன்கு நிலைபெற்றுவிட்ட கலைச்சொற்கள். இவற்றை மாற்றி யாரேனும் தமிழ்க்கொலை செய்யவந்தால் பாவேந்தர் சொன்னதுபோல அவர்களைத் தாய் தடுத்தாலும் விடக்கூடாது.

- வைகறை வாசகன், 07.05.2020

6

கவனத்துக்குரிய கலைச்சொற்கள்-2

சொர்க்கத்தை அல்லது முக்தி அடைவதை ஏன் சார் வீடு அல்லது வீடு பேறு என்கிறார்கள். நாம் இப்போது பூமியில் இருக்கும் வீடு நிரந்தர வீடல்ல முக்திதான் நிரந்தர வீடு என்பதாலா என்று என் மாணவர் ஒருவர் கேட்டார்.

உண்மையில் வீடு அல்லது வீடு பேறு என்பதில் வரும் வீடு. நாம் *house* என்ற பொருளில் பயன்படுத்தும் பெயர்ச் சொல்லான வீடு அல்ல. வீடு பேறு / வீடடைதல் (அறம் பொருள் இன்பம் வீடடைதல் நூற்பயனே -நன்னூல்) என்பதில் வரும் வீடு என்பது விடு என்ற வினைச்சொல்லின் *(verb)*, முதனிலை திரிந்த தொழிற்பெயர் *(First letter modified verbal noun)*. சுடு என்பது சூடு என்றும் படு என்பது பாடு என்றும் முதிதொ பெயர்களாக வரும். சூடு கண்ட பூனை, நான் பட்ட பாடு போன்ற வாக்கியங்களை எண்ணிப் பார்க்க.

இடு என்பது ஈடு என்று திரியும். இந்த ஈடு கலைச்சொல் உருவாக்கத்தில் பெரிதும் பயன்படுகிறது. அளவிடு - அளவீடு (Measure - Measurements), கணக்கிடு - கணக்கீடு (Calculate - Calculations), முதலிடு - முதலீடு (Invest - Investment). இதேபோல் காப்பீடு, பதிலீடு, குறுக்கீடு, தலையீடு, மாற்றீடு, குறியீடு ஆகிய சொற்களுக்கான ஆங்கிலச் சொற்களை ஆராய்ந்து பார்த்தால் கலைச்சொல்லாக்கத்துக்குத் தமிழ் மரபிலக்கணம் அடிப்படை என்பது புரியும்.

தமிழ் மரபிலக்கணத்தை ஆய்ந்து கற்றால் கலைச் சொல்லாக்கச் சவால்களை எதிர்கொள்வது எளிதாகும்.

— வைகைறை வாசகன்

7

கவனத்துக்குரிய கலைச்சொற்கள்-3

கலைச்சொல் ஆக்கத்தில் தமிழ் ஓரெழுத்து ஒரு மொழியான 'மீ' முக்கிய முன்னொட்டாகும். Hyper, Ultra, Super, Sur ஆகிய முன்னொட்டுகளுக்குப் பதிலியாகத் தமிழில் மீ பயன்படுகிறது. இதன்படி மீ உரை (Hyper text), Ultrasonic wave (மீ ஒலி அலை), Superconductivity (மீக்கடத்தல்). Surrealism (மீ மெய்மையியல்) என்ற சொற்கள் உருவாக்கப்பட்டுள்ளன.

மீ என்பதற்குப் பதிலாகச் சில இடங்களில் மிகை என்ற சொல்லும் பயன்படுத்தப்படுகிறது. Hypertension (மிகை அழுத்தம்), Hyperglycaemia (மிகை சர்க்கரை), Super conductivity (மிகைக்கடத்தல்), Surrealism (மிகை யதார்த்தம்) என்றும் சொல்வதுண்டு. மிகை நடிப்பு என்ற சொல் over acting என்பதைக் குறிக்கப் பயன்படுகிறது. நடிகர் திலகம் சிவாஜி கணேசன் குறித்து 'மிகை நாடிய கலைஞன்' என்ற தலைப்பில் அம்ஷன் குமார் எழுதிய நூல் உங்கள் நினைவுக்கு வரலாம். 'முதல் மரியாதை' படத்தில் பாரதிராஜாவின் எதிர்பார்ப்புக்கு ஏற்ப இயல்பான நடிப்பை வழங்கிய சிவாஜி கணேசன் 1950, 1960-களில் மிகை நடிப்பை விரும்பி வெளிப்படுத்தியதற்கான

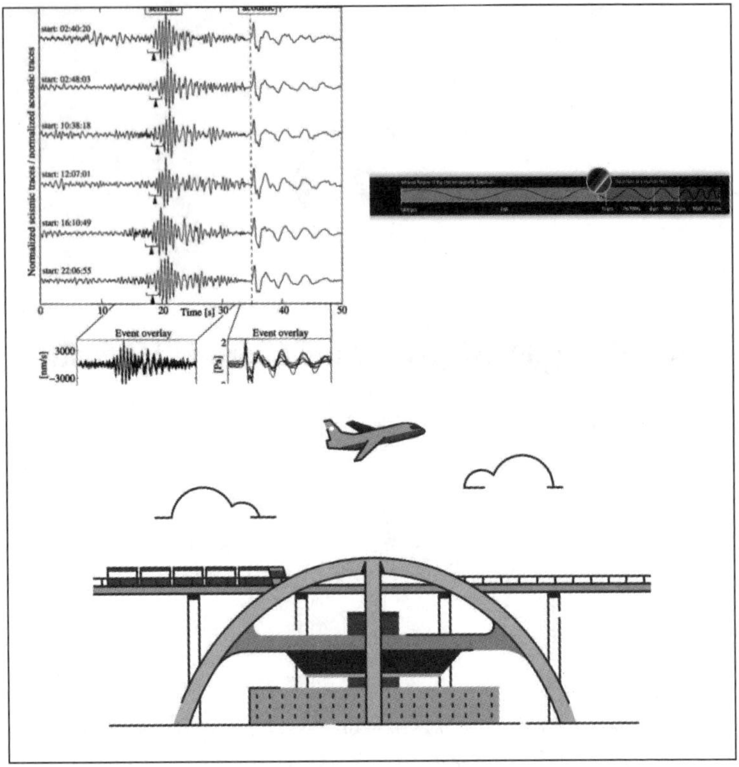

காரணத்தை அந்தப் புத்தகத்தில் அம்ஷன் குமார் விளக்கியுள்ளார்.

புறஊதாக் கதிர்கள் என்று Ultra violet rays தமிழில் மொழிபெயர்க்கப்படும்போது முன்னொட்டு மொழிபெயர்ப்பு உத்தி பயன்படுத்தப்படாமல் கருத்தாக்க உத்தியே பயன்படுத்தப் படுவதால் புற என்பது Ultra என்பதற்கான முன்னொட்டு அல்ல என்று உணர்க.

இதேபோல் Infra sonic waves, Infra red waves, Infrastructure என்ற சொற்களைக் குற்றொலி

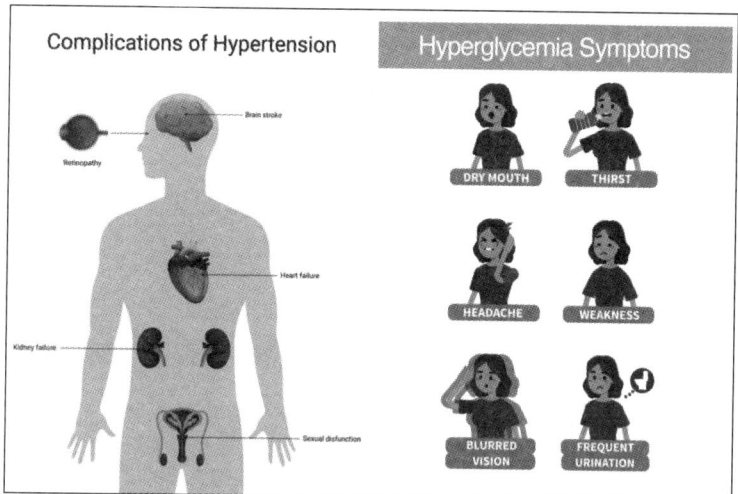

அலைகள், அகச்சிவப்பு கதிர்கள், உள்கட்டமைப்பு என்று மொழிபெயர்ப்பு செய்யும்போது, முதல் சொல்லுக்குக் கருத்தாக்க உத்தியும் மற்ற இரு சொற்களுக்கும் முன்னொட்டு மொழிபெயர்ப்பு உத்தியும் பயன்படுத்தப்பட்டுள்ளன.

இவற்றை உள்வாங்கிக்கொண்டால் புதிய கலைச் சொற்களை உருவாக்கும்போது முன்னொட்டு மொழி பெயர்ப்பு உத்தி, கருத்தாக்க மொழிபெயர்ப்பு உத்தி இவற்றில் எது பொருந்துகிறதோ அவற்றைப் பயன்படுத்தலாம்.

— வைகறை வாசகன், *11.05.2020*

8

கவனத்துக்குரிய கலைச்சொற்கள்-4

ஒரு துறையில் புதிய கலைச்சொல்லை உருவாக்கும் தேவை எழும்போது - பிற துறைகளில் இதே வேர்ச்சொல் அடியாகப் பிறந்த கலைச்சொல் உண்டா என்று ஆராய்ந்து அப்படி இருந்தால் - அது பொருத்தமாக இருந்தால் அதிலிருந்து உருவாக்கலாம். என் அனுபவம் ஒன்று.

Packaging என்பதற்கான கலைச்சொல் எதுவென்று விலங்கியல் பேராசிரியர்கள் கேட்டார்கள். சாதாரண வழக்கில் *Packaging* என்றால் பார்சல் கட்டுவது. நான் பணியாற்றிய *IVPM*-ல் தடுப்பு மருந்துகளை *Packing* செய்து அனுப்பும் பிரிவின் பெயர் சிப்ப கட்டுமானப் பிரிவு.

விலங்கியலில் எந்த *context*-ல் இந்த *Packaging* சொல்லுக்கு இப்போது கலைச்சொல் தேவைப்படுகிறது என்று கேட்ட போது, *DNA Packaging* என்றார்கள்.

பாடநூல் கழகம் 1970-களில் வெளியிட்ட திண்ம இயற்பியல் *(Solid state Physics)* பாடநூலில் *Packing fraction* என்பதற்குப் பொதிவுப் பின்னம் என்ற சொல் பயன்படுத்தப்பட்டதைப் படித்த நினைவு வந்தது.

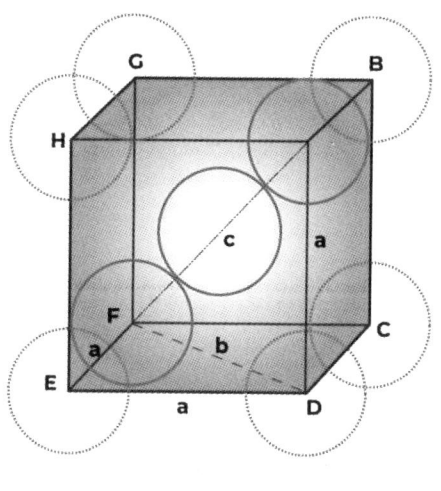

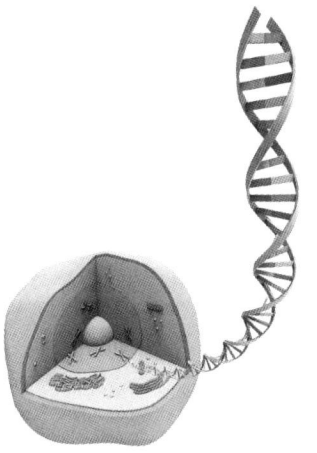

    DNA Packaging என்பதும் *DNA*-வை பொதிந்து வைப்பதே என்பதை உணர்ந்து *DNA* பொதிவு என்ற சொல்லைப் பரிந்துரைத்தேன். விலங்கியல் குழு மகிழ்ச்சியுடன் ஏற்றுக் கொண்டது.

    Study materials என்பதற்குத் தமிழ்ச்சொல் என்ன? பார்க்கலாம்.

- வைகறை வாசகன், 11.05.2020

9

கவனத்துக்குரிய கலைச்சொற்கள்-5

‘முறைசெய்து காப்பாற்றும் மன்னவன் மக்கட்கு
இறைஎன்று வைக்கப் படும்’

‘முறை’ என்ற சொல் பின்னொட்டாகத் தமிழில் எத்தனை கலைச்சொற்களில் பயன்படுகிறது என்பதை நேற்றிரவு தூக்கம் வராதபோது எண்ணி எண்ணிப் பார்த்தபோது *(thinking and counting)* எட்டு சொற்கள் நினைவுக்கு எட்டின.

அவை... *Principle* - நெறிமுறை, *Process* - செயல்முறை, *Practice* - நடைமுறை, *Procedure* - விளக்கமுறை, *Guideline* - வழிமுறை, *Rule* - விதிமுறை, *Regulation* - ஒழுங்குமுறை, *Repression* - அடக்குமுறை.

இவைதவிர வேறு எவையேனும் முறை உண்டா? என்று நீங்களும் ஒருமுறை யோசித்துப் பாருங்கள்.

இந்த ‘முறை’ சொற்கள் இந்த முறை பாடநூல் மொழி பெயர்ப்பில் சரியாகப் பயன்படுத்தப்பட்டுள்ளனவா

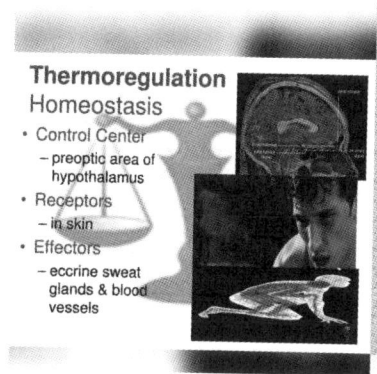
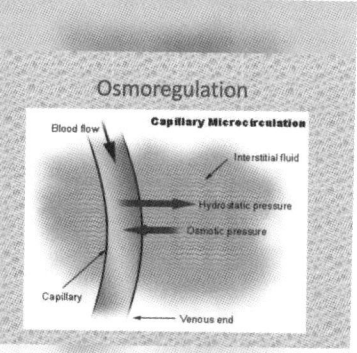

(அடேங்கப்பா எவ்வளவு நீளமான சொல்... 15 எழுத்துகள்... தமிழ் பகுபதங்கள் அதிகபட்சம் 11 எழுத்துகள் கொண்டவை என்று நன்னூல் உரையாசிரியர்கள் வகுத்த இலக்கணத்தை மீறிய சொல்) என்று பார்த்தால், Principles and Practices of Biotechnology என்பது உயிரி தொழில்நுட்பவியலின் நெறிமுறைகளும் செயல்முறைகளும் என்று சரியாகவே இருந்தது.

உயிரி தொழில்நுட்பத்தில் வரும் Upstream processes, Downstream processes என்பவற்றை மேல்கால் செயல்முறைகள், கீழ்க்கால் செயல்முறைகள் எனலாம்.

Thermoregulation என்பதை வெப்ப ஒழுங்குமுறை என்றும் Osmoregulation என்பதை ஊடுகலப்பு ஒழுங்குமுறை என்றும் அழைப்பதே முறை. Regulation என்பதை ஒழுங்குபாடு என்று பெயர்ப்பதைத் தவிர்த்தல் வேண்டும்.

Study materials என்பதற்குத் தக்க தமிழ்ச்சொல் என்ன என்று கேட்டிருந்தேன். யோசித்தீர்களா? படிப்புதவிக் குறிப்புகள் எனலாமா? Reference books என்பதை குறிப்புதவி நூல்கள் என்கிறோம். அதே ஒப்புமையாக்கத்தை (Analogy) பயன்படுத்தி Study Materials என்பதை படிப்புதவிக் குறிப்புகள் எனலாம். பயிற்சி மையம் பல நூல்கள் மற்றும் செய்தித் தாள்களில் இருந்து திரட்டிக் (திருடி?) கொடுக்கும் குறிப்புகள்தாமே படிப்புதவிக் குறிப்புகள்.

அடக்குமுறை (Repression), ஒடுக்குமுறை (Oppression) ஆகிய இரண்டுக்கும் இடையில் வேறுபாடு உண்டா? பார்க்கலாம்.

- வைகறை வாசகன், 13.05.2020

10

கவனத்துக்குரிய கலைச்சொற்கள்- 6

முன்னாள் இஸ்ரோ விஞ்ஞானி நெல்லை சு.முத்து அவர்களோடு நேற்று ஒரு மணி நேரம் உரையாடினேன். தமிழில் கலைச்சொல்லின் அமைப்பு அல்லது பண்பு பற்றிப் பேசினோம்.

தமிழ்க் கலைச்சொற்களின் பொதுப்பண்பு... பெரும்பாலான சொற்கள் இரட்டைச் சொற்களாக அமைவது... அதாவது ஆங்கிலத்தில் ஒற்றைச் சொல்லாக இருப்பதுகூட தமிழில் இரட்டைச் சொல்லாக வருகிறது. *Velocity* - திசைவேகம், *Viscosity* - பாகுநிலை, *Gradient* - சரிவுவாட்டம், *Valley* - பள்ளத்தாக்கு, *plateau* - பீடபூமி, *Democracy* -மக்களாட்சி, *Excretion* - கழிவுநீக்கம், *Reproduction* - இனப்பெருக்கம் போன்ற சொற்களை எடுத்துக்காட்டாகக் கொள்ளலாம்.

நேற்று இரவு இதுகுறித்து ஆழமாக மொழியியல் நோக்கில் சிந்தித்தபோது, தமிழ் தனிநிலை மொழியாகவோ, உட்பிணைப்பு மொழியாகவோ இல்லாமல் ஒட்டுநிலை மொழியாக இருப்பதால் இந்தப் பண்பு வாய்த்திருக்கலாம் என்று தோன்றியது.

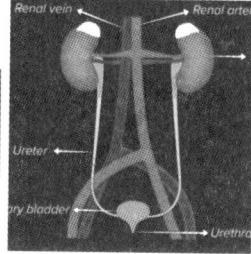

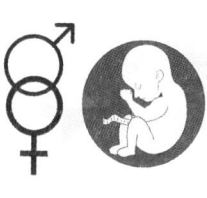

தொல்காப்பியர் ‘கிளவி’ என்று குறிப்பிடுவது சொல்லை அல்ல. சொற்றொடரைத்தான். அதனால்தான் கிளவியாக்கம் என்று ஓர் இயலுக்கு தலைப்பிட்டுள்ளார்.

தொல்காப்பிய நூற்பாக்கள் பல இன்றும் கலைச் சொல்லாக்கத்துக்கு வழிகாட்டு நெறிகளாக உள்ளன. குறிப்பாக... ‘கடிசொல் இல்லை காலத்துப் படினே’, ‘எல்லாச் சொல்லும் பொருள் குறித்தனவே’ போன்ற நூற்பாக்கள்.

ஆத்திசூடியை அடிப்படையாகக்கொண்டு அறிவியல் ஆத்திசூடி (தற்போதைய 6-ம் வகுப்பு தமிழ்ப் பாடநூலில் இடம்பெற்றுள்ளது) எழுதிய அவர்... தொல்காப்பிய நூற்பாக்கள் போன்று கலைச்சொல்லாக்க நெறிகளை நூற்பாக்களாக எழுதி உள்ளதாகக் குறிப்பிட்டார். அதுபற்றி இன்னொரு சந்தர்ப்பத்தில் விளக்குகிறேன்.

இந்தத் தொன்மையும் தொடர்ச்சியும்தான் தமிழின் வலிமை.

- வைகறை வாசகன், ***19.05.2020***

11

கவனத்துக்குரிய கலைச்சொற்கள்-7

நன்மை செய்யும் வைரஸ்கள் பல உண்டு. *Science Alert* கட்டுரையைப் படித்தால் நன்மை தரும் வைரஸ்கள் பற்றி விரிவாக அறியலாம். எனவே, வைரஸ் என்பதைத் தமிழில் தீநுண்மி என்று தினமணி நாளிதழ் குறிப்பிடுவது சரியல்ல.

வைரஸ், பாக்டீரியா என்பவற்றை அப்படியே பயன்படுத் தலாம். அல்லது அவற்றின் வேர்ச்சொல்லுக்கான அர்த்தத்தின் அடிப்படையில் தனித்தமிழ்ப் பெயர் வேண்டும் எனில் வைரஸை நச்சுநுண்மி என்றும் பாக்டீரியாவை குச்சிநுண்மி என்றும் குறிப்பிடலாம்.

வைரஸ் என்ற சொல்லுக்கு *poison* என்பதும் பாக்டீரியா என்பதற்கு *rod* என்பதும் பொருள்.

Germ என்ற சொல்லுக்குச் சமமான சொல்லாகக் கிருமி என்ற வடசொல் நீண்ட காலமாக வழக்கில் உள்ளது. *Antiseptic* என்பதைக் கிருமி நாசினி என்றும் *Disinfectant* என்பதைத்

தொற்றுக்கொல்லி என்றும் கூறுகிறோம்.

Microbe என்பது நுண்ணுயிரி. *Pathogen* என்பது நோயூக்கி. *All Microbes are not Pathogens.* அனைத்து நுண்ணுயிரிகளும் நோயூக்கிகள் அல்ல.

Pathogen, Allergen, Carcinogen, Antigen என்பவற்றை ஒரே பின்னொட்டைப் பயன்படுத்தி முறையே நோயூக்கி, ஒவ்வாமையூக்கி, புற்றுநோயூக்கி, எதிர்பொருளூக்கி எனலாம்.

– வைகறை வாசகன், *20.05.2020*

12

சொக்கவைக்கும் சுந்தரம்-1

குறளின் எளிமையை அப்படியே ஆங்கிலத்துக்குக் கடத்தியதில் பேராசிரியர் பி.எஸ்.சுந்தரத்தின் மொழிபெயர்ப்பு சிறப்பு வாய்ந்தது. சில உதாரணங்கள் கீழே. இவற்றுக்கான தமிழ் குறள்களை நீங்களே யோசியுங்கள்.

Learn well what should be learnt, and then
Live your learning. (391)

A well dug in sand yields water as dug
So learning, wisdom. (396)

The ignorant are like saline soil
They are there, but useless. (406)

Good friends are like good books
A perpetual delight. (783)

1990-ல் பென்குயின் நிறுவனம் வெளியிட்டு, தற்போது அச்சில் இல்லாத அரிய நூலாக ஆகிவிட்ட இந்த மொழி பெயர்ப்பு நூல் தமிழ்நாடு பாடநூல் கழகம் மற்றும் பென்குயின் நிறுவனத்தின் கூட்டு வெளியீடாக வெளிவந்துள்ளது.

ஆங்கில மொழிபெயர்ப்பை நீங்கள் சொன்னால்... அதற்கான குறளைத் தமிழில் உங்கள் குழந்தைகள் சொல்லுமாறு பழக்குங்கள்.

"குறளை, மொழிபெயர்ப்பில் படித்தால்கூட முன்னேறி விடலாம். அதைத் தமிழிலேயே படிக்கும் பேறு பெற்ற நாம் வரம் பெற்றவர்கள்" என்கிறார் சிந்துவெளி அறிஞர் ஆர்.பாலகிருஷ்ணன்.

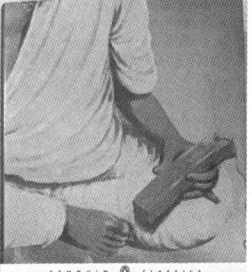

திருக்குறளைத் தமிழில் படிக்க வேண்டும் என்பதற்காக மகாத்மா காந்தி தமிழ் கற்க முனைந்ததைப் பற்றி மகாத்மாவே எழுதியுள்ளார்.

குழந்தைகள் குறள் படித்தால் தமிழ் வளரும். ஆங்கிலத்தின் மூலமும் குறள் சுவைக்குக் குழந்தைகளை அடிமையாக்க முயற்சி செய்யலாம்.

- *சங்கர சரவணன், 16.07.2020*

13

சொக்கவைக்கும் சுந்தரம்-2

தமிழ்நாடு பாடநூல் கழகம் பென்குயின் நிறுவனத்துடன் இணைந்து பேராசிரியர் பி.எஸ்.சுந்தரம் அவர்களின் திருக்குறள் மொழிபெயர்ப்பு நூலை மீண்டும் கூட்டு வெளியீடாகக் கொண்டுவரும் செய்தியைப் பகிர்ந்திருந்தேன்.

அதைப் படித்து மகிழ்ந்த *Voice of Valluvar* சி.இராஜேந்திரன் சார், வள்ளுவரே ஆங்கிலப் பேராசிரியராகி எழுதினாரோ என்று ஐயப்படவைப்பது 350-வது குறளுக்குச் சுந்தரம் அவர்களின் மொழிபெயர்ப்பு என்றார்.

பற்றுக பற்றற்றான் பற்றினை அப்பற்றைப்

பற்றுக பற்று விடற்கு.

Cling to the One who clings to nothing And so clinging, cease to cling

ஆஹா... தொல்காப்பியர் குறிப்பிடும் ஏந்தல் வண்ணத்துக்கும் ஆங்கில *Tongue twister*-க்கும் பாலம் அமைந்த சுந்தரத்தை எப்படிப் பாராட்டுவது?

சில குறள்களை சுந்தரத்தின் மொழிபெயர்ப்பில் படித்தவுடன் ஓ! சூப்பராக இருக்கிறது. இதன் தமிழ் குறள் தெரியாமல் போயிற்றே என்று லேசான குற்ற உணர்வோடு தமிழ் குறளைத் தேடுவோம். இன்று நான் அப்படித் தேடிய மூன்று குறள்களை உங்களுக்குத் தருகிறேன். நீங்களும் தேடுங்கள்.

'Foes, don't withstand my chief - many who did Now stand as stone' (771)

'A miser's wealth unused does not increase But is lost' (437)

'The lack of lacks is the lack of knowledge Other lacks are not deemed such by the world.' (841)

சுந்தரம் எப்படி நம்மைச் சொக்கவைக்கிறார் என்பதை மேலும் பல குறள்களுக்கான பேராசிரியர் சுந்தரத்தின் மொழிபெயர்ப்பை வாசித்து நாம் விளங்கிக்கொள்ளலாம்.

- சங்கர சரவணன், 17.07.2020

14

அவையறிந்து ஆராய்ந்து சொல்லுக

சமீபத்தில் கல்லூரி நிகழ்ச்சி ஒன்றை நண்பர் நடத்தினார். அதில் பேசுவதற்கு மேன்மை தங்கிய பேச்சாளர் ஒருவர் அழைக்கப்பட்டிருந்தார்.

நிகழ்ச்சி ஏற்பாட்டாளர்களுக்கும் நிகழ்ச்சியில் பங்கேற்க கல்லூரி மாணவர்களை அழைத்து வந்த மூத்தவர்களுக்கும் பேச்சாளரின் பேச்சு பிடிந்திருந்தது. ஆனால், நிகழ்வில் பெருவாரியாகப் பங்கேற்ற 2K kids வழக்கம்போல் மிடுக்குப் பேசியோடு ஒடுங்கிப்போயினர்.

பேச்சாளருக்கு மனவருத்தம். ஏற்பாட்டளர்களுக்குத் தர்ம சங்கடம். அவையறிந்து சொல்லவில்லையெனில் எவரின் பேச்சும் எடுபடாது. கருத்தின் வலிமை எவ்வளவு முக்கியமோ அதைப்போல அந்தக் கருத்தை அவையறிந்து வழங்கும் திறனும் மிக மிக அவசியம்.

“இவ்வளவு நல்லா இங்கிலீஷ் பேசத்தெரிஞ்ச உனக்கு... அதை யாருகிட்ட பேசனும்னு தெரியலை பார்த்தியா?” என்னும் பிரபல திரைப்பட நகைச்சுவை வசனம் நினைவுக்கு வந்தது.

ஆடியன்ஸ் *attract* ஆவதுபோல் பேசவேண்டியது பேச்சாளரின் கடமை. ஆடியன்ஸை தன் பேச்சால் கட்டிப்போட வேண்டும். மாறாக ஆடியன்ஸை கட்டிப்போட்டுப் பேச்சை கேட்கவைக்க முடியாதல்லவா? நிகழ்ச்சியை ஏற்பாடு செய்த நண்பருக்கு என் ஆறுதலைத் தெரிவித்தேன்.

**அவையறிந்து ஆராய்ந்து சொல்லுக சொல்லின்
தொகையறிந்த தூய்மை அவர்.**

கலைஞர் உரை: ஒவ்வொரு சொல்லின் தன்மையையும் உணர்ந்த நல்ல அறிஞர்கள், அவையில் கூடியிருப்போரின் தன்மையையும் உணர்ந்து அதற்கேற்ப ஆராய்ந்து பேசுவார்கள்.

– வைகறை வாசகன், *06.10.2023*

15

எதற்காக எழுத்தாளர்கள்?

“எழுத்தும் ஒரு பிழைப்புதான். ஷேக்ஸ்பியரே பிறந்திருக்கா விட்டால்கூட ஒன்றும் குடி மூழ்கிப் போயிருக்காது” என்று ஒரு சந்தர்ப்பத்தில் எழுதினார் வண்ணநிலவன். ஆனால், வள்ளுவர் எழுத்தை எல்லாம் அந்த மாதிரி எடுத்துக்கொள்ள நான் ஒருபோதும் ஒப்பமாட்டேன். அதைப்போல ஒவ்வொரு வாசகனுக்கும் ஒவ்வோர் எழுத்தாளர்.

பிரபல அறிவியல் எழுத்தாளர் ஐசக் அசிமோவ், தான் எதற்காக எழுதுகிறேன் என்று சொல்ல வரும்போது, தன் கதைகளைத் தட்டச்சு இயந்திரத்தில் டைப் செய்யும் போது அடுத்து வந்து விழக்கூடிய வார்த்தை எது என அறிந்துகொள்ளும் ஆர்வத்தில் தான் எழுதவதாக வேடிக்கையுடன் குறிப்பிட்டார். எழுத்தாளர் சுஜாதா, எழுதுவதன் முதன்மையான நோக்கம் புகழோ பணமோ அல்ல, எழுத்து ஒரு கலை (*Craft*) என்பதால் அந்த *Crafting* ஆர்வத்தில்தான் எழுதுவதாகக் குறிப்பிட்டார்.

சி.சு.செல்லப்பா

எதற்காக எழுதுகிறேன் என்ற தலைப்பில் ஒரு குறுநூல். சுமார் 100 பக்கங்கள் கொண்டது. தி.ஜானகிராமன், ஜெயகாந்தன் உள்ளிட்ட 10 பிரபல எழுத்தாளர்களிடம் அவர்கள் ஏன் எழுதுகிறார்கள் என்ற எண்ணத்தை கட்டுரையாக வாங்கி சி.சு.செல்லப்பா அவர்களால் தொகுக்கப்பட்டது. சந்தியா பதிப்பக வெளியீடு. அரை மணி நேரத்தில் படித்துவிடக்கூடிய சுவையான நூல்.

எதற்காக எழுதுகிறார்கள்? பணத்துக்காகவா? புகழுக்காகவா? ஆத்ம திருப்திக்காகவா? பரப்புரை செய்யவா? அறிவூட்டவா? மகிழூட்டவா? பொழுதுபோக்குவதற்கா? அல்லது தங்களுக்குப் பொழுதுபோகாமலா? பாராட்டைப் பிச்சை கேட்டா? என்று தன் போக்கில் ஒவ்வொரு எழுத்தாளரும் அலசியுள்ளனர்.

நீங்கள் ஆரம்பகட்ட எழுத்தாளாராகவோ, எழுதுவதில் ஆர்வம் கொண்டவராகவோ, ஏன் மற்றவர்கள் எழுதுவதை வாசிப்பதில் ஆர்வம்கொண்டிருந்தால்கூட அவசியம் வாசிக்க வேண்டிய நூல் அது. அந்த வாசிப்பு உங்கள் எழுத்துக்கு மலர்ச்சி ஊட்டும். உங்களுக்கு வளர்ச்சி ஊட்டும்.

– சங்கர சரவணன், 15.06.2023

16

இன்னும் எழுதுகிறார் இ.பா

எழுத்தாளர் இந்திரா பார்த்தசாரதிக்கு வயது 93 முடிந்து 94 ஆகிறது. இன்றும் 'கணையாழி' இதழுக்குக் கடைசிப் பக்க கட்டுரையை அவரே கணினியில் தட்டச்சு செய்து அனுப்பிவைக்கிறார்.

நேற்று முன்தினம் அவரது பிறந்தநாள் விழாவில், தமிழ்நாடு பாடநூல் கழகம் மற்றும் ரத்னா புக்ஸ் கூட்டு வெளியீடாகக் கொண்டுவந்துள்ள, இ.பா எழுதிய 'ஔரங்கசீப்' நாடகத்தின் ஆங்கில மொழிபெயர்ப்பை வெளியிட்டு உரையாற்றினேன். ஔரங்கசீப் நாடகம் 1974-ல் எழுதப்பட்டது. மத நல்லிணக்கத்தை வலியுறுத்துவது.

இ.பா-வின் வசனங்கள் கூர்மையானவை. ஔரங்கசீப் - ஒரே நாடு, ஒரே மதம், ஒரே மொழி என்ற கொள்கையைத் தன் லட்சியமாகக்கொண்டிருந்தாராம். ஔரங்கசீப் நாடகத்தில், அவரது சகோதரியான ஜஹானாரா

பிரபல எழுத்தாளர் இந்திரா பார்த்தசாரதி எழுதி ஆங்கிலத்தில் மொழிபெயர்க்கப்பட்டுள்ள அவுரங்கசீப் என்ற நாடக நூலின் இரண்டாம் பதிப்பை தமிழ்நாடு பாடநூல் மற்றும் கல்வி சேவைக் கழக இணை இயக்குநர் டி.எஸ். சரவணன் வெளியிட, இந்திரா பார்த்தசாரதி பெற்றுக் கொண்டார். உடன் தமிழச்சி தங்கபாண்டியன் எம்.பி, முன்னாள் துணைவேந்தர் எம்.ராஜேந்திரன், எழுத்தாளர் பி.கே.கிருஷ்ணன், அமுதசுரபி இதழ் ஆசிரியர் திருப்பூர் கிருஷ்ணன், கல்லூரி முதல்வர் சாந்தி லட்சுமி உள்ளிட்டோர்.

படம்: எஸ்.சத்தியசீலன்

“மக்கள் ஆட்டு மந்தைகளாகவும் ஆள்பவர்கள் கொடிய மிருகங்களாகவும் இருந்தால்தான் அது சாத்தியம்” என்று தன் சகோதரி ரோஷனாராவிடம் கூறுவதாக இ.பா எழுதியுள்ளார். இன்றைக்கும் அது பொருந்தும். இன்னும் சொல்லப்போனால், ‘யாதும் ஊரே; யாவரும் கேளிர்’ என்பது நல்ல சிந்தனை. ஆனால், எங்கும் ஒரே மொழி - என்ற *Utopian Concept* சாத்தியமாகிவிட்டால் எங்களது *Translation*-க்கு வேலையில்லாமல் போய்விடும் என்று வேடிக்கையாகக் குறிப்பிட்டேன்.

விழாவில் தஞ்சை தமிழ்ப் பல்கலைக்கழக முன்னாள் துணைவேந்தர் ம.ரா சிறப்புரையாற்றினார். நாடாளுமன்ற உறுப்பினர் திருமதி தமிழச்சி தங்கபாண்டியன், எழுத்தாளர்கள் திருப்பூர் கிருஷ்ணன், *P.A.* கிருஷ்ணன் ஆகியோர் உரையாற்றினர். உயர்நீதிமன்ற மேனாள் நீதிபதி பிரபா ஸ்ரீதேவன், நமது ஒருங்கிணைப்புப் பதிப்பாசிரியர் திருமதி மினி கிருஷ்ணன் ஆகியோரும் விழாவில் பங்கேற்றது மகிழ்ச்சி அளித்தது.

சாகித்ய அகாடமி, சங்கீத நாடக அகாடமி ஆகிய இரண்டு விருதுகளையும் பெற்ற ஒரே தமிழ் எழுத்தாளரான இ.பா., சரஸ்வதி சம்மான், பத்மஸ்ரீ விருதுகளையும் பெற்றவர்.

- டாக்டர் சங்கர சரவணன்
இணை இயக்குநர், TNTBESC.
12.07.2023

17

வாழ்வு நிறைந்தது: வானகம் புகுந்தார்

தமிழ்நாடு அரசின் நிதித்துறை முதன்மைச் செயலாளர் த.உதயச்சந்திரன் அவர்களின் தாயார் லீலாவதி (வயது 72) அம்மையார் நேற்று உடல்நலக் குறைவால் சேலத்தில் உள்ள தனியார் மருத்துவமனையில் காலமானார். அவரது நல்லடக்கம் இன்று நாமக்கல்லில் நடைபெறுகிறது.

நேற்றிரவு சுமார் 11.30 மணிக்கு நானும் என் மனைவியும் இறுதி மரியாதை செலுத்தினோம். அன்புத் தம்பிகள் ஆனந்த குமார், ஜெயசீலன் உள்ளிட்டோரோடு இணைந்து இறுதி மரியாதை செலுத்த இயன்றது. பாடநூல் கழக மேலாண்மை இயக்குநர், இளம்பகவத் சார் ஆகியோர் செய்த உதவிகளால் உடனடியாகச் சென்னையில் இருந்து கிளம்பிவர முடிந்தது.

மாபெரும் சபைதனில் நூலிலும் மற்ற பல சந்தர்ப்பங்களிலும் அம்மா குறித்து உதய் சார் பகிர்ந்த பல செய்திகள் நினைவாடி நெஞ்சம் கனக்கிறது. வாழ்வு நிறைந்தது. வையம் குவிகிறது நாமக்கல்லில் இறுதி மரியாதை செலுத்த...

அப்பாவை விடவும் அம்மாவைப் பற்றி சார் பேசிய வார்த்தைகள் பலமடங்கு அதிகம். மரியாதை செலுத்தக் குவியும் கூட்டமும் அதுபோலவே அதிகம். மாண்புமிகு தமிழ்நாடு முதலமைச்சர் அவர்கள் இரங்கல் செய்தி விடுத்துள்ளார்கள். மாண்புமிகு விளையாட்டுத்துறை

அமைச்சர் உள்ளிட்டப் பத்துக்கும் மேற்பட்ட அமைச்சர்கள் நேரில் வந்து அஞ்சலி செலுத்திச் சென்றுள்ளனர்.

புதினா சாதம் - காற்றுக்கு பாறைகள் அசையக்கூடாது - இளம் வயதில் ஐ.ஏ.எஸ் தேர்வாகிவிட்டபோதுகூட உதய் சார் சேரத் தவறிய அண்ணா பல்கலைக் கழக பொறியியல் - தினமணிக் கதிர் - இலக்கிய பரிச்சயம்- இந்திப் பாடல்கள் என்று தன் அம்மா குறித்து அவர் பகிர்ந்த பல தகவல்கள் ஆழ்மனதில் பதிந்துகிடக்கின்றன.

நேற்றும் பல விஷயங்களை உதய் சார் நினைவுகூர்ந்தார். குறிப்பாக கிரிக்கெட் Match Fixing பற்றி அவரது அம்மாவின் தீர்க்கதரிசனம், ஈராண்டுகளுக்கு முன் மேற்கோள் காட்டிய ஒரு திருக்குறள், முதுமை தவிர்க்க முடியாதது என்ற இறுதி வாசகம்... எனப் பலவும்.

தன் மகன் சான்றோன் என ஈன்றபொழுதில் பெரிதுவக்கும் வார்த்தை கேட்டு வாழ்வு நிறைந்த அம்மையாரின் ஆன்மா சாயுஜ்ஜிய பதவியடைய பிறவா யாக்கை பெரியோனை வேண்டுகிறேன்.

— வைகறை வாசகன், 21.09.2023

18

புத்தியில் தீ பிடிக்கும் புத்தம் புது பாட்டுகள் தந்தவர்...

கவிப்பேரரசு வைரமுத்து அவர்களுக்கு இன்று எழுபதாவது பிறந்த நாள்.

நன்றிக்கடனோடு எழுதும் பதிவு...

பள்ளிப் பருவத்திலிருந்து தனது பாடல்கள் வாயிலாக தமிழார்வம் ஊட்டியவர். 'இதற்குத்தான் தமிழென்று எனக்குள்ளே சொல்வேன் - எவருக்கும் தெரியாமல் கைதட்டிக்கொள்வேன்' என்பார் ஒரு கவிதையில். எதற்குத் தான் அவரது தமிழ்க்கவிதைகள்? அவரின் கவிதையைத் தேடிப் படித்துப் பாருங்கள்.

ஜெயந்தா அண்ணன் வழியாக அறிமுகமானவர். அண்ணனை விடவும் அடிக்கடி அவருடன் அளவளாவும் வாய்ப்பை காலம் எனக்குக் கருணையுடன் வழங்கியுள்ளது.

சங்கத்தமிழ், அற இலக்கியத் தமிழ், காப்பியத் தமிழ், கள்ளிக்காட்டுத் தமிழ்.. என பலவற்றையும் எழுதத் தெரிந்த வித்தகர்.

'இரவின் மீது வெள்ளை அடித்தால் விடியல் என்று அர்த்தம்' இதைவிட நல்ல படிமம் வேறென்ன வேண்டும். குழந்தைத் தொழிலாளர்களை 'இரும்படிக்கும் ரோஜாக்கள்' என்று குறியீடாக்க அவரைப்போல் ஆளுண்டா?

நான் கவிஞனா, பாடலாசிரியனா, நாவலாசிரியனா, நாவலனா என்ற சண்டை எதற்கு, நான் ஒரு மொழியாளன் என்று சாந்தமாகவும் பாந்தமாகவும் பதில் சொல்ல அவரால் தான் முடியும்.

‘பட்டாம்பூச்சி கூட்டத்துக்கு பட்டா எதற்கு?’, ‘பாசாங்கு இல்லாத பாசம் கேட்டேன்’, ‘சுகந்தரும் சுகந்தமே’ என்று எதுகை, மோனை இரண்டிலும் இணையாகவும் பொழிப்பாகவும் பொழிய அவருக்கு இணையான கவி இல்லை. ‘தூவிடும் தூறல்கள் மழையின் தோழிகள்‘ என்று ஏகதேச உருவகத்தில் எழுதும் வித்தையை மழை பற்றி தலையணை அளவு எழுதும் எழுத்தாளர்கள் அறிவார்களா?

எக்கச்சக்க விருதுகள்... ஏராளமான பாராட்டுகள்... இவற்றுக்கு நடுவே எரிச்சலூட்டும் விமர்சனங்களும் எழத்தானே செய்யும்...

துயரத்தை எரித்து உயரம் குறையாமல் வாழும் கவியை தொலைவில் நின்று வாழ்த்துகிறேன்.

– வைகறை வாசகன், *13.07.2023*

19

இப்படி(யாக) ஒரு தீபாவளி வாழ்த்து

"**நா**த்திகவாதம் உண்மையாக இருக்கலாம்; ஆனால், சுவாரஸ்யமற்றது. ஆத்திகவாதம் பொய்யாக இருக்கலாம். ஆனால், சுவாரஸ்யமானது" என்பார் புதுமைப்பித்தன்.

தீபாவளி குறித்து பல சுவையான கதைகள் உண்டு. உண்மையில் அது சமணப் பண்டிகை; பவபுரியில் விடிய விடிய மகாவீரர் சமணச் சொற்பொழிவாற்றி பரிநிர்வாணம் (வீடு பேறு) எய்திய நாள் என்பர். மயிலை சீனி வேங்கடசாமி இதை வழிமொழிகிறார். எள்ளிலிருந்து எண்ணெய் எடுக்கப்பட்டதைக் குறிக்கும்விதமாக எண்ணெய் தேய்த்துக் குளித்து, புத்தாடை கட்டிக் கொண்டாடப்பட்ட பௌத்தப் பண்டிகையான தீபாவளியைச் சமணம் திருடிக்கொண்டது என்பார் அயோத்தி தாசர்.

"18-ம் நூற்றாண்டில் வந்த வீரமாமுனிவரின் சதுரகராதியிலோ 19-ம் நூற்றாண்டு வரையிலான தமிழ் இலக்கியங்களிலோ தீபாவளி இல்லை. ஆனால், 19-ம் நூற்றாண்டில் வந்த இலங்கை மன்னிபாய் தமிழ் - தமிழ் அகராதியில் தீபாவளி பற்றிய குறிப்பு உண்டு - இது பொ.வேல்சாமியின் கருத்து.

'தீபாவளி தமிழர் பண்டிகையே இல்லை' என்று ஆய்வாளர் தொ.ப சொல்ல.. மக்கள் மகிழ்ச்சியாகக் கொண்டாடும் தீபாவளி பற்றி ஆராய்ச்சி எதற்கு? பிடித்தவர்கள் கொண்டாடிவிட்டுப் போகட்டுமே என்பார் ஆ.சிவசுப்பிரமணியம்.

வைணவத்தில் தீபாவளியை ராமர் வனவாசம் முடித்து அயோத்தி திரும்பிய நாளென்றும், கிருஷ்ணர் நரகாசுரன் வதம் செய்த நாளே தீபாவளி என்றும் கூறுவர். ராமர் தன் தலை தீபாவளியை எங்கு கொண்டாடினார்? மிதிலையிலா? அயோத்தியிலா? என்ற கேள்விக்கு ராமாவதாரத்துக்குப் பிறகுதான் கிருஷ்ணாவதாரம்.. எனவே, ராமர் காலத்தில் தீபாவளியே  கிடையாது என்று புராணக் கதைகளுக்கு லாஜிக், assertion, reason எல்லாம் கூறுவர் சில அப்பாவிகள்.

சைவ, சாக்த நெறியினர் சும்மா இருப்பார்களா? சிவனை மட்டும் வணங்கிவிட்டு பார்வதி தேவியை வணங்காமல் சென்ற பிருகு முனிவரின் கர்வத்தை ஒடுக்க பார்வதி, கௌதமரின் வழிகாட்டலில் கடும் தவம் இருந்து சிவனில் பாதியை பார்வதி பெற்ற (First 50% reservation for woman?) கேதார கௌரி விரதமே தீபாவளி என்பர். சிலர் இதற்காக 21 வகை பட்சணங்கள் செய்து (தற்காலத்தில் கடைகளில் வாங்கி) வழிபடுவர்.

இதைவிட தீபாவளி போனஸ், சிவகாசி தொழில்வளம் பெருகுதல், சுவையான தீபாவளி மலர்கள், தீபாவளி ரிலீஸ் (பெரும்பாலும் மொக்கை) திரைப்படங்கள், வழக்கம்போல் தீபாவளியில் மகிழ்ச்சியாக இருப்பது ஆண்களா? பெண்களா? போன்ற அரிய தலைப்புகளில் உலகத்தொலைக்காட்சியில் தமிழ்ப் பட்டிமன்றங்கள்... என்றும் உன்னைக் கண்டு நானாட, என்னைக் கண்டு நீ ஆட உல்லாச தீபாவளி என்றும் பலர் பலவிதமாக தீபாவளி கொண்டாடுகிறார்கள்.

மேலே உள்ள பத்திகளைப் படித்தவர்களுக்கும் படிக்காதவர்களுக்கும்...

இனிய தீபாவளி நல்வாழ்த்துகள்.

- வைகறை வாசகன், 12.11.2023

20

ராஜசேகர் - ஒரு நடைச்சித்திரம்

ரஜினியை பாலசந்தரும் தனுஷை செல்வராகவனும் அறிமுகப்படுத்தியதுபோல ராஜசேகரை புதியவர்களுக்கு அறிமுகப்படுத்திய பெருமை வைகறை வாசகனுக்கு வந்து சேர்க.

துரை.ராஜசேகரன் என் கல்லூரித் தோழன். இளநிலை நாங்கள் பயின்றது வெவ்வேறு கல்லூரிகளில். ஆனால் முதுநிலை ஒரே கல்லூரியில் பயின்றோம்; ஈரேழு ஆண்டுகள் ஒரே நிறுவனத்தில் பணி; ஒரே சமயத்தில் ஒரே கல்லூரியில் முனைவர் பட்டம் பெற்றோம். 23 வருட நட்பு.

தமிழில் தான் அறிந்த நபர்களைப் பற்றி நடைச்சித்திரம் எழுதுவதில் தேர்ந்தவர் 'அக்கிரஹாரத்து அதிசய மனிதர்' என்று அண்ணாவால் போற்றப்பட்ட வ.ரா. வைவா (வைகறை வாசகன்) எழுதும் நடைச்சித்திரங்கள் வ.ரா அளவுக்கு வாரா; எனினும் அவ்வப்போது என் Micro attempt தொடர்கிறது.

ராஜசேகரன் மெலிந்த தொப்பை இல்லாத உடல்வாகும், எழிலான தோற்றமும் எள்ளல்மிக்க பேச்சாற்றலும் கொண்டவன். Techy. அழகாக ஓவியம் தீட்ட அறிந்தவன். அவன்

கையெழுத்து Calligrapherகளுக்கே வகுப்பெடுக்கும் தன்மை உடையது.

24 ஆண்டுகளுக்கு முன் வட இந்தியாவிலுள்ள தேசியக் கல்வி நிலையம் ஒன்றில் நான் முதுநிலை இரண்டாமாண்டு பயின்றபோது, முதுநிலை முதலாமாண்டு வந்து சேர்ந்தான் ராஜசேகரன். இளநிலை படிப்பை ராஜசேகரோடு பயின்ற என் வகுப்புத் தோழன் பசுபதி எனக்கு ஓர் எச்சரிக்கை செய்தான்.

"இந்தா பாரு... பசங்க இரண்டு டைப். Girlsகளிடம் பேசுபவர்கள் முதல் வகை; அவ்வாறு பேசுபவர்களை கலாய்ப்பவர்கள் இரண்டாம் வகை. நீ முதல் வகை; ராஜசேகரன் இரண்டாம் வகை. So, Maintain a decent distance from him, to safeguard yourself. So, I maintained that."

வட இந்தியாவில் அமைந்திருந்த எங்கள் கல்லூரியில் Girls Hostelலில் இரவு பத்து மணி வரை மாணவர்களுக்கு அனுமதி உண்டு. அதனால், அந்த உரிமையைப் பயன்படுத்திப் பெரும்பாலான நாட்களில் (வாட்ச்மேன் வந்து... தஸ் பஜே.. தஸ் பஜே.. என்று சொல்லி எங்களை வழியனுப்பும் வரை) Girls உடன் பேசி Gender discrimination-ஐ ஒழித்து Gender Equality-ஐ நிலைநாட்ட தென்னிந்தியாவிலிருந்து பாடுபட்ட நாலைந்து பேரில் நானும் ஒருவன். எனவே, ராஜசேகரோடு 'வாங்க' 'போங்க' என ரொம்ப Distant Relationship.

டாக்டர் ராஜசேகரன்

பின்னர் ராணிப் பேட்டையில் நானும் அவனும் ஒன்றாகப் பணியாற்றிய காலத்தில் நட்பு வலுப்பெற்றது. நான் சென்னைவாசி என்பதால் சென்னையிலுள்ள தலைமை அலுவலகம், தலைமைச் செயலகத்தில் கோப்புகளை நகர்த்தும் பணிகளை என்னிடம் வழங்குவர்.

ராஜசேகரனின் எள்ளலுக்கு ஒரு சான்று.. ஒரு வருடத்தின் டிசம்பர் முதல் வாரம்... வெள்ளிக்கிழமை... ராணிப்பேட்டை அலுவலகத்தில் நாலைந்து கடிதங்களோடு *(To be delivered and followed in Chennai Head office - Secretariat)* நான் வருகிறேன். ராஜசேகர் தனது டூ வீலரை நிறுத்தி (டூ வீலர் அல்ல.. பெரும்பாலும் *Institute* வாசலிலுள்ள டீக்கடையிலேயே நிற்பதால் அது டீ வீலர்தான்), "*Officer.. Happy New Year.. and Happy Pongal*" என்றான். 'என்ன *Officer*... டிசம்பர் *first week* யிலேயே! நாலு வாரம் லீவா?" என்றேன். ராஜசேகரின் பதில்.. இப்போதும் சிரிப்பு வருகிறது. 'நான் வருவேன் *Officer*. நீங்க ஒரு *letter* எடுத்துட்டு போனாலே ஒரு வாரம் *office* வரமாட்டீங்க.. இப்ப.. நாலைஞ்சு லெட்டர்... கண்டிப்பா.. பொங்கலுக்குப் பின்னாடிதான் வருவீங்க." உயர்வு நவிற்சியில் ததும்பிய எள்ளல். பல ஆண்டுகள் ஆன பின்னும் மறக்கவில்லை.

தமிழ் முறையில் திருமணம் செய்த கொள்கைப் பிடிப்பாளன். நான் வாழ்த்திப் பேசிய முதல் திருமணம் அவனுடையதுதான். அதன்பின் அதுவே, எனக்கு *Part time* வேலை ஆகிப்போகுமோ என பயப்படும் அளவுக்குத் தமிழ்த் திருமணங்களில் பேச பல வாய்ப்புகள் (தமிழ்த்திருமண முறை குறித்து அறிய அகநானூறு-86, 136-வது பாடல்களைக் காண்க). நாளை காலை நாலரை மணிக்கே ஒரு தமிழ்த் திருமண விழா இருக்கிறது.

வாழ்க இராஜசேகர். இனிய பிறந்த நாள் வாழ்த்துகள்!

– வைகறை வாசகன், *15.11.2023*

21

குறுக்கெழுத்துப் 'புதிரும்' அப்பாவும்

அண்மையில் ஒருநாள் கவிப்பேரரசு வைரமுத்து அவர்களோடு உரையாடிக்கொண்டிருந்தபோது, நான் பகிர்ந்த ஒரு தகவலைக் கேட்டுவிட்டு அவர் மகிழ்ந்து சொன்னார்... "இயக்குநர்! நீங்கள் வார்த்தைகளின் காதலர்" என்று. நான் உண்மையில் இயக்குநர் இல்லை. இணை இயக்குநர்தான். அதை அவரும் அறிவார். ஆனால், உயர்வு நவிற்சியில் அவர் இயக்குநர் என்றுதான் அழைப்பார். வார்த்தையில் வழங்கப்படும் பதவி உயர்வை வலிந்து போய் தடுக்க மனமின்றி நானும் வாளாதிருந்திடுவேன். (வாளாதிருத்தல்-என்ற வார்த்தைக்குப் பொருள் அறியாதவர்கள், அறிந்திடுக).

நான் பள்ளிப் பருவத்திலிருந்தே குறுக்கெழுத்துப் புதிர்களில் அதீத ஆர்வம் காட்டியவன். என் அறிவுப் பயணத்தில் ஏராளமான சொற்கள், பெயர்களை எனக்கு அறிமுகம் செய்தவை குறுக்கெழுத்துப் புதிர்களே. உலகின் முதல் குறுக்கெழுத்துப் புதிர் 1913, டிசம்பர் 21 அன்று பிரபல அமெரிக்க நாளிதழான *Newyork World*-ன் ஞாயிற்றுக்கிழமை இலவச இணைப்பான '*Fun*'-ல் வெளியானது. அதன்பின் அது உலகின் பலமொழிகளிலும் பாப்புலரானது. தமிழில் குறுக்கெழுத்துப் புதிரை 1930-களில் வாசகர்கள் மத்தியில்

பிரபலப்படுத்தியது ஆனந்த விகடன். அதற்காக அகராதி ஒன்றையும் வெளியிட்டது.

1980-களின் இறுதி ஆண்டுகளில் நான் குறுக்கெழுத்துப் புதிர்களில் குடிபுகுந்துகொண்டேன். வாரமலர், குங்குமம் இதழ்களில் வரும் குறுக்கெழுத்துப் புதிர்களைச் சிறப்பாக நிரப்புவேன். குங்குமம் இதழ் நடத்திய ஒரு போட்டியில் பங்கேற்று ரூ. 25 பரிசாக மணி ஆர்டரும் பெற்றுள்ளேன்.

சில குறுக்கெழுத்துப் புதிர்களில் ஒரு சில வார்த்தைகள் நம்மைத் திணறடிக்கும். வயதுக்கு மீறிய வார்த்தைகளாக இருக்கும். ஒருமுறை ஐந்தெழுத்து வார்த்தை ஒன்று மட்டும் தெரியாமல் ஒரு மணி நேரம் திணறினேன். 'கணவன் மனைவியிடையே இது உண்டு' என்பது குறிப்பு. ச-லா---(என ஐந்து எழுத்துகள்). எனக்குத் தெரிந்த வார்த்தைகள் எல்லாவற்றையும் பொருத்திப் பார்த்தேன். சண்டை? சச்சரவு? சலசலப்பு? ரகசியம்? ம்.. ஹூம்.. எதுவும் செட்டாகவில்லை.

ஒரு வேளை கேள்வி தப்போ? எதற்கும் அப்பாவிடம் கேட்கலாம் என்று எடுத்துப் போனேன். கேட்டேன். ஒரு முறை என்னை ஏற இறங்கப் பார்த்தார்கள். மற்ற எல்லா வார்த்தையும் நிரப்பிவிட்டாயே.. ஒரு வார்த்தைதானே விடேன் என்றார்கள். அது எப்படிப்பா விடறது? முதலெழுத்து 'ச' என்பது சரிதான். ராமனுக்கு கனி தந்த பாட்டி... என்பது

குறிப்பு. அதற்கு விடை 'சபரி' என்பதுதான். மாவட்டம் - வேறு சொல் - ஜில்லா என்பதும் சரி. மேலிருந்து கீழாக வரும் ஐந்தெழுத்து வார்த்தை -அதுமட்டும் சொல்லுங்கப்பா என்றேன். சரி.. எழுதிக்கோ.. 'சல்லாபம்' என்றார்கள். அப்படீன்னா...? என்றேன். "அதான் ஆன்சர்.. புரியும்போது புரியும்" என்றார்கள். ஏதோ பெரியவங்க விஷயம்.. இதற்கு மேல் நச்சரிக்கக்கூடாது; நமக்கு விடை கிடைத்ததே என்று விட்டுவிட்டேன்.

1,011,068 The World. 1,011,068

DEWEY SMASHES SPAIN'S FLEET

Great Naval Battle Between Asiatic Squadron and Spanish Warships Off Manila.

THREE OF THE BEST SPANISH VESSELS WIPED OUT, OTHERS SUNK.

The Damage Done to the American Boats Engaged Only Nominal—Hundreds of the Enemy Slain in the Encounter.

LISBON, Portugal, May 1, 11 P. M.—The Spanish fleet was completely defeated off Cavite, Philippine Islands, according to trustworthy advices received here.

THE THREE SPANISH CRUISERS COMPLETELY DESTROYED.

ADMIRAL MONTOJO ADMITS HIS UTTER ROUT.

In His Report to Spain He Says Many Ships Were Burned and Sunk and the Losses in Officers and Men "Numerous."

MADRID OFFICIAL REPORT ADMITS DISASTROUS DEFEAT

பின்னர் கல்லூரிக் காலத்தில் தமிழ் - தமிழ் அகராதியில் பார்த்தபோது... சிற்றின்பம் - இல்லற இன்பம் என்று போட்டிருந்தது. ஜெயகாந்தன் ஏதோ ஒரு கதையில் எழுதியிருப்பார்... 'அன்பே சிவம்' எனில் இல்லறத்தில் தோன்றும் சிற்றின்பமும் சிவம்தானே... இல்லறம் தரும் சிற்றின்பம் - சின்ன சிவம்; துறவறத்தில் வரும் பேரின்பம் - பெரிய சிவம்" என்று. சல்லிக்காசு கூட இல்லை. சல்லாபம்-சிற்றின்பம். 'சல்' எனும் வடமொழி முன்னொட்டு '*little*' எனும் பொருளில் வருவது புரிந்தது.

கல்லூரிக் காலத்தில் அப்பாவோடு உரையாடிக் கொண்டிருந்த ஒரு நாளில், நான் இதை நினைவுகூர்ந்து 'இப்போது பொருள் புரிகிறது' என்றேன். ஒழுங்கா படிச்சு முடிச்சு, வேலைக்குப் போய், கல்யாணம் நடக்கட்டும்... அப்புறம் நல்லாப் புரியும் என்றார்கள்.

எனக்குப் பெண் பார்த்துத் திருமணம் பேசி முடிக்க அப்பா இருந்தார்கள். ஆனால், அப்பா காலமான பின்புதான் எனக்குத் திருமணம் நடந்தது.

- வைகறை வாசகன், 18.11.2023

22

புனைவும் புனைவிலியும்

சில தினங்களுக்கு முன்பு நானும் இளம் அதிகாரி ஒருவரும் மூத்த ஐ.ஏ.எஸ் அதிகாரி ஒருவரைச் சந்திக்கச் சென்றிருந்தோம். அப்போது, நாங்கள் Short list செய்திருந்த பட்டியலில் 99 நூலாசிரியர்கள் இருப்பதைப் பார்த்த அவர், அதென்ன 99... இன்னும் ஒருவரைச் சேர்த்து 100 ஆக்கிடுங்க என்றார். மேலும், அருகிலிருந்த என்னைக் கைகாட்டி இவரையும் சேர்த்துக்கங்க... இவரும் ஒரு authorதான் என்றார். நான் தன்னடக்கத்தோடு உடனே மறுத்துவிட்டேன்.

இருப்பினும் அவர் சொன்னது... என்னுள் சில நினைவலைகளை மீட்டியது. காலக்கொடுமை! அதை வாசிக்க வேண்டிய கட்டாயத்துக்கு நீங்கள் இப்போது ஆளாகியிருக்கிறீர்கள்.

2012 அல்லது 2013 என நினைக்கிறேன். Vikatan Best Sellers-ல் நான் எழுதிய கையளவு களஞ்சியம் நூலும் இடம் பெற்றிருந்தது (அப்போது 60,000 பிரதிகள்; இப்போது 1.7 லட்சம் பிரதிகள், 25-வது பதிப்பு). விகடன் Best Selling Authors-ஐ பட்டியலிட்டு அவர்களிலிருந்து வாசகர்கள் தனக்குப் பிடித்த எழுத்தாளரைத் தெரிவு செய்யச் சொல்லும் அறிவிப்பு ஒன்றை வெளியிட்டு, அந்தப் போட்டியை இணைய

வழியாக நடத்த விகடன் பிரசுரத்தின் promotion team முடிவு செய்திருந்தது. அந்தப் பட்டியல் தயாரானது. சுஜாதா, மதன், எஸ்.ராமகிருஷ்ணன், சுவாமி சுகபோதானந்தா, டாக்டர் சங்கர சரவணன் என அந்தப் பட்டியல் தயாரானது. வாசகர் வாக்கெடுப்பும் நடத்தப்பட்டு பின்னர், சில காரணங்களால் முடிவு அறிவிக்கப்படவில்லையா? அல்லது போட்டி நடத்தும் முடிவே கைவிடப்பட்டதா என்று சரியாக நினைவில்லை. (எப்படியோ listஐ convey பண்ணியாச்சு... பிறகு போட்டி நடந்திருந்தாலென்ன? நடக்காவிட்டாலென்ன?)

எழுத்தாளர்களிடையே ஏகப்பட்ட பகைகள்... சாரி.. மன்னிக்கவும் ஏகப்பட்ட வகைகள். புனைவு எழுதுவோர் புனைவு எழுதும் பிற எழுத்தாளர்களையே மதிப்பதில்லை. இதில் புனைவிலி எழுத்தாளர்களைச் சற்றும் பொருட்படுத்துவதில்லை. இன்னும் சிலருக்குப் புனைவு (Fiction), புனைவிலி (Non Fiction) இரண்டுக்குமான வேறுபாடே தெரிவதில்லை. சமீபத்தில் நடந்த ஒரு கூட்டத்தில் இலக்கியப் பாரம்பர்யம் மிக்க ஒரு குடும்பத்தைச் சேர்ந்த இரண்டாம் தலைமுறைத் தம்பி ஒருவர் "Poetry non fiction" தானே என்றார். அனைவரும் அதிர்ந்து நிமிர்ந்தோம். "தம்பி, தாத்தா இருந்தால் இந்நேரம் உங்கள் தலையில் கொட்டியிருப்பார்" என்றேன். யுவல் நோவல் ஹராரியின் Non Fiction படைப்பான சேப்பியன்ஸை உலகமே கொண்டாடுகிறது. ஆனால், அதை பிரபல தமிழ் எழுத்தாளர் ஒருவர் 'Pulp writing' என்றார். மீண்டும் அனைவரும் அதிர்ந்து நிமிர்ந்தோம்.

கவிதை (Poem), சிறுகதை, புதினம் (Novel), நாடகம் (Drama), நாட்டுப்புற இலக்கியம் (Folk literature), தரமான

திரையிசைப் பாடல்கள் (Qualitative lyrics) போன்ற கற்பனை சார்ந்த படைப்புகள் புனைவு (Fiction) எனும் வகைமையில் அடங்கும்.

புனைவிலி (Non Fiction) நூல்களை Active (திறனி), Browsable (உலாவி), Traditional (மரபுசார்), Expository (விளக்கநிலை), Narrative (விவரணை) என ஐந்தாக வகைப்படுத்துகிறார், குழந்தைகளுக்கான 200-க்கும் மேற்பட்ட அறிவியல் நூல்களை எழுதியுள்ள அமெரிக்க எழுத்தாளர் மெலிசா ஸ்டூவர்டு. இவற்றுள் முதல் மூன்றை வர்த்தகப் புனைவு (Commercial Non Fiction) என்றும் கடைசி இரண்டை இலக்கியப் புனைவுகள் என்றும் மேலும் இனம் பிரிக்கிறார்.

மேற்சொன்ன புனைவிலி நூல்களைத் தன் வரலாறு, வாழ்க்கை வரலாறு, நினைவலை நூல்கள், வரலாற்று ஆய்வு நூல்கள், பல்துறை வரலாறுகள், கல்விசார் நூல்கள், அகரமுதலிகள், போட்டித்தேர்வு நூல்கள், மதிப்புரைகள், விமர்சனங்கள், திறனாய்வு நூல்கள், தகவல் களஞ்சியங்கள், வினாடி-வினா நூல்கள், சிந்தனைக் களஞ்சியங்கள், கலைக் களஞ்சியங்கள், பலவகைக் கட்டுரை நூல்கள் (இலக்கியக் கட்டுரை/அறிவியல் கட்டுரை/மருத்துவக் கட்டுரை/பயணக் கட்டுரை), கின்னஸ் புத்தகம் போன்ற புள்ளிவிவர நூல்கள், ஆண்டு மலர்கள், சுய முன்னேற்ற நூல்கள், நேர்காணல்கள் உள்ளிட்ட 24 வகைகளாகப் பிரித்துள்ளனர்.

புத்தகக் காட்சி (Book Fair) என்பதற்கும் இலக்கியத் திருவிழா (literary festival) என்பதற்கும் வேறுபாடு உண்டு. அனைத்து இலக்கியங்களும் புத்தகங்களே. ஆனால், அனைத்துப் புத்தகங்களும் இலக்கியம் ஆகா (All literary works are books. But, all books are not literature).

தமிழிலுள்ள புகழ்மிகு புனைவிலி நூல்கள் குறித்து இன்னொரு பதிவில் பார்க்கலாம். வணக்கம்.

— வைகறை வாசகன், 24.12.2023

(பின்குறிப்பு: இலக்கியத்தை சிலர் புனைவு, புனைவிலி, கவிதை என மூன்று வகையாகவும் வேறு சிலர் அவற்றோடு நாடகம் என்பதை நான்காம் வகையாகவும் வகைப்படுத்தி உள்ளனர். ஊடகம், இலக்கியத்தின் ஐந்தாம் வகையாக அமைகிறது.)

23

எதிர்பார்ப்புகளை எதிர்கொள்ளல்!

மற்றவர்களின் எதிர்பார்ப்புகளை எதிர்கொள்வதும் அதற்கேற்ப நடந்து அவர்களின் பாராட்டை அல்லது 'ஏதோ பரவாயில்லை' என்ற குறைந்தபட்ச ஏற்பைப் பெறுவதும்கூட எப்போதுமே பெரிய சவால்.

பெற்றோரின் எதிர்பார்ப்பைப் பிள்ளைகள், பிள்ளைகள் எதிர்பார்ப்பைப் பெற்றோர்கள், ஆசிரியரின் 'எ.பா' Vs மாணவர்கள், மாணவர்களின் 'எ.பா' Vs ஆசிரியர்கள், கணவன் - மனைவி, எழுத்தாளர்- வாசகர், வாசகர் - எழுத்தாளர், கலைஞர்கள் - ரசிகர்கள், ரசிகர்கள்- கலைஞர்கள், அரசு செயலாளர்கள் - துறைத் தலைவர்கள், துறைத் தலைவர்கள் - இடைநிலை அதிகாரிகள்... என்று நீள்கிறது பட்டியல்.

"V.Poor, Below average, I didn't expect this from you, sub standard, தீக்குளிக்கலாம்!" என்னப்பா உன் திறமையெல்லாம் எங்க போச்சு?, You have to revise the entire draft! Miserably failed, Utter waste, Not upto the mark, It can be better, நமக்கெல்லாம் எதுக்கு தண்ட சம்பளம், கொஞ்சம்கூட மனசாட்சி இல்லையா? இவரெல்லாம் எப்படி வாத்தியார் ஆனார்? எல்லாப் பக்கமும் இழுத்தால் என்ன செய்வது? இந்தப் படத்தில் விலங்குகள் துன்புறுத்தப்படவில்லை..

பார்வையாளர்கள்? "நீங்கதானே 'லியோ' பார்க்கணும் பார்க்கணும்னு ஆசைப்பட்டீங்க.. லியோவைப் பார்க்கிற அன்னைக்கு உங்களுக்கு சாவு' அப்டீன்னு கிளைமாக்ஸ்ல ஹீரோ அர்ஜுனைப் பார்த்துச் சொல்கிறாரா? அல்லது ஆடியன்ஸைப் பார்த்து சொல்கிறாரா? என்ற குழப்பம், பேச்சால் கேட்போரை கட்டிப்போட வேண்டுமென்று வள்ளுவர் சொல்கிறார். கட்டிப்போட்டு பேச்சைக் கேட்க வைப்பதென்ன நியாயம்?" - இப்படி எதிர்பார்ப்பு Vs ஏமாற்றங்கள் குறித்து நிறைய வசனங்களை நாம் கேட்கிறோம்.

எதிர்பார்ப்புகள் என்னவென்னபதைச் சொல்லுங்கள்.. நிறைவேற்றுகிறோம் என்கிறது ஒரு பக்கம்... நீங்களே கண்டுபிடித்து நிறைவேற்றுங்கள் என்கிறது மறுபக்கம்.. கோடு போடுங்கள் ரோடு போடுகிறோம் என்கிறது ஒரு தரப்பு. கோடு போட்டுக் கொடுத்தாலும் ஒழுங்காய் ரோடு போடத் தெரியவில்லை என்பதுதானே பிரச்னை - இது மறுதரப்பு. கோடு என்னவோ ஒன்னுதான்.. நான் போட்டிருப்பது இந்தக்கால ரோடு.. நீங்கள் எதிர்பார்ப்பது உங்கள் கால ரோடு.. இப்படி சில முணுமுணுப்புகள்.

கண்ணாமூச்சி ஆட்டம் ஓயவில்லை.. கடமை, கண்ணியம், கட்டுப்பாடு என்று விழுமியங்கள் தாங்கிக் காலங்காலமாகத் தொடர்ந்து நடக்கிறது இந்தக் கண்ணாமூச்சி ஆட்டம்.

- *வைகறை வாசகன், 24.11.2023*

24

அப்பாவின் நினைவுகள்

நான் ஐந்தாம் வகுப்பு படித்துக்கொண்டிருந்த காலம். ஓர் அமாவாசை தினம். திருநெல்வேலியில் அமாவாசையன்று வாழைக்காய், கத்தரிக்காய் போட்டு அவியல் வைத்துதான் சாப்பிட வேண்டும் என்பது ஒரு சமூகத்தார் சம்பிரதாயம் இல்லை இல்லை சாசனம்.

அப்பா ஒரு ரூபாய் தந்து வாழைக்காய் வாங்கிவரச் சொல்கிறார்கள். “இன்று அமாவாசை; வாழைக்காய் விலை அதிகம் சொல்வார்கள்.. பார்த்து வாங்கி வா..” என்று ஒரு கூடுதல் க்ளூ. கடைக்குப் போனேன்.

வழக்கமாக 30 அல்லது 35 பைசாவுக்கு விற்கும் வாழைக்காய் அன்று 50 பைசா. வாங்கினேன். பத்து பைசாவுக்கு முறுக்கு; 15 பைசாவுக்கு மைசூர் பாகு வாங்கி சாப்பிட்டேன். மீதமிருந்த

25 பைசாவையும் வாழைக்காவையும் அப்பாவிடம் தந்தேன். "வாழைக்காய் எத்தனை பைசா?" என்றார்கள். "ம்.. ம்.. 75 பைசா" என்றேன். "மீதமுள்ள இருபத்தைந்து பைசாவுக்கு நீ ஏதேனும் வாங்கிக்கொள்வதுதானே" என்றார்கள். "ச்சே... ச்சே எனக்கெதுவும் வேண்டாம்" என்றேன்.

"வாழைக்காய் ரொம்ப விலை அதிகம்.. அப்பா வேண்டாமென்று சொன்னாதகச் சொல்லி கடையில் திருப்பிக்கொடுத்து பைசாவைத் திரும்பி வாங்கி வந்துவிடு" என்றார்கள். இந்த twist-ஐ நான் எதிர்பார்க்கவில்லை. வேறு வழியில்லை. உண்மையைச் சொன்னேன். பொய் சொன்னால் மாட்டிக்கொள்வோம் என்பதை அப்பா புரிய வைத்த தருணம். "பொய் சொல்லக் கூடாது" என்று மூன்று வார்த்தை மட்டும் உதிர்த்தார்கள். "போற்றா ஒழுக்கம் புரிந்தீர்" என்று கண்ணகி கோவலனிடம் கூறுவதைச் சிலம்பில் படிக்கும்போது எனக்கு இப்போதும் அப்பா சொன்ன மூன்று வார்த்தைகள் நினைவு வரும். விதைக்கப்பட்ட விழுமியம்.

பொய்மையும் வாய்மை இடத்த எனும் White lies (பார்க்க Oxford அகராதி) தவிர பிற பொய்கள் சொல்வதில்லை.

- வைகறை வாசகன், 17.11.2023

25

வடகொரியாவினரைப் பார்த்திராத தென்கொரிய மக்கள்

ஃப்ராங்பர்ட் புத்தகத் திருவிழாவில் நம் CIBF அரங்குக்கு வந்தார் கொரிய நாட்டுப் பண்பாட்டுத் துறையில் பணியாற்றும் பெண்மணி. Korean culture என்று ஒரு துண்டு பிரசுரம் தந்தார். கொரியா என்றால் வடகொரியா? அல்லது தென்கொரியா? என்றேன். தென்கொரியா என்றார். ஏன் என்னால் ஒரு வடகொரியரைக்கூட சந்திக்க முடியவில்லை என்றார் இயக்குநர். நாங்களே சந்தித்ததில்லை என்றார். பதில் கேட்டு வியப்பு மேலிட அவரைப் பார்த்தோம் "நாங்கள் தயார். ஆனால் அவர்கள்தான் தயாரில்லை" என்றார். வடக்கும் தெற்கும் எப்போதும் எடக்கு மடக்குதான் போலும். கொரிய Translation Grant detail card is very unique, clear and Candid. Gives grants in 4 phases in every year.

ரஷ்ய வெளியீடுகள் கண்டோம். அவசியம் மொழி பெயர்க்கப்பட வேண்டியவை. குறிப்பாக கணிதத்தின் வரலாறு என்ற குழந்தைகள் நூல். துருக்கியிடமிருந்து ஐந்துக்கும் மேற்பட்ட மானியங்கள் தமிழ்ப் பதிப்பாளர்களுக்குக் கிடைத்துள்ளன. போலந்து, அயர்லாந்து, சீனா போன்ற நாடுகளும் நல்ல மானியம் வழங்குகின்றன.

கொலோன் பல்கலைக்கழக தமிழ் இருக்கை, பேரா.ஸ்வான் வார்ட்மேன் சுயமரியாதை இயக்கம், பெரியார், அண்ணா மீது அளவற்ற பாசத்துடன் உள்ளார். அந்நிறுவனத்துக்குப் புத்தகங்களைப் பரிசளித்தோம். அவரோடு இரட்டை வழக்கு (*Diglossia*), வேற்றுமை உருபுகள் (*case markers*) குறித்தும் மேலும் பலவை குறித்தும் உரையாடினேன். புலனத்தில் நண்பர்களாகி உரையாடத் தொடங்கியுள்ளோம். ரைன் தமிழ்ச்சங்க நிர்வாகி அனு வினோத் ஆர்வமுடன் புத்தகங்களைப் பெற்றுச் சென்றார்.

தமிழ் என்று மொழியின் பெயரையே பெயராக வைக்கும் மரபு (தமிழரசி, தமிழ்ச்செல்வன்) தமிழ்நாட்டுக்கு மட்டுமே உரியது என்ற எண்ணம் பரவலாக உண்டு. இல்லை அது ஓர் உலக மரபுபோலும். *Italio Calvino* என்ற இத்தாலிய எழுத்தாளரின் மேற்கோள்கள் பல கண்ணில் பட்டன.

இங்கு இந்த ஆண்டு *Guest of Honour* ஆக வந்துள்ள *Slovenia*, தங்கள் நாட்டு அரங்கை *Honeycomb of words* என அடையாளப்படுத்தி விதவிதமான புத்தகப் பட்டியல்களைக் கடை விரித்திருந்தது.

நமது *Guest of Honour* ஆக மலேசியாவோடு உண்டு - உரையாடினோம். அவர்களது அரசு நிறுவனமான கோதா புக்ஸ் (புத்தகக் கோட்டை) பள்ளிப் பாடநூல்களை முழுவதும் டிஜிட்டல் முறையில் விநியோகிக்கும் விதத்தைக் கேட்டறிந்தோம். இன்னும் அறிவோம்.

– வைகறை வாசகன், ஃபராங்க்பர்ட், *21.10.2023*

26

ஆலங்குடி வங்கனார் முதல் ஆண்டன் செகாவ் வரை...

ஆண்டன் செகாவ்

பிராங்க்பர்ட் புத்தகக் காட்சி அனுபவத்தை - வைகறை வாசகன் எழுதவேண்டுமென்று நூலக இயக்குநரகத்திலிருந்து பெறப்பட்ட ஆணைக்கிணங்க பகிரப்படும் அனுபவப் பதிவு இது. பன்னாட்டுப் புத்தகக் காட்சியில் தற்கால எழுத்தாளர்களின் படைப்புக்கு மட்டுமே தடபுடலான வரவேற்பு இருக்கும் என்ற தப்பான கருத்து பலரிடம் உள்ளது.

உலக மொழிகள் ஆறாயிரத்தில் செம்மொழிகள் 6. அவற்றுள் ஒன்று இந்தியா, இலங்கை, சிங்கப்பூர், மலேசியா போன்ற நாடுகளில் பேசப்படும் மொழியான நம் தமிழ் மொழி. மற்றவை கிரேக்கம், லத்தீன், ஹீப்ரு, சீனம், சம்ஸ்கிருதம் என்று சொன்னவுடன் இத்தாலி இலக்கிய முகவர் ஒருவர், *'Thanks for Educating me'* என்று அன்புடன் நன்றி சொல்லி ஆர்வமுடன் சங்க இலக்கியம் கேட்கத் தயாராகிறார்.

ஆலங்குடி வங்கனார் 2,000 ஆண்டுக்கு முன் எழுதிய குறுந்தொகை 8-ம் பாடலில் அமையும் பரத்தைக் கூற்றோடு 200 வருடங்களுக்கு முன் எழுதிய ஆண்டன் செகாவ் *Chorus* சிறுகதையில் வரும் நடன மங்கையின் கோபத்தை ஒப்பிட்டுக் காட்டும்போது.. *"Really! Yes you are right... emotions are same...*

'செக்கச் சிவந்த வானம்' திரைப்படத்தில்...

we are ready to translate selected poems of chankam age" (Sangam Age) என்கிறார் ஜார்ஜியா நாட்டு வெளியீட்டாளர். குறுந்தொகை எட்டாவது பாடல், ஆண்டன் செகாவ் *Chorus* சிறுகதையின் காட்சி இரண்டையும் என்னுடன் வந்த நண்பர்களுக்குச் 'செக்கச் சிவந்த வானம்' திரைப்படத்தில் இடம்பெற்ற ஜோதிகா, அதிதி ராவ் உரையாடலை நினைவு கூர்ந்து விளக்கினேன்.

சிரிக்காதவனுக்கு பகலும், இரவும் *same. No difference (Kural 999)* என்ற குறளைக் கேட்டவுடன் *"very nice... Valluvar has writen like that? What a satire. I'll publish kural in Maori language"* என்கிறார் நியூசிலாந்து பதிப்பாளர் ஒருவர்.

ராஜம் கிருஷ்ணன் எழுதிய *lamps in the Whirlpool* வெளியிட இத்தாலிய நிறுவனமும்... *Publication* விரும்பும் *Genre*-க்கு ஏற்ற கதைகள் என்று 'கோவேறு கழுதைகள்', 'கள்ளிக்காட்டு இதிகாசம்' கதைகளைச்சொல்லிக் கோடு போட்டவுடன் அவற்றை முறையே *Spanish, French*க்கு ஏற்றுக்கொண்டனர் *publishers.*

அல்பேனியா நாட்டோடு பேசும்போது, அதன் அண்டை நாடான செக் நாட்டு எழுத்தாளர் காரல் செபக் பெயரை அல்பேனியா இலக்கிய முகவர் சொல்லி முடிப்பதற்குள் *Robot* என்ற சொல்லை முதலில் பயன்படுத்தியவரல்லவா அவர்.. என்று நான் சொன்னவுடன் அந்த முகவர் கண்ணில் ஆயிரம் வாட்ஸ் பிரகாசம். இன்னும் நிறைய உண்டு. அவற்றையும் பகிர்கிறேன் இன்னும் பலரைக் கண்டு...

– வைகறை வாசகன், பிராங்க்பர்ட், 20.10.2023

27

செங்ஜன் விசாவும் லுப்தான்ஸாவும்

ஐரோப்பிய நாடுகளுக்கான பொது நுழைவு இசைவுச்சீட்டு *(Common Visa)* செங்ஜன் விசா எனப்படுகிறது. ஐரோப்பாவிலுள்ள லக்ஸம்பர்க் நாட்டிலுள்ள செங்ஜன் *(Schengen)* நகரில் *1985*-ல் போடப்பட்ட செங்ஜன் ஒப்பந்தம் *(Schengen Agreement)*, *1990*-ல் கையெழுத்தான செங்ஜன் மரபுத்திட்டம் *(Schengen Convention)* ஆகியவற்றின் வாயிலாக இது நடைமுறைக்கு வந்தது. இதன் விரிவான பதிலை விக்கியில் காண்க.

நான் இப்போது விஷயத்துக்கு வருகிறேன். ஃபிராங்க்பர்ட் புத்தகத் திருவிழா முடிந்தவுடன் அண்மையில் இருக்கும் ஐரோப்பிய நாடுகளுக்கும் ஓரிரு நாள் செல்ல திட்டம். *Star Five Air line*களில் ஒன்றும், *15* வயது முதல் எனது கனவு ஏர்லைனாக இருந்துவருவதுமான லுப்தான்ஸாவில் பயணிக்க புக் செய்தோம் *(Frankfurt to Rome)*. இந்தப்

Lufthansa

Schengen Agreement June 14th, 1985

பயணத்துக்குக் கீழடி to கலோசியம் என்று பெயரிட்டார் நண்பர் ஆழி.

Oh.. 1 hr flight late.. 3 times gate changed... oldest Air hostesses ever seen and so on...

எண்ணெய் வளம் மிக்க UAE, Doha போன்ற நாடுகளின் Middle East Airlines மட்டுமே இனி மேலோங்கும் என்றார் ஒரு நண்பர்.

Post-retirement-க்குப்பின் லுப்தான்ஸாவில் விமானப் பணிப்பெண் வேலைக்கு விண்ணப்பிக்கலாம்போல என்றார் மற்றொரு நண்பர்.

ஏர் ஹோஸ்டஸ் பாட்டிகள் இருவரும் ஆளுக்கொரு சாக்லேட் தந்தனர். இவர்கள் இருவரும் லுப்தான்ஸா தொடங்கப்பட்ட வருடமான 1953-ல் பணி நியமனம் பெற்றவர்கள் என்று அறுதியிட்டுச் சொன்னார் மற்றொரு நண்பர்.

நள்ளிரவில் ரோம்.. வந்தடைந்தோம்.

- வைகறை வாசகன், ரோம், 24.10.2023

28

மனைவியின் வகுப்புத் தோழர்

"**தி**ங்கள்கிழமை விடுமுறை விட்டிருந்தார்களே! என்ன செய்தீர்கள்? வழக்கம்போல் *Work from Home*தானா? இல்லை ஏதாவது சினிமா பார்க்கப் போனீர்களா?'' என்றேன் நண்பரிடம்.

"என் மனைவியின் கல்லூரித் தோழர் ஒருவர் வீட்டுக்குச் சென்று வந்தோம்" என்றார் நண்பர். எனக்கு பெருவியப்பு. காரணங்கள் இரண்டு.. நண்பர் விடுமுறை நாளில் வீட்டை விட்டு வெளியில் சென்றால் அது அலுவலகமாகவோ அல்லது சினிமாவாகவோதான் இருக்கும். இரண்டாவது அவர் மனைவிக்கு வகுப்புத் தோழர் யாரும் இருப்பதாக கடந்த 20 வருடமாக எனக்குத் தெரியாது (உனக்கு ஏன் தெரிய வேண்டும்? என்கிறீர்களா... உண்மைதான். ஆனால், என் மனைவியும் என் நண்பரின் மனைவியும் நெருங்கிய தோழிகள். எனவே, எல்லாப் பெண்களையும்போல என் மனைவியும் பக்கத்து வீட்டு நண்பரின் மனைவி பற்றி நிறைய சொல்லியிருக்கிறார்.. அதனால்தான் வியப்பு).

உங்கள் மனைவி தென் மாவட்டமாயிற்றே! அவரது வகுப்புத் தோழர் இங்கே எப்படி? என்று நான் புருவம்

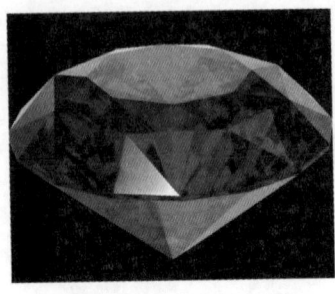

உயர்த்த.. நண்பர் சொன்னார்.. "சார் உங்களுக்கென்ன.. எனக்கே தெரியாது. இன்னும் சொல்லப்போனால் என் மனைவிக்கே தெரியாது."

பிறகு "எப்படி? திடீரென…"

"வாட்ஸ்அப் சார்… வாட்ஸ்அப்…"

"ஒரு மாதமாக ஒரு வாட்ஸ்அப் குழு ஆரம்பித்து… தேடித் தேடிப் பேசுகிறார்கள்.. குடும்பத்தோடு Get together பிறந்த நாள் பரிசு பரிமாற்றங்கள்… என்று எங்கெங்கு காணினும் தோழமை… தோழமை… தோழமை…"

"பரவாயில்லை.. நீங்களும் போய்வந்திருக்கிறீர்கள், நல்ல விஷயம்தான்."

"சார்… என் மனைவி நன்றாகப் படிப்பதால் / பாடுவதால் கல்லூரி நாளிலேயே Celebrityயாம். நமக்கு Celebrity O Celebrity மரியாதை.

அதிலும் என் மனைவியும் அவர் வகுப்புத் தோழரின் மனைவியும் அவ்வளவு சிநேகிதமாகிவிட்டார்கள். அவர் பெயர் 'ராதா தர்மா.' சனாதன தர்மா நாட்டில் பரபரப்பான வார்த்தை எனில் 'ராதா தர்மா' எங்கள் வீட்டில் பரபரப்பான வார்த்தை."

"உமக்கு புது ஆட்களைக் கண்டால் பேசவே வராதே… என்ன பேசினீர்."

"உண்மைதான்.. மேலும், எனக்குப் பிடிக்குமென்று கொழுக்கட்டை வேறு சுவையாக செய்து கொடுத்தார்கள்.. சாப்பிட்டேன்."

"நல்லதாப் போச்சு.. உங்கள் மனைவி உங்களிடம் சண்டை போடமுடியாது."

"என்னவென்று?"

"அவங்க வீட்டில் வந்து ஏன் பேசாமல் இருந்தீர்கள்? வாயிலென்ன கொழுக்கட்டையா வைத்திருந்தீர்கள் என்று? உண்மையிலேயே வாயில் கொழுக்கட்டை இருந்திருக்கிறதே!"

"அப்படி ஒன்றும் பேசாமல் வரவில்லை. ஒன்றிரண்டு சுவையான தகவல்கள் உண்டு."

"என்ன?"

"ராதா தர்மா 20 வருடமாக பூரணக் கொழுக்கட்டை செய்கிறார்களாம்.. ஆனால், இன்னும் அதில் Perfection பூரணமாக இல்லை என்பது அவர் மனக்குறை. இல்லையம்மா.. உண்மையில் நன்றாகத்தான் உள்ளது என்றேன். என் மனைவியின் வகுப்புத் தோழர் தர்மாவிடமிருந்து மூன்று தகவல்கள் தெரிந்து வந்தேன். *Indian Pharmacopoeia 2022*-ல் கடைசியாக இற்றைப்படுத்தப்பட்டது (Update). அவர் கையில் அணிந்துள்ள மாணிக்கக்கல் (Ruby) மோதிரம் மன தைரியத்துக்கும் மரகதக்கல் (Emerald) புத்திக்கூர்மைக்கும் உரியதாம்."

"எங்கே போனாலும் தகவல் திரட்டும் புத்தி மட்டும் உங்களை விட்டுப் போகாது."

மூன்று மணி நேரம் இருந்தோம்.. தர்மா, ராதா தர்மா, அவர்கள் புதல்வன் மூவரையும் வாழ்த்தி வந்தோம்... மூன்று தகவல்கள் சொன்னது உபரி.

- வைகறை வாசகன், 15.11.2023 (இரவு)

29

கால்நடை மருத்துவமும் தடுப்பூசியும்

இன்று உலக கால்நடை மருத்துவ தினம். கால்நடை மருத்துவர்களுக்கு நெஞ்சார்ந்த வாழ்த்துகள். உலகத்தில் 5 லட்சம் கால்நடை மருத்துவர்கள்தான் உள்ளார்களாம். எனவே, கால்நடை மருத்துவர்கள் தங்கள் காலரை தூக்கி விட்டுக்கொள்ளுங்கள். நீங்கள் ஆயிரத்தில் ஒருவரல்ல - அதையும் தாண்டி புனிதமான லட்சத்தில் ஒருவர்.

உலக கால்நடை மருத்துவ சங்கம், ஏப்ரல் மாதத்தின் கடைசி சனிக்கிழமையை உலக கால்நடை மருத்துவ தினமாக மில்லினிய ஆண்டான 2000 முதல் வெவ்வேறு கருப்பொருளில் (*Theme*) கடைப்பிடித்து வருகிறது. 2019-ம் ஆண்டுக்கான கருப்பொருள் - தடுப்பூசியின் மதிப்பையும் முக்கியத்துவத்தையும் உணர்த்துதல் (*Promoting the value of Vaccination*). தடுப்பூசி (*Vaccine*) என்ற வார்த்தை பிறந்ததே கால்நடையிடமிருந்துதான் என்பது எடுத்துச் சொல்லப்பட வேண்டிய வரலாறு.

‘பால் கறக்கும் பணிப் பெண்ணுக்குப் பளிச்சென்று முகம்’ என்று அர்த்தம் வருகிற மாதிரி ஆங்கிலப் பழமொழி ஒன்று உண்டாம்.

சக பெண்களின் முகத்தை கொப்புளங்களால் பாழ் படுத்தும் பெரியம்மை, பால் கறக்கும் பணிப்பெண் (*Milkmaid*) முகத்தை மட்டும் விட்டுவைக்கக் காரணம் கோமாதாவுக்கு பயந்தல்ல; பால் கறக்கும் தருணங்களில் - அறிந்தும் அறியாமலும் தெரிந்தும் தெரியாமலும் - கொப்புளங்கள் வழியாக அந்தப் பணிப்பெண்களுக்குள் நுழையும் மாட்டம்மை (*cowpox*) வைரஸ் ஆன்டிஜென் தூண்டி விடும் ஆன்டிபாடி அருளால்தான் என்ற உண்மையை எட்வர்ட் ஜென்னர் கண்டுபிடித்தார்.

உலகின் முதல் தடுப்பு மருந்தான *Small pox Vaccine* தோன்றியது. '*Vaccine*' என்ற வார்த்தையே பசு (*cow*) என்று பொருள்படும் லத்தீன் மொழிச் சொல்லான *Vacca* என்பதிலிருந்து வந்தது என்பதை எல்லாருக்கும் சொல்லுவோம். ஜென்னரின் கண்டுபிடிப்புக்குக் காரணமான அந்த ஆங்கிலப் பழமொழியைச் சரியாகச் சொல்பவர்களுக்கு வாரணாசியில் ஆரத்தி விழா எடுக்கப்படும்.

காசநோய் தடுப்பூசியான (*BCG*) *Bacillus Calmette Guerin*-ல் இருக்கும் *Guerin* ஒரு கால்நடை மருத்துவர் என்பதில் பெருமிதம் கொள்வோம்.

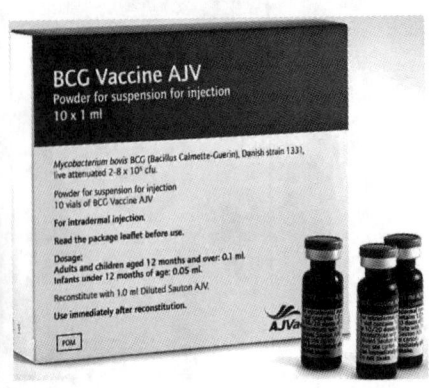

எட்வர்ட் ஜென்னர்

கிராமங்களில் கால்நடைகளுக்குத் தடுப்பூசி போட கால்நடை மருத்துவர்கள் செல்லும்போது - தடுப்பூசி போடப்பட்டதன் தாக்கத்தால் மாடு கறக்கும் பாலின் அளவு ஓரிரு நாட்கள் குறைந்துவிடும் எனப் பயந்து - மாட்டுக்குத் தடுப்பூசி போடாமல் விடும் சில விவசாயிகள் நோய்க்கு மாட்டைப் பறிகொடுப்பதோடு - மாட்டுக்குத் தடுப்பூசி போட்டுக்கொள்ளாததால் அரசு வழங்கும் இழப்பீட்டுத் தொகையையும் பெறமுடியாமல் அல்லல்படுவார்கள். அறிவார்ந்த விவசாயிகள் அவ்வாறு நடந்துகொள்ள மாட்டார்கள் என்கிறார் வள்ளுவர்.

ஆக்கம் கருதி முதல்இழக்கும் செய்வினை
ஊக்கார் அறிவுடை யார்

ஓரிரு நாட்கள் பால் குறையக்கூடாது என்ற சின்ன லாபம் கருதி *Capital asset* ஆன கால்நடையையே இழக்கும் செயலை அறிவார்ந்த வேளாண் பெருமக்கள் ஊக்குவிக்கமாட்டார்கள் என்பது இதன் பொருள்.

Vaccination குறித்த விழிப்புணர்வை ஏற்படுத்துவோம்.

- கால்நடை மருத்துவர் சங்கர சரவணன்
ARO of IVPM, Ranipet
27.04.2019

30

Ordinary Day & Annual Day

இன்று *UPSC* முதன்மைத் தேர்வு முடிவுகள் வெளியாகி யிருந்தன. எனது வழிகாட்டுதலில் தேர்வு எழுதிய 12 பேரில் 5 பேர் தேர்வாகி இருந்தனர். அவர்களில் ஒரு தம்பி முழுத் தேர்வையும் தமிழில் எழுதியவன். ஏற்கெனவே இந்திய வனப் பணியில் உள்ளான். இன்னொரு தங்கை ஏற்கெனவே ஐ.பி.எஸ். இந்த முறையும் இன்டர்வியூ செல்கிறார். இந்த ஆண்டு இவர்கள் இருவரும் கண்டிப்பாக ஐ.ஏ.எஸ் ஆக வரவேண்டும் என்று வாழ்த்தினேன். மற்றொரு தம்பி கால்நடை மருத்துவர், பிறிதொரு தம்பி பொறியாளர். எங்கள் கிராமத்துத் தம்பி ஒருவனும் இந்தப் பட்டியலில் உண்டு. வெல்க... உச்சம் தொடுக.

இந்தப் பதிவு இவர்களைப் பற்றியல்ல. தனது ஆறாவது முயற்சியில் வெற்றியைத் தவறவிட்ட விரக்தியில் இருந்த ஒரு தம்பிக்கும் எனக்கும் நடந்த உரையாடல் பற்றியது.

"சார்... நல்லாத்தான் எழுதினேன்..."

"சரி விடு.. Sometimes it happens. Try your next attempt"

"போதும் சார். இந்த Group-2 service. தொடர்ந்து இரண்டு தடவை அடி சார்."

"சரி அதனாலென்ன? With full concentration, try this 7th attempt."

"வேணாம் சார். போதும். இப்ப நீங்க கூடதான் Success ஆகலை.. என்ன கெட்டுப் போச்சு.. உங்களை மாதிரி Mentor ஆ இருந்திட்டுப் போறேன். You are very happy.. Class நடத்துறீங்க.. பிராங்க்பர்ட் போறீங்க.. KCLலில் பேசுறீங்க... போதும் சார்.. This is enough"

"லூசு மாதிரி பேசாதே... சரி நாளைக்குப் பேசலாம்" என்று சொல்லிவிட்டு வீட்டுக்குள் நுழைகிறேன். மேஜையில் ஒரு பள்ளியின் ஆண்டு விழா அழைப்பிதழ். பிரிக்கிறேன்.

அவனைச் சமாதானப்படுத்த ஒரு Point கிடைக்கிறது. "தம்பி... இப்ப என்னோட கையில் ஒரு ஸ்கூலுடைய Annual Day Invitation இருக்கு. அந்த Annual Day Chief Guest list-ல் என்னிடம் படிச்சு ஐ.ஏ.எஸ் ஆன ஒரு தங்கையின் பெயரும் இருக்கு. ஆனால், அதே ஸ்கூலில் என்னையும் 5 வருஷமா பேசக் கூப்பிடுறாங்க.. but on any Ordinary Day. Not on an Annual Day. Decide yourself You want an Ordinary Day or Annual Day"

"Annual Day. Next attempt கொடுக்கிறேன் சார்."

"Good."

அந்தப் பள்ளிக்கு மனதுக்குள் நன்றி சொல்கிறேன்.

– வைகறை வாசகன், 08.12.2023

31

Annual Day அல்ல; அதையும் தாண்டி புனிதமானது!

வைவா பதிவுகள் பெரும்பாலும் ஏதோ ஓர் உந்துதலில் பிறப்பவை. திட்டமிட்டுச் செய்யப்படுபவை அல்ல. பெரும்பாலும் ரசித்ததை, உணர்ந்ததைப் பகிர்வதே நோக்கம். ஆனால் நேற்றைய பதிவைப் படித்துவிட்டு, என் மனைவி இன்னுமா இ.ஆ.ப ஆகாத கவலை உங்களுக்குள்? என்று கண்ணீர் மல்கக் கேட்டார். எனக்கு ஒருவிதத்தில் மிகுந்த மகிழ்ச்சி. ஒருவரை அழவைக்கும் அளவு என் எழுத்தாற்றல் தேறிவிட்டதை எண்ணி. "ச்சே.. ச்சே.. இது ஒன்றும் தி.ஜானகிராமன் குறிப்பிடும் மோகமுள்போல இ.ஆ.ப முள் கிடையாது" என்றேன்.

தென் மாவட்டத்திலிருந்து ஒரு ஐ.ஏ.எஸ் தம்பி புலனச் செய்தி அனுப்பியிருந்தார்... "சார் *annual day*-ல் பேசுவது என்பது ஓர் ஐ.ஏ.எஸ் அதிகாரிக்கு தயிர் வடையில் கிடக்கும் காரப்பூந்தி போல.. ஓர் அழகு அங்கீகாரம்.. அவ்வளவுதான். *'the real happiness is being an IAS and serving the people that is real curd vadai'* என்பது அந்தச் செய்தி.

Group-2-ல் *settle* ஆகிவிட்ட இன்னொரு தம்பி ஒருவரும் கூப்பிட்டார். "சார் உங்கப் பதிவை படிச்சேன்; நான்,

ஸ்ரீ கிருஷ்ணசாமி கல்லூரி பட்டமளிப்பு விழாவில் சிறப்பு விருந்தினராகக் கலந்துகொண்டு பட்டம் வழங்கியபோது...

5 attempts சார்.. *two times UPSC interview; Clear* ஆகவில்லை. *Now, I am Section Officer in Public Department.* என்னோடு *UPSC* படித்தவர்தான் இப்போது எனக்கு *Secretary.* "அப்ப.. நான் வேஸ்ட்டா?" என்றார். "உங்க வயது என்ன என்றேன்" "நாற்பது" என்றார். 'ஊழில் பெருவலி யாவுள' என்ற குறளும் 'செய்யும் தொழிலே தெய்வம்; அதில் திறமைதான் நமது செல்வம்' என்ற பட்டுக்கோட்டையார் பாடலும் உங்களுக்கு.

" 'ஊழையும் உப்பக்கம் காண்பர்', 'சிதைவிடத்து ஒல்கார் உரவோர்' எனும் குறள்கள் 28 வயதே ஆன நேற்று நான் உரையாடிய அந்தத் தம்பிக்கு" என்றேன்.

மதுரையிலிருந்து அழைத்த ஒரு பள்ளி முதல்வர், "சார். உங்கள் பதிவைப் படித்தேன். நான் கூப்பிடுகிறேன் சார்... நீங்கள் எங்கள் பள்ளி *Annual Day*-க்கு வாங்க சார்" என்றார். "இல்லை சார்... பள்ளி ஆண்டு விழாக்களில் பங்கேற்பதில்லை என்று நான் ஐஸ்வர்யா ராஜேஷ் மீது சத்தியம் செய்துள்ளேன்" என்றேன். "அது என்ன சார்? நெ.து.சுந்தரவடிவேலு அல்லாமல் ஐஸ்வர்யா ராஜேஷ்" என்றார். சுஜாதாவைக் கேளுங்கள் என்றேன். "எந்த சுஜாதா?" என்றார். "எழுத்தாளர் சுஜாதா" என்றேன். என்னமோ கமல் மாதிரி பேசுறீங்க; ஒன்னும் புரியவில்லை என்று அலைபேசியை வைத்துவிட்டார்.

இன்னொரு பள்ளி முதல்வர் அழைத்தார். "சார் எங்கள் பள்ளியைப் பற்றித்தானே எழுதியுள்ளீர்கள். ஏழு வருடங்களுக்கு முன்னரே நாங்கள் உங்களை அழைத்தோம்; நீங்கள்தான் வரவில்லை" என்றார்.

"*Yes sir. I know. Please don't take this seriously. This is just to advice that boy*" என்றேன். இது 'பொய்மையும் வாய்மை இடத்த' ரகத்தில் சேரும் சார். அண்ணா பல்கலைக்கழகம் *Freshers Day, Church Park, DAV* பள்ளி விழாக்கள், 50-க்கும் மேற்பட்ட கல்லூரிகளில்.. விகடன் விழாக்கள் என நான் ஏராளமாகப் பேசியிருக்கிறேன்" என்றேன். "அப்ப... ஏன் சார் உங்க *Student*-யிடம் அப்படிச் சொன்னீங்க" என்றார். "அதுவா... அது வந்து.. அது வந்து அந்தப் பையன் ஐ.ஏ.எஸ் ஆகிறது ஈஸி.. ஆனால், சங்கர சரவணன் ஆகிறது கஷ்டம்."

எதிர்முனையில் கொஞ்சம் மிரண்டுபோய், "சார்..." என்றார். "அதாவது, 'எஞ்ஞான்றும் வியவற்க தன்னை'ன்னு வள்ளுவர் சொல்றார். அதனால் இதுக்கு மேல என்னைப் பற்றி நானே பேசக்கூடாது" என்றேன்.

"சார்... வள்ளுவம் பற்றிப் பேசுவதற்கு ஒருநாள் கண்டிப்பா எங்க பள்ளிக்கு வாறீங்க" என்றார். "நிச்சயமாக" என்றேன்.

– வைகறை வாசகன், *09.12.2023*

32

உலகமும் உலகப் பொதுமறையும்!

வா.செ.குழந்தைசாமி

திருக்குறள் 'உலகப் பொதுமறை' என்று அழைக்கப்படுவது வெறும் சம்பிரதாயம் கருதி அன்று. தனது ஐம்பது வயதுக்குள் ஐம்பது நூல்கள் அல்லது ஐந்நூறு நாவல்கள் எழுதும் எழுத்தாளரைப்போலில்லாமல், வள்ளுவர் தான் வாழ்நாள் முழுக்க திட்டமிட்டு எழுதிய ஒரே நூல் ஒப்பற்ற நூல் திருக்குறள். தமிழ், மூவேந்தர், கங்கை, காவிரி போன்ற உள்ளூர்ப் பெயர்கள் எதுவுமின்றி, மாறிவரும் அறிவுக்கு (*Knowledge*), அழுத்தம் தராமல் மாறாத மெய் அறிவுக்கு (*Wisdom*), அதிக அழுத்தம் தந்து இலக்கியல் (*Idealism*) மற்றும் இயல்பியல் (*Realism*) ஆகிய இரண்டுக்கும் முக்கியத்துவம் கொடுத்து எழுதப்பட்டதால்தான் காலம், இடம் என்னும் இரு பரிமாணங்களைக் கடந்து வாழும் வள்ளுவமாகத் திருக்குறள் இருக்கிறது என்பார் டாக்டர் வா.செ.குழந்தைசாமி.

காலந்தோறும் உலகில் உருவாகி வந்துள்ள புத்தம் புதிய இலக்கிய - தத்துவக் கோட்பாடுகளைத் தழுவியும், மாறிவரும் புதிய உலகத்துக்குப் பொருந்தி வரக்கூடிய பற்பல சிந்தனைகளைத் தன்னுள் பொதிந்து வைத்தும், உலகின் நிகழ்வுகளுக்கு உதாரணமாகச் சுட்டவல்ல சில பொன்னான கருத்துகளை உள்ளடக்கியும் திருக்குறள் உண்மையிலேயே ஓர் உலகப் பொதுமறையாக நீடித்த நிலைத்த வளர்ச்சி (Sustainable Development) அடைந்து வருவதை எடுத்துக்காட்ட முயல்வோம்.

- விகடன் இயர்புக், 2014

33

உலக இலக்கியத் தத்துவக் கோட்பாடுகளும் குறளும்

துறவு, முயற்சி, அறிவு போன்றவற்றைப் பற்றி பேசும்போது திருக்குறளில் இலக்கியலும், இயல்பியலும் மிளிர்கிறது. எண்ணங்களையும், உள்ளத்தையும் பற்றிப் பேசும்போது நேர்மறை சிந்தனையும் (Positive thinking), சில சூழல்களில் இருத்தலியல் வாதமும் (Existensialism) ஒளிர்கின்றன.

துறவு

மழித்தலும் நீட்டலும் வேண்டா உலகம்
பழித்தது ஒழித்து விடின்

என்று சாமியார்களுக்கு இலக்கணம் வகுப்பது இலக்கியல்.

வஞ்ச மனத்தான் படிற்றொழுக்கம் பூதம்
ஐந்தும் அகத்தே நகும்.

என்பது இவ்வுலகை ஏமாற்றும் போலிச் சாமியார்களுக்கான எச்சரிக்கையாக வெளிப்படும் இயல்பியல்.

மனத்தது மாசாக மாண்டார் நீராடி

மறைந்தொழுகு மாந்தர் பலர்.

என்பது உலாவரும் சாமியார்களில் பல பேர் போலிச் சாமியார்கள்தான் என்ற இயல்பியல் உண்மையை இந்த உலகுக்கு அடையாளங்காட்டும் முயற்சி.

மனதைச் சுத்தம் செய்யாமல் மண்டையை மட்டும் மழித்து என்ன பயன் என்று தம்மபதம் புத்த பிட்சுகளுக்கு கூறும் அறிவுரையை அடியொற்றி அதை மொட்டையுடன் திகழும் பௌத்தத் துறவிகளுக்கும் (மழித்தல்), தாடி வளர்க்கும் இந்தத் துறவிகளுக்கும் (நீட்டல்) பொதுவாக்கி ஒரு துறவியின் அடையாளம் என்பது அவனது புற அடையாளம் அல்ல; இந்த உலகம் பழிக்கும் செயல்களில் இருந்து விலகி ஒழுகும் அக அடையாளமே என்று இலக்கியல் பேசுகிறது. அதேசமயத்தில் மனதில் வஞ்சனையோடு வெளி உலகத்துக்கு துறவிபோல் நடிப்பவர்களைப் பார்த்து, ஐம்பூதங்களும் சிரிக்கும் என்று அபாய மணி ஒலிக்கிறார் வள்ளுவர். அதுமட்டுமில்லாமல், பலர் / சிலர் என்ற சொற்களை இடம் அறிந்து நுணுக்கமாகப் பயன்படுத்தும் வள்ளுவர், மனத்தது மாசாக வெளி உலகுக்கு மட்டும் தூய்மையானவர்களாக காட்சி அளிக்கும் போலித் துறவிகள் பலராக இருக்கும் இயல்பியல் பார்வையைத் தனது குறளில் தயக்கமின்றி பதிவு செய்கிறார்.

முயற்சி

தெய்வத்தான் ஆகா தெனினும் முயற்சிதன்
மெய்வருத்தக் கூலி தரும்.

ஊழையும் உப்பக்கம் காண்பர் உலைவின்றித்
தாழாஅது உஞற்று பவர்.

என்று முயற்சியை முன்னிலைப்படுத்தித் தெய்வத்தை விடவும் விதியை விடவும் முயற்சி சிறந்தது; வெற்றி தருவது என்று சுட்டிக்காட்டி பகுத்தறிவாதமும் *(Rationalism)* இலக்கியல் வாதமும் பேசும் வள்ளுவர்,

ஊழில் பெருவலி யாவுள மற்றொன்று
சூழினும் தான்முந் துறும்.

உடைத்தம் வலியறியார் ஊக்கத்தின் ஊக்கி
இடைக்கண் முரிந்தார் பலர்

என்று விதியினாலும், தன் வலியறியாமையாலும் தோல்வி விளையும் என்று இயல்பியல் வாதமும் பேசுகிறார்.

ஃப்ராங்பர்ட் பன்னாட்டுப் புத்தகக்காட்சியில் CIBF அரங்கில் குறளின் சிறப்புகளுக்குச் செவிமடுக்கும் இத்தாலி நாட்டுப் பதிப்பாளர்.

இருப்பினும் ஊழ்வினையையும் ஆள்வினையையும் ஒப்பு நோக்கி,

பொறியின்மை யார்க்கும் பழியன்று அறிவறிந்து
ஆள்வினை இன்மை பழி.

எண்ணிய எண்ணியாங்கு எய்துப எண்ணியார்
திண்ணியர் ஆகப் பெறின்

என்று நேர்மறைச் சிந்தனை (Positive thinking) பேசுவதோடு,

'உள்ளுவது எல்லாம் உயர்வுள்ளல்', 'உள்ளத்தனையது உயர்வு', 'உள்ளற்க உள்ளம் சிறுகுவ' என்று மேன்மேலும் நேர்மறைச் சிந்தனைக்கு அழுத்தம் சேர்ப்பதைக் காண முடிகிறது.

– விகடன் இயர்புக், 2014

34

அறிவு

'**பி**றப்பொக்கும் எல்லா உயிர்க்கும்' என்று சமூக சமத்துவம் பேசிய வள்ளுவர் 'அறிவொக்கும் எல்லா உயிர்க்கும்' என்று அறிவு சமத்துவம் பேசவில்லை. ஏனெனில், ஆளுக்கு ஆள் அறிவு (*Intelligence Quotient*) வேறுபடும் என்பதை *Alfred-Binet* இருவருக்கும் பல நூற்றாண்டுகளுக்கு முன்பே உணர்ந்திருந்தவர் வள்ளுவர். அதனால்தான்,

நுண்ணிய நூல்பல கற்பினும் மற்றுந்தன்

உண்மை அறிவே மிகும்

என்று தெளிவாகப் பேசுகிறார். அதாவது நுணுக்கமான நூல்கள் பலவற்றைக் கற்றாலும் ஒருவருக்கு இயல்பாக என்ன அறிவு இருக்குமோ அதுவே பெருகும் என்கிறார். இது இயல்பியல்.

இப்போது, ஒருவன் பிறப்பிலேயே என்னைவிட அறிவாளியாக இருக்கிறான். நான் அவனைவிட அறிவாளியாக முடியாதா என்ற கேள்வி எழுகிறது. ஆனால், அந்தக் கேள்விக்கு வள்ளுவரிடமிருந்து நேர்மறையாக பதில் வருகிறது. "முடியும். நீ அவனை விடவும் அதிகம் முயன்று கற்றால், அவனை விடவும் ஆழமாக தோண்டித் தோண்டி

உழைத்து படித்தால், அவனைவிட அறிவாளியாகி விடலாம் என்று நம்பிக்கை ஊட்டி நம்மைப் படிக்கத் தூண்டுகிறார்.

தொட்டனைத் தூறும் மணற்கேணி மாந்தர்க்குக் கற்றனைத்து ஊறும் அறிவு.

திருக்குறளில் நேர்நிலை இயல்

நேர்மறை சிந்தனை (Positive thinking) என்பதற்கும் நேர்நிலை வாதம் (Positivism) என்பதற்கும் வேறுபாடு உண்டு. நேர்மறை சிந்தனை என்பதை ஒருவாறு இலக்கியலின் ஓர் அங்கமாக அடக்க இயலும். நேர்நிலை வாதம் என்பது முற்றிலும் வேறான ஒரு தத்துவம்.

சமூகவியலின் தந்தை எனப்படுபவரான அகஸ்டிகாம்டே, இந்த உலகத்தின் நிகழ்வுகளை அறிவியலில் எவ்வாறு புவியீர்ப்பு விசை போன்ற சில விதிகளின் அடிப்படையில் விளக்க முடிகிறதோ, அதேபோல் சமூக இயல்புகளையும் சில விதிகளுக்குள் கொண்டுவந்துவிட முடியும் என்று நம்பினார். அவர் ஒரு நேர்நிலைவாதி நேர்நிலைவாதிகள் இச்சமூகத்தில் மறுநிகழ்வுத்தன்மை (Replicability), நம்பகத்தன்மை (Reliability) மற்றும் செல்லுபடியாகும் தன்மை (Validity) கொண்ட செயல்களே மீண்டும் மீண்டும் நிகழ்வதாகக் கருதுவர்.

40-க்கும் மேற்பட்ட குறள்களில் 'உலகு' என்ற சொல்லைப் பயன்படுத்திய வள்ளுவர், இந்தச் சமூகத்தின் செயல்களைக் கூர்ந்து கவனித்துப் பல குறள்களில் உலக சமூகத்தின் இயல்பை வரைறுக்க முயல்கிறார்.

எவ்வ துறைவது உலகம் உலகத்தோடு
அவ்வ துறைவ தறிவு.

உலகத்தோடு ஒட்ட ஒழுகல் பலகற்றும்
கல்லார் அறிவிலா தார்.

இருவேறு உலகத்து இயற்கை திருவேறு
தெள்ளிய ராதலும் வேறு.

எள்ளாத எண்ணிச் செயல்வேண்டும் தம்மோடு
கொள்ளாத கொள்ளாது உலகு.

எனைத்திட்பம் எய்தியக் கண்ணும் வினைத்திட்பம்
வேண்டாரை வேண்டாது உலகு.

உலகப் புகழ்பெற்ற கிரேக்க தத்துவஞானியும் நேர்நிலை வாதியுமான பிளேட்டோ, கவிஞர்கள் குறித்து கடுமையாக விமர்சிப்பார். கவிஞர்கள் நேர்நிலை வாதத்துக்கு முற்றிலும் எதிரானவர்கள் என்றும், எப்போதும் கற்பனா வாதத்தில் திளைப்பதால் கவிஞர்களே நாட்டுக்குத் தேவையில்லை என்றும் வாதிடுவார். ஆனால், உலகப் பொதுமறையைத் தந்த வள்ளுவரோ அறம் மற்றும் பொருட்பாக்களில் நேர்நிலை வாதியாகவும் இன்பத்துப் பாலில் கற்பனாவாதம் மிக்க கவிஞராகவும் திகழ்ந்து நம்மை வியப்பில் ஆழ்த்துகிறார்.

— விகடன் இயர்புக், 2014

35

திருக்குறளில் இருத்தல் இயல்

இருத்தல் இயல் (Existensialism) என்பது பத்தொன்பது - இருபதாம் நூற்றாண்டுகளில் பிரான்ஸில் உருவாகிய இலக்கியக் கோட்பாடு தாஸ்தாவெஸ்கி, தனக்கு அறிவிக்கப் பட்ட நோபல் பரிசை வாங்கிக்கொள்ள மறுத்த பிரெஞ்சு எழுத்தாளரான ழான் பால் சார்தர் போன்றோர் முக்கிய இருத்தல் இயல்வாதிகள்.

இருத்தல் இயல் கோட்பாட்டின்படி ஒருவரின் தொடக்கப் புள்ளி இருத்தல் இயல் மனப்பான்மையை (The Existential attitude) அடிப்படையாகக்கொண்டது. இருத்தல் இயல் மனப்பான்மை என்பது அடிப்படையில் பொருளற்றதும் அடிமுட்டாள்தனமானதுமான இந்த உலகத்தை எதிர்கொள்ளும்போது மனிதனுக்கு ஏற்படும் குவியமற்றதும் குழப்பமானதுமான உணர்வைக்

தாஸ்தாவெஸ்கி

ழான் பால் சார்தர்

குறிக்கும் (The existential attitude is a sense of disorientation and confusion in the face of apparently meaningless and absurd world).

பல குறள்களில் நேர்நிலைவாதியாக நின்று இந்த உலகத்தின் இயல்பைத் தெளிவாக வரையறுக்கும் வள்ளுவர், இந்த உலகத்தின் இயல்பு என்னவென்று புரியாமல் குழப்பமாகப் பார்க்கும் ஓர் இடமும் உண்டு.

அவ்விய நெஞ்சத்தான் ஆக்கமும் செவ்வியான்
கேடும் நினைக்கப் படும்.

இந்தக் குறளில், பொறாமை பொருந்திய நெஞ்சத்தானுடைய ஆக்கமும் பொறாமை இல்லாத நல்லவனுடைய கேடும் ஆராயத்தக்கவை என்கிறார். நல்லவனுக்கு நல்லதும், கெட்டவனுக்கும் கேடும் நிகழும் என்ற கருத்து இருத்தல் இயலில் ஏற்படுவதில்லை. இந்த உலக நிகழ்வுகள் தம்போக்கில் நிகழ்பவை என்னும் இருத்தல் இயல் கோட்பாடு இந்தக் குறளில் நிழலாடக் காண்கிறோம்.

- விகடன் இயர்புக், 2014

36

திருக்குறளில் பின்நவீனத்துவம்

பாப்லோ நெருடா

பின்நவீனத்துவம் *(Post Modernism)* என்னும் இலக்கியக் கோட்பாடு 'சுருக்கமான தத்துவத்தின் மீதான அடர்த்தியான அனுபவம்' *(Concrete experience on abstract principles)* பற்றிப் பேசுகிறது.

ஒவ்வொருவரும் இந்த உலகின் உண்மை நிலை என்ன என்பதைச் சுதந்திரமாகத் தீர்மானிப்பதற்கு அடிப்படையாக அமைவது அவர்கள் பொருள்கொள்ளும் முறையே ஆகும். *(Reality comes into being through our interpretations of what the world means to us independently).* இந்தக் கொள்கையை அடிப்படையாகக்கொண்டு எழுந்ததே 'பன்முக வாசிப்பு' என்னும் நடைமுறை. 'பன்முக வாசிப்பு' நடைமுறையின்படி ஓர் இலக்கியம், அதை வாசிக்கும் ஒவ்வொரு வாசகருக்கும் அவரவர் அறிவின் நீள அகலங்களுக்கு ஏற்பவும் அனுபவ பின்புலத்துக்குத் தக்கவாறும் பல பொருள்களைத் தர வேண்டும். அப்படித் தந்தால்தான் அது இலக்கியம். அப்படித் தர இயலாதது வெறும் சமூகச் செய்தியாகவே நின்றுவிடும். இலக்கியமாகாது என்பர் பின்நவீனத்துவவாதிகள்.

நோபல் பரிசு பெற்ற சிலி நாட்டுக் கவிஞர் பாப்லோ நெருடா, ஒருசமயம் *'A drop of crocodile on the wall'* என்றொரு வரி எழுதி இருந்தாராம். அதன் பொருள் என்ன என்பது குறித்து ஆளாளுக்குத் தங்கள் அறிவின் நீள அகலங்களுக்கு ஏற்ப பல பொருள் கூறி விவாதித்து, நிறைவாக கவிஞரிடமே சென்று கேட்டனராம். அதற்கு அவர் 'சுவரில் ஒரு

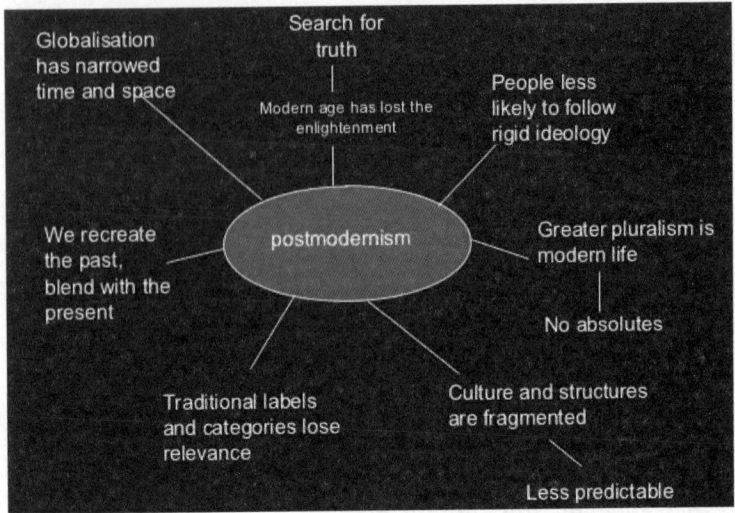

மரப்பல்லி' என்பதைத்தான் தான் அப்படி எழுதியதாகக் கூறினாராம். அந்தக் கவிதையில் இருந்த இருண்மை உத்தி அவ்வாறு பல பொருள்களை வாசகர் உருவாக்கிக்கொள்ளக் காரணமானது.

வள்ளுவரும் தன் 'சொற்செட்டு; அர்த்த அடர்த்தி' என்ற உத்தி மூலம் ஒரு குறளுக்குப் பல பொருள் ஏற்படச் செய்து ஒரே நேரத்தில் பகுத்தறிவுவாதிகள், இலக்கியவாதிகள், இயல்பியல்வாதிகள் எனப் பலரையும் திருப்திப்படுத்துவார். இதற்குப் பல சான்றுகளை ஆய்வறிஞர்கள் ஏற்கெனவே எடுத்துக்காட்டி உள்ளனர்.

'நவில்தொறும் நூல்நயம் போலும்' என்று வள்ளுவரே கூறி இருப்பதுபோல, ஒரு குறளே மாறிவரும் உலகத்தன்மைக்கு ஏற்ப ஒவ்வொருவருக்கும் ஒவ்வொரு பொருளைத் தரக் காண்கிறோம்.

பன்முக வாசிப்பு என்னும் பின் நவீனத்துவ உத்தியைக் கொண்டு ஐந்து குறள்களுக்குப் புதுப்பொருள் தேடலாம். சிலசமயங்களில் சில குறள்களுக்கு வள்ளுவரே கற்பனை செய்திராத பல புதுப்புதுப் பொருள்களை காலப் பரிமாணத்துக்கேற்ப நாம் கொள்வதற்கு அவர் பின்பற்றிய 'சொற்செட்டு; அர்த்த அடர்த்தி' என்ற உத்தி துணைபோகிறது.

– விகடன் இயர்புக், *2014*

37

பெண்ணின் கற்பும் பொருளாதாரச் சுதந்திரமும்

தற்காத்துத் தற்கொண்டான் பேணித் தகைசான்ற
சொற்காத்துச் சோர்விலாள் பெண்

என்ற குறள் 'வாழ்க்கைத் துணைநலம்' என்னும் அதிகாரத்தின் கீழ் உரையாசிரியர்கள் பின்பற்றிய வைப்பு முறையால் அடைபட்டுக் கிடப்பதால் இது இல்லறத் தலைவிக்கான இலக்கணமாகக் குறுகிப்போகிறது. இதைக் கட்டுடைப்பு (Deconstruction) செய்து வெளியே கொணர்ந்தால் பெண்ணுக்கான பொது இலக்கணமாக இருக்க முடியும்.

இந்தக் குறளில் உள்ள 'தற்காத்து' என்ற சொல்லுக்கு 'தன் கற்பைக் காத்து' என்று உரையாசிரியர்கள் 'கற்பு' என்ற சொல்லை வருவித்துச் சொல்கின்ற பொருளைப் புறந்தள்ளி இக்காலப் பெண்ணுரிமைக் கோட்பாட்டுக்கு ஏற்ப 'தன்னை பொருளாதார ரீதியாகக் காத்து' என்று புதுப்பொருள் கூறலாம். பெண் விடுதலையில் முக்கியமானதாகப் பார்க்கப்படுவது பொருளாதார விடுதலைதான். பெண்களுக்குச் சொத்துரிமை இல்லாததே பெண்ணடிமைத்தனத்துக்குத் தலையாயக் காரணம் என்றார் தந்தை பெரியார். பொருளாதாரச் சுதந்திரம் (Economic independence) ஒரு பெண்ணுக்கு முதன்மையானது என்ற இந்த 20-21-ம் நூற்றாண்டுச் சிந்தனையைத் தன்னுள் பொருத்திக்கொள்வதற்கு வழிவைத்து அமைகிறது குறள். காரணம் அதன் சொற்செட்டு.

தற்காத்து என்று வள்ளுவர் எழுதியதற்கு 12-ம் நூற்றாண்டுக்காரர் 'தன் கற்பைக் காத்து' என்று பொருள் வருவிக்கும்போது 21-ம் நூற்றாண்டுக்காரர் 'தன்னை பொருளாதார ரீதியாக காத்து' என்று புதுப்பொருள் வருவிப்பதில் தவறு ஒன்றும் இல்லை. எழுதிய கவிஞனே எண்ணிப் பார்த்திராத புதுப்பொருளை, படிக்கும் வாசகன் உருவாக்கிக்கொள்ளும் இலக்கியச் சுதந்திரத்தைப் பின்நவீனத்துவம் நமக்கு வழங்குகிறது. பின்நவீனத்துவம் தரும் சுதந்திரத்தை நாம் பயன்படுத்திக்கொள்ள ஏதுவாகக் குறளைப் படைத்த வள்ளுவரின் எழுத்துத் திறன் இங்கே மெச்சத்தக்கது.

'தற்காத்து' என்னும் குறளுக்கான மரபுப் பொருளையும், புதுப் பொருளையும் இப்போது பார்க்கலாம். கற்பு நெறியில் தன்னைக் காத்துக்கொண்டு தன் கணவனையும் காப்பாற்றித் தகுதி அமைந்த புகழையும் காத்து உறுதி தளராமல் வாழ்கின்றவளே பெண் - மு.வ.உரை.

She is a wife who unweariedly guards herself, takes care of her husband and preserves an unsulled fame.

-G.U.Pope Explanation.

Who guards herself, for husbands comfort cares, her household's fame. In perfect wise with sleepless soul preserves give her a woman's name.

-G.U.Pope (Direct Translation)

Who guards herself என்பதற்குப் பதில் *Who economically guards herself* என்று பொருள் வருவித்துக்கொண்டால் வள்ளுவர் புகழ்பெற்ற பெண்ணியல்வாதி ஆகிவிடுவார்.

இந்தக் குறளைப் பொருத்தமட்டில், தகைசான்ற சொற்காத்து என்பதிலேயே கற்பையும் உள்ளடக்க முடியும் என்பதால் தற்காத்து என்ற சொற்றொடருக்கு இடையே கற்பு என்ற சொல்லை வருவிக்க வேண்டிய அவசியமில்லை.

எனவே 'பொருளாதார ரீதியாகத் தன்னைக் காத்துக் கொண்டு, தன் துணைவனையும் கவனித்து, தகுதி அமைந்த புகழையும் காத்து உறுதி தளராமல் வாழ்கின்றவளே பெண்' என்று புதுப்பொருள் கூறி இரண்டாயிரம் ஆண்டு பழைமையான கவிதையில் இருபத்தொன்றாம் நூற்றாண்டின் கருத்தை ஏற்றிவைக்க முடிகிறது. அதனால்தான் அது நீடித்த நிலைத்த வளர்ச்சி (Sustainable Development) பெறும் உலகப் பொதுமறையாக உள்ளது.

– விகடன் இயர்புக், 2014

(பின்குறிப்பு: 'தற்கொண்டான் பேணி' என்பதற்கும் தன் கணவனைப் பேணி என்பதற்கு மாறாகத் தனக்கு உரிமை உடைய மக்களைப்பேணி என விரித்தும் பொருள் தரலாம். அவ்வாறு விரிக்கும்போது இந்தக்குறள் 'பெண்' என்பதற்கான பொது இலக்கணக் குறளாக விரிகிறது. மணமாகாத பெண்களின் மாண்புகளையும் மதிக்கும் குறளாகிறது. தற்கொண்டவர்களைப் பேணுவோர் என்போர் தன் தந்தையை / தாயை / உறவினரை / நோயாளிகளைப் பேணுவோராக இருக்கலாம். அனாதைகளைப் பேணிய அன்னை தெரசாவாக இருக்கலாம்.)

38

மரண தண்டனையும் என்கவுன்ட்டரும்

பல குறள்களுக்கு *21-ம்* நூற்றாண்டு நியாயங்களுக்கு ஏற்ப புதுப்பொருள் வருவிக்க முடியும்.

கொலையிற் கொடியாரை வேந்தொறுத்தல் பைங்கூழ்

களைகட் டதனோடு நேர்.

(கொடியவர் சிலரைக் கொலைத் தண்டனையால் அரசன் தண்டித்தல் பயிரைக் காப்பாற்றக் களையைக் களைவதற்கு நிகரான செயலாகும்.)

இந்தக் குறள் மரண தண்டனைக்கு ஆதரவாக வள்ளுவர் தரும் *Voice* ஆகவும், *Encounter* செய்யும் காவல்துறை உயர் அதிகாரி ஒருவருக்கு வள்ளுவர் கொடுக்கும் அனுமதியாகவும் பார்க்கப்படுகிறது.

- விகடன் இயர்புக், *2014*

39

இல்லறமும், மணமுறிவும்

இயல்பினால் இல்வாழ்க்கை வாழ்வான் என்பான்
முயல்வாருள் எல்லாம் தலை

என்று இல்லறத்தின் சிறப்பைப் பேசும் வள்ளுவத்தில் மணமுறிவு பற்றிய குறளா என்று வியப்படையாதீர்கள். மணமுறிவு என்பது சில நேரங்களில் சேதம் அதிகமாகாமல், குழந்தைகளின் எதிர்காலம் கருதி எடுக்கப்படும் பாதுகாப்பான தீர்வாக அமையும்போது அதற்கான ஆதரவைத் தரும் குறளாக,

உடம்பாடு இலாதவர் வாழ்க்கை குடங்கருள்
பாம்போடு உடனுறைந் தற்று

(அகத்தில் உடன்பாடு இல்லாதவருடன் கூடி வாழும் வாழ்க்கை ஒரு குடிசையில் பாம்போடு உடன் வாழ்ந்தாற் போன்றது) என்ற குறளை ஒரு வழக்கறிஞர் பார்க்கிறார்.

தடுப்பு மருந்தும், வள்ளுவமும்

இந்தக் குறள் அறத்துப்பால் இல்லறவியலில் இடம் பெறவில்லை. பொருட்பாலில் அரசனுக்குரிய உட்பகை பற்றிய குறளாகத்தான் உள்ளது. இருப்பினும் அதிகாரத்தை

கட்டுடைத்துப் பார்க்கும் பின்நவீனத்துவச் சுதந்திரத்தோடு வள்ளுவரை அணுகும்போது இக்குறள் புதுப்பொருள் தரும் இல்லறவியல் குறளாகவும் பின்நவீனத்துவவாதி ஒருவருக்குத் தெரிகிறது. உலகிலேயே அதிக கால்நடை வளங்கொண்ட நாடுகளில் ஒன்று இந்தியா. இந்தியாவின் ஆன்மா மட்டுமின்றி இந்தியாவின் பெரும்பாலான கால்நடைகளும் கிராமங்களிலேயே வாழ்கின்றன. கால்நடை வளம் பேணுவதற்கென்று கால்நடைகளுக்குத் தடுப்பூசிகளை அரசாங்கமே இலவசமாகப் போடுகிறது. ஆனால் சில தடுப்பு ஊசிகள் போடும்போது அயர்ச்சி (Stress) காரணமாகக் கால்நடைகள் தரும் பால் அளவு ஓரிரு நாட்கள் குறையும். ஆனால் பால் குறைந்துவிடுமே என்று கால்நடைகளுக்குத் தடுப்பூசி போட்டுக்கொள்ள மறுப்பவர்கள், நோய் தாக்குதல் காரணமாகத் தங்கள் வாழ்வாதாரமான கால்நடைகளையே சிலசமயங்களில் இழக்க நேரிடும். இந்தப் பிரச்னை பற்றி வள்ளுவருக்குத் தெரியாது. இருந்தாலும்,

ஆக்கம் கருதி முதலிழக்கும் செய்வினை
ஊக்கார் அறிவுடை யார்

என்ற குறளைக் கூறி கால்நடை தடுப்பூசிகளுக்கு ஆதரவாக ஒரு கால்நடை மருத்துவர் பிரசாரம் செய்ய முடியும்.

- விகடன் இயர்புக், 2014

40

நிர்வாகத்தில் ரகசிய காப்பு

உலகின் சந்து பொந்து, இண்டு இடுக்கெல்லாம் உளவு பார்க்கும் அமெரிக்காவின் கண்களுக்கு எட்டாமல் *1998*-ல் *'Operation Shakthi '* என்ற வெடிகுண்டு சோதனையை வெற்றிகரமாக நடத்தி முடித்தது இந்தியா. *'Operation Shakthi'* என்ற பெயரும் கர்னல் பிருத்விராஜ் (*Dr.*அப்துல் கலாம்), கர்னல் நடராஜ் (*Dr.*சிதம்பரம்), மாமாஜி (அனில் ககோட்கர்) என்ற புனைபெயர்களும் இந்தியா ஏதாவது ராணுவ நடவடிக்கையை மேற்கொள்ளப்போகிறது என்ற பொய்யான தோற்றத்தை உருவாக்கியதால்தான் *'Operation Shakthi'* என்ற அணுகுண்டு சோதனை வெற்றி சாத்தியமானது. கடும்

லிட்டில் பாய்
'Little Boy'

ஃபேட் மேன்
'Fat man'

மந்தனம் (Strictly Confidential) இருந்தால்தான் சில வெற்றிகள் சாத்தியமாகும். இதைத்தான்,

கடைக்கொடகச் செய்தக்கது ஆண்மை இடைக்கொட்கின்

எற்றா விழுமந் தரும்

என்று உலகப் பொதுமறை கூறிச் செல்கிறது.

திருக்குறளும் உலக வரலாறும்

இரண்டாம் உலகப் போரில் 'Little Boy', 'Fat man' என்னும் குண்டுகள் ஹிரோஷிமா, நாகசாகி மீது போடப்பட்டபின் வளமான ஜப்பான் வாடிப்போனது. இருப்பினும் சில ஆண்டுகளில் தனது மனித வளத்தால் மகத்தான எழுச்சி பெற்று எழுந்து நின்றது. ஜப்பானின் இந்த வரலாறு எதுவும் அறியாமலேயே,

கேடறியாக் கெட்ட விடத்தும் வளங்குன்றா

நாடென்ப நாட்டின் தலை

என்று ஜப்பானுக்கென்றே ஒரு குறள் உலகப் பொது மறையில் ஒதுக்கீடு செய்யப்பட்டுள்ளது.

சில குறள்கள் உலக வரலாற்று நிகழ்வுகளோடு வரலாற்று நாயகர்கள் சிலரின் பெயரையும் நேரடியாக நம் நினைவுக்குக் கொண்டு வருகின்றன.

காலம் கருதாமல் கடுங்குளிர் காலத்தில், ரஷ்யாவின் மீது படையெடுத்துத் தங்கள் வாழ்வுக்கு நிறைவுரை எழுதத் தொடங்கிய நெப்போலியன் போனபர்ட், ஹிட்லர் இருவரையும் நினைவுபடுத்தும் குறள்.

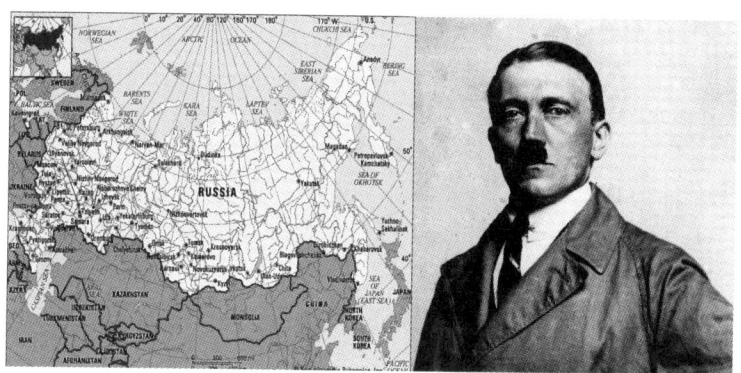

பகல்வெல்லும் கூகையைக் காக்கை இகல்வெல்லும்
வேந்தர்க்கு வேண்டும் பொழுது (குறள் 481)

இந்த உலகத்தை வெல்ல நினைத்துத் தன் சோம்பல் இல்லா சுறுசுறுப்பான வீரத்தால் அதை நிறைவேற்றியும் காட்டிய மஹா அலெக்ஸாண்டரை நினைவூட்டும் குறள்.

மடியிலா மன்னவன் எய்தும் அடியளந்தான்
தாஅய தெல்லாம் ஒருங்கு.

அரிச்சந்திரன் நாடகம் பார்த்தபோது தன் மனதில் பதிந்த உண்மையைத் தன் வாழ்வில் இறுதிவரை பழுதுபடாமல் காத்த உலக உத்தமர் காந்தியை நினைவூட்டுவது

உள்ளத்தால் பொய்யாது ஒழுகின் உலகத்தார்
உள்ளத்துள் எல்லாம் உளன் எனும் குறள்.

இப்படி உலக இலக்கியக் கோட்பாடுகளையும், உலகியல் நிகழ்வுகளையும், உலக வரலாற்றுச் சம்பவங்களையும் நம் உலகப் பொதுமறை என்னும் கண்ணாடி வழியாகக் கண்டு ஒளிபெறலாம்.

பின்குறிப்பு: உலகப் பொதுமறையைத் தற்கால உலக இலக்கியக் கோட்பாடுகளோடு பொருத்திப் பார்க்கும் ஒரு மழலை முயற்சியே இக்கட்டுரை. மழலையின் மொழியில் பிழைகள் மலிந்து கிடக்கலாம். அதற்காகக் குரல்வளையை நெரிக்கும் அளவுக்கு யாரும் கோபப்பட வேண்டாம்.

- விகடன் இயர்புக், 2014

41

ஜவஹர்லால் நேரு - 125

பூ.கொ.சரவணன், நேரு நேசன்

விகடன் இயர்புக் 2016-ல் நேருநேசன் என்ற புனைபெயரில் நான், அன்றைய மாணவரும் இன்றைய இந்திய வருவாய்ப் பணி அதிகாரியுமான பூ.கொ.சரவணன் உடன் இணைந்து எழுதிய தகவல் தொகுப்பு.

இந்திய விடுதலைப் போராட்ட வீரர், இந்தியாவின் முதல் பிரதமர், நவீன இந்தியாவின் சிற்பி என்னும் பெருமைகளுக்கு உரியவர் பண்டித ஜவஹர்லால் நேரு. 1947-ம் ஆண்டு முதல் தன் வாழ்நாளின் இறுதியான 1964-ம் ஆண்டு வரை பிரதமராகப் பணியாற்றியவர் நேரு. நேருவின் 125-வது பிறந்த நாளை முன்னிட்டு அவரைப் பற்றிய 125 தகவல்களின் தொகுப்பு இது.

1. இளமைக்காலம்

ஜவஹர்லால் நேரு 14, நவம்பர் 1889-ம் ஆண்டு அலகாபாத்தில் மோதிலால் நேரு, சொரூப ராணி ஆகியோருக்கு மகனாகப் பிறந்தார்.

நேரு இளம் வயதில் தந்தையின் பேனாக்கள் இரண்டு ஒரே மாதிரியே இருந்தபடியால் ஒன்றைத் தான் எடுத்துக் கொண்டார். பேனாவைக் காணவில்லை என்று தேடிய மோதிலால் நேரு, உண்மை தெரிந்து நேருவின் முதுகு பழுக்கிற அளவுக்குக் கவனித்தார். ‘நேர்மையாக வராத எந்தப் பொருளையும் நமக்கானது ஆக்கிக்கொள்ளக்கூடாது என்கிற பாடத்தை அந்தச் சம்பவத்தால் வாழ்நாள் முழுக்க கடைப்பிடித்தேன்’ என்பது நேருவின் பதிவு.

செல்வச் செழிப்பான குடும்பத்தில் பிறந்து வளர்ந்த நேரு தன்னுடைய 13-ம் வயதில் அன்னிபெசன்ட் அம்மையாரின் 'பிரம்ம ஞான சபை' கொள்கைகளால் ஈர்க்கப்பட்டார்.

sinnfein, suffragette முதலிய புரட்சிகர இயக்கங்களால் ஐரோப்பாவில் இருந்தபோது நேரு பெரிதும் ஈர்க்கப்பட்டார். கம்யூனிஸத்தின் மீது கரிசனமான பார்வை இருந்தாலும் ஜனநாயகத்தை நிராகரிக்கும் போக்கில், வன்முறையை முன்னிறுத்தல் ஆகியவற்றால் கம்யூனிஸ்ட்களோடு முரண்பட்டார். கரிபால்டியின் போர்க்குணமும், ஃபாபியன் இயக்கமும் இங்கிலாந்தில் அவரை ஈர்த்தன.

ஹாரோ கல்லூரி, கேம்பிரிட்ஜ் ஆகியற்றில் படிக்கின்ற போது அவரின் கலகலப்பான குணத்துக்காக நேருவை 'ஜோ' நேரு என்று அழைப்பார்கள் ஐரோப்பிய நண்பர்கள்.

நேரு ட்ரினிட்டி கல்லூரி, கேம்பிரிட்ஜில் 1907-ல் சேர்ந்தார். இயற்கை அறிவியல் மாணவராக நேரு இயற்பியல், வேதியியல், கணிதம் ஆகியவற்றைக் கல்லூரியில் படிக்க வேண்டியிருந்தது. கணிதம் அவருக்கு உவப்பான பாடமில்லை என்பதால் ட்ரினிடி கல்லூரியில் தாவரவியலை தன்னுடைய விருப்பப் பாடமாகத் தேர்வு செய்து படித்தார். 1910-ம் ஆண்டு இயற்கை அறிவியலில் ஹானர்ஸ் பட்டம் பெற்றார். நேருவின் சிந்தனையில் பெர்னார்ட் ஷா, H.G.வெல்ஸ், J.M.கெயின்ஸ், ரஸ்ஸல், மெரிடித் டவுன்செண்ட் ஆகியோரின் எழுத்துகள் தாக்கத்தை ஏற்படுத்தின.

2. விடுதலைப் போராட்டம்

1912-ம் ஆண்டு லண்டனில் வழக்கறிஞர் தேர்வு எழுதி வெற்றிபெற்று பிரிட்டனில் பணியாற்றிக்கொண்டு இருக்கின்றபோதே நேருவுக்கு இந்திய அரசியல் மீது ஆர்வம் ஏற்பட்டது. காங்கிரஸ் இயக்கத்தில் காந்தியின் தலைமையின் கீழ் செயல்பட்டார். 1913-ம் ஆண்டு காந்தியடிகளின் பொது உரிமைப் போராட்டத்துக்கு (Civil Rights Campaign) நிதி வசூலித்துக் கொடுத்தார்.

1916-ம் ஆண்டு லக்னோ காங்கிரஸ் மாநாட்டில் நேரு முதன்முறையாகக் காந்தியடிகளைச் சந்தித்தார். இது காந்தி-நேரு இருவருக்குமான இணைபிரியாத் தோழமையின் தொடக்கமாக அமைந்தது.

1917-ம் ஆண்டு அன்னி பெசன்ட் தொடங்கிய தன்னாட்சி இயக்கத்தின் செயலாளர் ஆனார்.

'தி இன்டிபென்டன்ட்' இதழை தன்னுடைய தந்தை மோதிலால் நேருவுடன் இணைந்து 1919-ல் ஆரம்பித்தார். 'நேஷனல் ஹெரால்டு' என்ற பத்திரிகையை 1938-ம் ஆண்டு நேரு தொடங்கி நடத்தினார்.

379 அப்பாவி மக்களைக் கொன்று குவித்த ஜாலியன் வாலாபாக் படுகொலையே நேருவை இந்திய விடுதலைப் போராட்டத்துக்குள் இழுத்தது.

தந்தையை விடுதலைப் போரில் ஈடுபடுத்திய பெருமை நேருவையே சேரும். "மோதிலால் நேரு இந்திய விடுதலைப் போரில் ஈடுபடக் காரணம் அவர் மகன் மீதான அன்பே. நேருவின் மீதான அன்பே தேசப் போராட்டத்தில் அவரை ஈடுபடுத்தியிருக்கிறது" என்றார் காந்தியடிகள்.

1920-ம் ஆண்டு உத்தரப்பிரதேசத்தில் நடைபெற்ற ஒத்துழையாமை இயக்கத்துக்கு நேரு தலைமை தாங்கினார். அரசாங்கத்துக்கு எதிராகச் செயல்பட்டார் என 1921-ம் ஆண்டு நேரு கைது செய்யப்பட்டார். நேருவின் தந்தையார், மற்றும் சி.ஆர்.தாஸ் தொடங்கிய 'சுயராஜ்ஜிய கட்சி'யில் நேரு சேராமல், காந்தியுடனே பணியாற்றினார். நேரு, சுபாஷ் சந்திரபோஸ் அவர்களுடன் இணைந்து பிற விடுதலை பெற்ற நாடுகளுடன் நல்லுறவைப் பேண விரும்பினார்.

பஞ்சாபின் நாபாவில் நடைபெற்ற அரசருக்கு எதிரான போராட்டத்துக்கு ஆதரவாகத் தடையை மீறி அம்மாநிலத்துக்குள் நுழைந்ததற்காக செப்டம்பர் 22, 1923 அன்று சந்தானம், கித்வானி ஆகியோரோடு கைது செய்யப்பட்டார்.

1923-ம் ஆண்டு ஹிந்துஸ்தானி சேவா தளத்தை, ஹார்டிகருடன் இணைந்து ஆரம்பித்தார். அதே வருடம் காங்கிரசின் காக்கிநாடா கூட்டத்தில் முதன்முறையாக கட்சியின் பொதுச்செயலாளராக தேர்வுசெய்யப்பட்டார். அதே ஆண்டு அலகாபாத் நகராட்சி வாரியத்தின் தலைவராகத் தேர்வு செய்யப்பட்டார்.

1928-ல் INDEPENDENCE INDIA LEAGUE அமைப்பைத் தொடங்கினார். 1935-ல் அனைத்து இந்திய மக்கள் மாநில மாநாட்டின் தலைவராகத் தேர்வானார்.

அடிமைப்படுத்தப்பட்ட நாடுகளுக்கான காங்கிரஸ் மாநாட்டில் பெல்ஜியத்தின் ப்ரசல்ஸ் நகரில் 1927-ல் கலந்து கொண்டார். அம்மாநாட்டில் ஏகாதிபத்தியத்துக்கு எதிரான மையக்குழுவின் உறுப்பினராகத் தேர்ந்தெடுக்கப்பட்டார்.

நேரு, வி.கே.கிருஷ்ண மேனனுடன் இணைந்து ஜனநாயகத் துக்காகப் போராடிக்கொண்டிருந்த ஸ்பெயின் தேசப் போராளிகளுக்கு ஆதரவு தெரிவித்தார்.

ஐரோப்பாவில் பயணம் செய்துகொண்டிருந்த நேருவை முசோலினி சந்திக்க விரும்பியபோது, "ரத்தக்கறை படிந்த கரங்களுக்குச் சொந்தக்காரரைச் சந்தித்து கைகுலுக்க மாட்டேன்!" என்று கம்பீரமாக மறுத்துவிட்டார்.

1929-ம் ஆண்டு நேரு தலைமையில் ராவி நதிக்கரையில் நடைபெற்ற லாகூர் காங்கிரஸ் மாநாட்டில், முழுச் சுதந்திர தீர்மானம் (Poorna swaraj resolution) நிறைவேற்றப்பட்ட பிறகு காங்கிரஸில் நேருவின் முக்கியத்துவம் கூடியது. 1930-ம் ஆண்டிலிருந்தே காந்தியடிகளின் பிரதம சீடர் நேருதான் என்ற கருத்து பரவத் தொடங்கியது.

காந்தியடிகளின் ஒத்துழையாமை இயக்கத்தை நேரு முன்னெடுத்துச் சென்றார். நேரு உப்பு சத்தியாகிரகக் கூட்டத்தில் பேசியதற்காக 14, ஏப்ரல் 1930-ம் ஆண்டு

கைது செய்யப்பட்டார். காங்கிரஸில் இருந்த சர்தார் பட்டேல், டாக்டர் ராஜேந்திர பிரசாத், ராஜாஜி போன்ற வலதுசாரி தலைவர்கள் நேருவோடு கருத்து மாறுபாடு கொண்டிருந்தனர்.

1938-ல் தேசிய திட்டக் கமிட்டியின் தலைவராக நேரு தேர்வு செய்யப்பட்டார். தேச உருவாக்கம் எப்படி அமைய வேண்டும் என்பதைத் திட்டமிடும் பொறுப்பு இந்தக் கமிட்டிக்கு வழங்கப்பட்டிருந்தது.

மௌலானா ஆசாத், சுபாஷ் சந்திரபோஸ் போன்ற இடதுசாரி தலைவர்களால் நேரு ஆதரிக்கப்பட்டார். 1936-37 ஆண்டுகளில் நேருவும் அதன் பின் நேருவுக்கு நெருக்கமான நேதாஜி சுபாஷ் சந்திரபோஸ், மௌலானா அபுல்கலாம் ஆசாத் ஆகியோர் முறையே 1938-39, 1940-46 ஆகிய ஆண்டுகளில் காங்கிரஸ் கட்சியின் தலைவர்களாகப் பணியாற்றினர். 1942-ம் ஆண்டு வெள்ளையனே வெளியேறு இயக்கத்தை காங்கிரஸ் அறிவித்தது. காந்தி - நேரு இருவரும் கைது செய்யப்பட்டனர்.

3,269 நாட்களை விடுதலைப் போராட்டத்தில் ஈடுபட்டதற்காக நேரு சிறையில் கழித்தார். அங்கே பல அற்புதமான நூல்களை எழுதினார்.

ஆங்கிலேயர் ஆட்சி செய்யாத மாகாணங்களைச் சேர்ந்தவர்களையும் காங்கிரஸ் கட்சியின் உறுப்பினராக்கும் திட்டத்தை நேருவே செயல்படுத்தினார்.

பேரன் பிறந்தபோது மன்னிப்பு கேட்டால் சிறையை விட்டு அனுப்புகிறோம் என்றபோது மறுத்தவர், தெருவில் போலீஸ் வாகனம் போகும்போது விளக்கு வெளிச்சத்தில் பேரனைத் தூக்கி இந்திரா காண்பிக்கப் பார்த்துவிட்டு, "இவர்கள் வெளிச்சத்தில் வாழவேண்டும் என்றுதான் நாங்கள் இருளில் உழல்கிறோம்!" என்று கடிதம் எழுதினார்.

3. விடுதலைக்குப் பிந்தைய இந்திய உருவாக்கம்

விதியோடு ஒரு ஒப்பந்தம் (Tryst with destiny) விடுதலையின் பொழுது அவர் நிகழ்த்திய உரை. "உலகமே உறங்கிக்கொண்டு இருக்கும்போது நம் தேசம் விடுதலையை நோக்கி விழித்து எழுகிறது" என்று தொடங்கியது அவ்வுரை.

காந்தி மறைவின்போது, "நமக்கு வழிகாட்டிய ஒளி நம்மை விட்டு அகன்று விட்டது, எங்கும் இருள் சூழ்ந்திருக்கிறது" என்று கண்ணீர் கசிய பேசினார்.

இந்தியாவில் முதல் தேர்தல் 1951-ம் ஆண்டு டிசம்பரில் தொடங்கி, 1952 மே வரை நடைபெற்றது. முதல் இந்தியத் தேர்தலில் இந்திய தேசிய காங்கிரஸ் கட்சி தனிப் பெரும்பான்மை பெற்று ஜவஹர்லால் நேரு தேர்தல் மூலம் தேர்ந்தெடுக்கப்பட்ட முதல் இந்தியப் பிரதமர் என்ற சிறப்பைப் பெற்றார்.

நேரு 1951, 1957, 1962 பொதுத் தேர்தல்களில் வெற்றி பெற்றார். மிக அதிக காலம் இந்தியாவின் பிரதமராக இருந்தவர் என்கிற சாதனைக்குரியவர் நேரு.

தேர்தல் ஜனநாயகத்தில் இந்திய மக்கள் பங்குகொள்ள வேண்டும் என்பதற்காக முதல் பொதுத்தேர்தலின்போது நாட்டின் ஒட்டுமொத்த மக்களில் பத்தில் ஒருவரை சந்தித்துப் பிரசாரம் செய்கிற அளவுக்கு நாடு முழுக்கப் பயணம் செய்தார்

இந்தியாவின் முதல் அமைச்சரவையில் காங்கிரசைக் கடுமையாக விமர்சித்த அம்பேத்கர், காங்கிரஸ் கொள்கை களில் இருந்து மாறுபட்ட சண்முகம் செட்டியார், வலதுசாரி பார்வைகொண்ட ஷ்யாம் பிரசாத் முகர்ஜி என்று அனைவரையும் இணைத்துக்கொண்டார்.

நேரு அமைச்சரவையில் ஆர்.கே.சண்முகம் செட்டியார் நிதியமைச்சராகவும், டாக்டர் பி.ஆர்.அம்பேத்கர் சட்ட அமைச்சராகவும், கோவிந்த வல்லப பந்த் வேளாண்மை அமைச்சராகவும், ராஜ்குமாரி அம்ரித்கௌர் மக்கள் நலவாழ்வு அமைச்சராகவும் பதவி வகித்தனர்.

நேரு ஆட்சிக் காலத்தில் இந்தியாவின் பொருளாதார வளர்ச்சிக்காகக் கொண்டுவரப்பட்ட ஐந்தாண்டுத் திட்டங்கள், கலப்புப் பொருளாதாரக் கொள்கை, வெளியுறவுக் கொள்கையில் பஞ்சசீலக் கொள்கை, அணிசேராக் கொள்கை, அறிவியல் தொழில்நுட்ப வளர்ச்சிக்கு இடப்பட்ட அடித்தளம், பாகிஸ்தான், சீனப் போர் நெருக்கடிகள், மாநிலங்களின் ஒற்றுமை மற்றும் நலன் கருதி கொண்டுவரப்பட்ட மாநில மறுசீரமைப்பு மற்றும்

அலுவல் மொழி ஆணையம் ஆகியவை குறிப்பிடத்தக்க வரலாற்று நிகழ்வுகளாகும்.

ஆன்மிகம் என்கிற பெயரில் செய்யப்படும் ஆடம்பரங்களைச் சாட யோசிக்க மாட்டார். நேரு வெகு ஆடம்பரமாகக் கட்டப்பட்ட ஒரு மடத்தைப் பார்த்துக் கொதித்து இப்படி உரையாற்றினார். "ஆன்மிகம் என்கிற சொல்லை நான் போலியான ஆன்மிகம் அதிகமாக மிகுந்திருப்பதால் தவிர்த்தே வந்திருக்கிறேன். இந்தியா பசித்திருக்கும் ஒரு தேசம். ஆன்மிகம் என்கிற பெயரில் அன்றாடச் சிக்கல்களில் இருந்து ஓடுவது சரியில்லை. நான் இந்த இடத்துக்கு வந்திருக்கிறேன். இந்தக் கூட்டத்தைத் தொடங்கிவைக்க வேண்டியது என் கடமை. ஆகவே, அதைச் செய்கிறேன்!"

இந்திராவை ஒருமுறை பிறரின் விருப்பத்தால் காங்கிரஸ் தலைவராக இருக்க வைத்த காலத்தில்தான் கேரள அரசை கலைக்கிற ஜனநாயக விரோத நடவடிக்கையை நேரு எடுத்தார். அதற்குப் பின்னர் இந்திரா ஓரங்கட்டப்பட்டே இருந்தார்.

அலகாபாத் வீட்டுக்கு ஒழுங்காக வரிகட்டவில்லை என்கிற குற்றச்சாட்டைச் சோசியலிஸ்ட் கட்சித்தலைவர் ராம் மனோகர் லோகியா நாடாளுமன்றத்தில் எழுப்பியபோது அந்தக் கேள்வியை எடுத்துக்கொண்டு பொறுமையாக நேரு பதிலளித்தார். ஆதாரங்களோடு அதிகமாகவே வரி கட்டுவதை நிரூபித்தார். லோகியா மன்னிப்புக் கேட்டுக் கொண்டார்.

வடகிழக்கு மாநிலங்களைச் சேர்ந்த எம்.பிக்களைத் தன்னுடைய செயலர்களாக வைத்துக்கொண்டு நாட்டின் மைய நீரோட்டத்தில் அப்பகுதி மக்கள் இணைவதை உறுதி செய்தார்.

தேசிய ஒருமைப்பாட்டுக்கான குழு அமைத்தபோது இந்தியாவை விட்டு கேரளாவைப் பிரிக்க எண்ணிய திருவாங்கூர் திவான் சி.பி.ராமசுவாமி ஐயரையே அதற்குத் தலைவர் ஆக்கினார்.

பழங்குடியின மக்களை முழுக்க அவர்களின் சடங்குகளில் ஊறிப்போக விடாமல், முழுக்க நவீனத்துவம் காணவும் வெர்ரியர் எல்வின் துணையோடு அவர்கள் முன்னேற்றத்

துக்கான திட்டங்கள், சட்டங்கள் இயற்றினார்.

மாடர்ன் ரிவ்யு என்கிற பத்திரிகையின் இந்த வரிகளைப் பாருங்கள், ''நேரு சர்வாதிகாரி; அவருக்குத் தற்பெருமை அதிகமாகிவிட்டது; சீசரைப் போன்ற புகழ் மற்றும் அதிகாரத்தோடு அவர் திகழ்கிறார். அவரை இப்படியே இருக்க அனுமதிக்கக்கூடாது.'' இந்த வரிகளின் ஆசிரியர் ஜவஹர்லால் நேருவேதான்.

பிரிவினையின்போது 'காந்தி சாகட்டும்!' என்று கோஷம் எழுப்பப்பட்டபோது, "என்னைக் கொன்றுவிட்டு அவரை எது வேண்டுமானாலும் செய்யுங்கள்" என்றார். டெல்லியில் கலவரக்காரர்களிடம் இருந்து எண்ணற்ற இஸ்லாமியர்களைக் காப்பாற்றினார்.

ஆரம்பக் கல்வியை பெரிய அளவில் முன்னெடுப்பதை நேரு செய்யாமல்போனது அவரின் சமதர்மக்கொள்கையின் மிக முக்கியமான பிழை என்று வரலாற்று அறிஞர்கள் கருது கிறார்கள்.

பாகிஸ்தான் பிரதமர் முகமது அலி மீது கூட்டம் பாய்ந்த போது, தனியொருவராகத் தன் ஆளுமையால் அமைதியை நிலைநாட்டினார்.

மக்களவைத் தேர்தலின்போது நாடு முழுக்கப் பிரசாரம் செய்தவர் தன்னுடைய தொகுதியில் வாக்குச் சேகரிக்கப்போகவில்லை. காரணம் கேட்கப்பட்டபோது "என்னுடைய திறந்த புத்தகமான நாற்பது ஆண்டுகாலப் பொது வாழ்க்கையைப் பார்த்து மக்கள் எனக்கு ஓட்டுப் போடட்டும்!" என்றார்.

கட்சியில் இவர் ஆதரித்த வேட்பாளர் தலைவர் தேர்தலில் வெல்ல முடியாமல் போன நிகழ்வு, (தாண்டன் வெற்றி

பெற்றது) இவர் விரும்பிய முதலமைச்சர் வேட்பாளர்கள் சட்டசபை தலைவராகத் தேர்ந்தெடுக்கப்படாமல் போனது (சென்னை மாகாணத்தின் முதல்வராக பிரகாசம் ஆனது) என்று பல சம்பவங்கள் அவரின் ஜனநாயகத்தன்மைக்குச் சாட்சி!

ஜனவரி 1955-ல் காமராஜர் தலைமையில் நடந்த ஆவடி காங்கிரஸ் மாநாட்டில் சோசியலிச (சமதர்ம) பாதையில் தேசத்தின் வளர்ச்சிப் பாதை பயணிக்க வேண்டும் என்று தீர்மானம் நிறைவேற்றப்பட்டது.

1963-ல் காமராஜர் நேருவுடன் இணைந்து மூத்த தலைவர்கள் அரசுப் பதவிகளை துறந்து கட்சிப் பணியில் ஈடுபட வேண்டும் என்கிற 'கே ப்ளானை (K Plan)' கொண்டு வந்தார்.

நேருவின் காலத்தில் வெடித்துக் கிளம்பிய முந்த்ரா ஊழல், கைரோன் என்கிற பஞ்சாப் முதல்வர் மீதான ஊழல் குற்றச்சாட்டுகள் ஆகியவற்றில் விசாரணை நடந்தபோது தலையிடாமல் தவறு செய்தவர்கள் தண்டிக்கப்படுவதற்கு அவர் அனுமதித்தார்.

நேரு பல்வேறு தேசிய மற்றும் சர்வதேச அமைப்புகளால் பதினொரு முறை நோபல் அமைதிப் பரிசுக்கு பரிந்துரைக்கப் பட்டுள்ளார்.

நேரு தன் உதவியாளருடன் நிகழ்த்திய உரையாடலில் இப்படிப் பதிகிறார், "இந்தியாவில் இடதுசாரிகள் என்றைக்கும் ஆட்சிக்கு வரமுடியாது. அவர்களால் ஆபத்து என்பது சரியல்ல. இந்தியாவுக்கான மிகப்பெரிய ஆபத்து வலதுசாரி இந்து மதவாதம்தான்" என்று.

சோசியலிசத்தில் நம்பிக்கை கொண்டவராக நேரு இருந்தாலும் நிலச் சீர்திருத்தங்களை அந்தந்த மாநில அரசுகளே அமல் படுத்தட்டும் என்று ஜனநாயக ரீதியாக நடந்துகொண்டார்.

இந்து பொதுச்சட்டத்தை நிறைவேற்றி அதன்மூலம் பெண்களுக்குச் சொத்துரிமை, விவாகரத்து கோரும் உரிமை, பலதார திருமணத்தடை முதலியவற்றைச் சாதித்து அந்தச் சட்டங்களை இயற்றித் தந்த அம்பேத்கருக்கு அஞ்சலி செலுத்தினார்.

தன்னுடைய மிகப்பெரிய சாதனையாக எது இருக்கும் என்று நேருவிடம் கேட்கப்பட்டபோது, இந்து சட்டங்களைத் திருத்தியது எனவும், தனக்குப் பின்னர் எது அவரின் ஆகச்சிறந்த தாக்கம் என்று கேட்கப்பட்டபோது, ஜனநாயகம் தான் என்றும் நேரு பதில் தந்தார்

4. விடுதலைக்குப் பிந்தைய இந்திய உருவாக்கம்–மொழிகள்:

1948-ம் ஆண்டில் ஜவஹர்லால் நேரு, வல்லபபாய் படேல், பட்டாபி சீதாராமையா ஆகிய மூவரையும் உறுப்பினராகக் கொண்டு காங்கிரஸ் கட்சி அமைத்த 'ஜேவிபி' குழுவின் மொழிவாரி மாகாண உருவாக்கத்தை ஆதரிக்கவில்லை.

பிரிவினையை மதரீதியாக நிகழ்த்தி தேசம் துண்டாடப் பட்டதால் மொழிவாரி மாநிலங்களுக்கு நேரு அனுமதி தர மறுத்தார்.

நேருவின் தாய்மொழி இந்துஸ்தானி. அகில இந்திய வானொலியின் உரைகள் அதிக சம்ஸ்கிருத வார்த்தைகள் கலந்த ஹிந்தியில் மேற்கொள்ளப்பட்டபோது "எனக்கு இந்த

உரைகள் புரியவே இல்லை!" என்று பிரதமராக இருந்த நேரு புலம்பினார்.

சென்னை மாகாணத்திலிருந்து தெலுங்கு பேசும் மக்களுக்கான தனி மாகாணமான ஆந்திரா உருவாக்கப்பட வேண்டுமென்று வலியுறுத்தி, உண்ணாவிரதமிருந்த பொட்டி ஸ்ரீராமுலு 1953-ம் ஆண்டு டிசம்பர் மாதம் உயிர் நீத்தார். பொட்டி ஸ்ரீராமுலுவின் மறைவுக்கு மூன்று தினங்களுக்குப் பின் ஆந்திர மாநிலம் அமைக்கப்படுமென்று இந்தியப் பிரதமர் நேரு அறிவித்தார். 1953-ல் நேருவால் அமைக்கப்பட்ட ஃபசல் அலி தலைமையிலான மாநிலச் சீரமைப்புக் குழு 1955, செப்டம்பர் 30-ல் தன் அறிக்கையை அளித்தது.

இந்தியைத் தேசிய மொழியாக்க முயற்சிகள் நிகழ்ந்த போது, இந்தி பேசாத மாநிலங்களின் அச்சத்தைக் கருத்தில் கொண்டு "நீங்கள் விரும்பும் வரை ஆங்கிலத்தையே பயன்படுத்தலாம்" என்று உறுதிமொழி தந்தார்.

5. அறிஞர்கள் பார்வையில் நேரு

"அரசாங்கம் என்பதை இந்திய மக்களின் வாழ்க்கையை விட்டுப் பிரிக்க முடியாத ஓர் அங்கமாக ஆக்கியதும், இந்தியத் தன்மையை இந்தியர்கள் மீது திணிக்காமல் தேசியத்தை வளர்த்ததும் நேருவின் சாதனைகள்.''

- அரசியல் அறிஞர் சுனில் கில்னானி

"நேரு உருவாக்கித் தந்த நாடாளுமன்ற ஜனநாயகம், அவர் சார்ந்த பிராமண வகுப்பை ஆட்சிக்கட்டிலை விட்டுப் படிப்படியாக நகர்த்திக் கீழ் தட்டில் இருக்கும் ஜாதியினருக்கு அதிகாரத்தை வழங்கும் !"

- வால்டர் கிராக்கர், 1962-ல் இந்தியாவுக்கான ஆஸ்திரேலிய தூதர்.

1950-ல் இந்தூரில் காந்தி ஜெயந்தி விழாவில் பேசிய படேல், "நேருவே நம் தலைவர். காந்தியடிகள் தன் வாரிசாக அவரையே நியமித்தார். பாபுஜியின் மரண சாசனத்தை நிறைவேற்றுவது நம் கடமை. காந்திஜியின் அஹிம்சா படையில் நானும் ஒரு வீரன். நான் விசுவாசமற்றவன் அல்ல" என்றார்.

பெரியாரை 1958-ல் நேரு அவர்கள் விமர்சித்துப் பேசியதை கண்டித்த அண்ணா அப்போதும் தன்னடக்கமாக, "நேரு

கட்டி முடிக்கப்பட்ட கோபுரம்; நான் கொட்டிக்கிடக்கும் செங்கல்" என்றது குறிப்பிடத்தக்கது.

நேரு மறைவின்போது ராஜாஜி இப்படி அஞ்சலி செலுத்தினார், "என்னைவிட 11 ஆண்டு இளையவர். 11 மடங்கு நாட்டுக்கு முக்கியமானவர். மக்களுக்கு என்னைவிட 11,000 மடங்கு பிரியமானவர் நேரு. அவரின் பிரிவால் மிகச்சிறந்த நண்பரை இழந்துவிட்டேன்!"

வாஜ்பாய், மொரார்ஜி தேசாய் அரசில் வெளியுறவுத்துறை அமைச்சர் ஆனதும் அவரின் அறையில் இருந்த நேருவின் படத்தை எடுக்க முயன்றார்கள். "இல்லை! அவரின் படம் அங்கேயே இருக்கட்டும்!" என்றார் வாஜ்பாய்.

"பலதரப்பட்ட சமூகங்களையும் உள்ளடக்கி உரையாடலை நிகழ்த்துவதில் நேருவுக்கு இணையானவர்கள் யாருமில்லை."

- ஜூடித் பிரவுன்

நேருவை ஆதர்சமாக உலகம் முழுக்கப் பல்வேறு தலைவர்கள் கருதுகிறார்கள். நெல்சன் மண்டேலா தன்னுடைய முன்மாதிரி என்று நேருவையே குறிப்பிட்டார். நேருவின் தரிசனம் மற்றும் பார்வையால் கவரப்பட்ட இன்னொரு தலைவர் சோவியத் ரஷ்யாவின் இறுதித் தலைவர் கோர்பசேவ்.

6. அறிவியல், தொழில்நுட்ப வளர்ச்சி

நேருவின் ஆட்சிக் காலத்தில் இந்தியாவின் முதலாவது தேசிய ஆய்வுக்கூடமாகிய தேசிய இயற்பியல் ஆய்வுக் கூடமும், அதைத்தொடர்ந்து மேலும் 17 தேசிய ஆய்வுக் கூடங்களும் ஏற்படுத்தப்பட்டன. 1948 ஆகஸ்டில் ஹோமிஜஹாங்கீர் பாபா தலைமையில் இந்திய அணுசக்தி ஆணையம் நிறுவப்பட்டது.

மாசாசூசெட்ஸ் தொழில்நுட்ப நிறுவனத்தை முன் மாதிரியாகக் கொண்டு 1952-ல் முதல் இந்திய தொழில்நுட்ப நிறுவனம் (ஐ.ஐ.டி.) கோரக்பூரில் தொடங்கப்பட்டது. 1954-ல் இந்திய அணுசக்தித் துறையும், 1956-ல் இந்தியாவில் முதல் அணுசக்தி நிலையமும் (பாம்பே அருகே டிராம்பே என்னுமிடத்தில்) தொடங்கப்பட்டன.

1962-ல் விண்வெளி ஆராய்ச்சிக்கான இந்திய தேசியக் குழு (INCOSPAR) அமைக்கப்பட்டது. 1971-ம் ஆண்டு ஏற்படுத்தப்

பட்ட அறிவியல் தொழில்நுட்பத் துறை, அறிவியல் கொள்கையை வகுக்கும் பொறுப்பை மேற்கொண்டுள்ளது.

வலுவான அறிவியல் மற்றும் கல்வி மையங்கள் நேருவின் காலத்தில் எழுந்தன. விண்வெளி மற்றும் அணுசக்தி துறையில் முன்னேற்றத்துக்கான விதைகள் அவர் காலத்திலே போடப்பட்டன. அயல் நாட்டில் இருந்த இந்திய விஞ்ஞானிகள் பலர் நேருவின் வேண்டுகோளால் இந்தியாவில் சேவை செய்ய வந்து சேர்ந்தார்கள்.

நேரு காலத்தில் கொண்டுவரப்பட்ட முதல் ஐந்தாண்டுத் திட்டத்தில் வேளாண்மைக்கு முக்கியத்துவம் அளிக்கப்பட்ட தோடு பெரும் அணைத் திட்டங்களும் கொண்டுவரப்பட்டன.

ஹிஜ்லி கைது முகாமை அதாவது, ஆங்கிலேயர்கள் விடுதலைப் போராட்ட வீரர்களை சித்ரவதைக்குள்ளாக்கும்/ செய்யும் முகாமாக இருந்த இடத்தில் புதிய எழுச்சியின் அடையாளமாக ஐ.ஐ.டி.கோரக்பூரை நேரு உருவாக்கினார்.

16-3-1952 அன்று மாநில முதல்வர்களுக்கு எழுதிய கடிதத்தில் 'சி.ஆர்.தாஸ் ரயில் இன்ஜின் தொழிற்சாலை, தாமோதர் பள்ளத்தாக்கு, சிந்திரி உரத் தொழிற்சாலை, ஐ.ஐ.டி. கோரக்பூர் ஆகிய பகுதிகளுக்குச் சென்றுவந்த பயணம் எழுச்சி தருவதாகவும், மகிழ்ச்சி ஊட்டுவதாகவும் உள்ளது. நாம் கனவு காணும் இந்தியாவின் அடையாளமாக புதிய கட்டமைப்புகள், நகரங்ககள் எழுந்து வருகின்றன' என்று குறிப்பிட்டார்.

இரண்டாவது ஐந்தாண்டுத் திட்டத்தில் இந்தியாவில் பல கனரகத் தொழிற்சாலைகள் தொடங்கப்பட்டன. தமிழ்நாட்டைப் பொறுத்தவரை, பெரம்பூர் ரயில் பெட்டி தொழிற்சாலை, ஆவடி டாங்கி தொழிற்சாலை, திருச்சி பாய்லர் தொழிற்சாலை முதலிய பெரிய தொழிற்சாலைகள் நேரு ஆட்சிக் காலத்தில் உருவானவை.

சுதந்திர இந்தியாவில் 1947-1964-ம் ஆண்டு வரை பிரதமராகப் பணியாற்றினார். இந்தியாவில் திட்டக் குழுவை (Planning Commission of India தற்போது NITI AAYOG) உருவாக்கினார். முதல் ஐந்தாண்டு திட்டம் 1951-ம் ஆண்டு கொண்டுவரப்பட்டது. நேரு கலப்பு பொருளாதார முறை (Mixed Economy)யைக் கொண்டுவந்தார்.

இந்தியாவை நிலச்சீர்திருத்தம், குடிசைத் தொழில்களை ஊக்குவித்தல், நீர் மின்சாரம், அணுசக்தி ஆற்றல் எனப் பல துறைகளில் முன்னேற்றினார்.

அனைத்து இந்திய மருத்துவ அறிவியல் கழகம் (AIIMS), இந்திய தொழில்நுட்பக் கழகம் (IIT), இந்திய மேலாண்மைக் கழகம் (IIM), தேசிய தொழில்நுட்பக் கழகம் (NIT) போன்ற உயர்கல்வி நிறுவனங்கள் நேருவின் ஆட்சிக் காலத்தில் தொடங்கப்பட்டவை.

7. வெளியுறவுக் கொள்கை

நேரு 'இந்திய வெளியுறவுக் கொள்கையின் சிற்பி' எனப் போற்றப்படுகிறார். இந்திய - சீன உறவைப் பேணுவதற்காகவும், அண்டை நாடுகளோடு நட்புறவை நிலைநிறுத்துவதற்காகவும் 1955-ம் ஆண்டு நடைபெற்ற பான்டுங் மாநாட்டில் நேரு பஞ்சசீலக் கொள்கையை வெளியிட்டார்.

நாடுகள் ஒன்றுக்கொன்று பிரதேச ஒருமைப்பாட்டையும், இறையாண்மையையும் மதித்தல், ஆக்கிரமிப்பைத் தவிர்த்தல், பிற நாட்டின் உள் விவகாரங்களில் தலையிடாமல் இருத்தல், சமத்துவம், பரஸ்பர உதவி மற்றும் சமாதான சகவாழ்வு ஆகியவையே பஞ்சசீலக் கொள்கைகளாகும்.

அமெரிக்கா மற்றும் ரஷ்யா இடையே இரண்டாம் உலகப் போருக்குப் பின் பனிப்போர் நிலவிய நிலையில் நேரு இரு நாடுகளோடும் சேராமல் மூன்றாம் உலக நாடுகள் தனி அமைப்பாகச் செயல்படுவதற்காக எகிப்து அதிபர்

நாசர் மற்றும் யூகோஸ்லோவாகியா மார்ஷல் டிட்டோ ஆகியோரோடு சேர்ந்து 1961-ம் ஆண்டு பெல்கிரேடு நகரில் அணிசேரா இயக்கத்தைத் *(Non-alignment Movement)* தொடங்கினார்.

முன்னாள் பிரிட்டிஷ் குடியேற்ற நாடுகளைக்கொண்ட காமன்வெல்த் அமைப்பில் இந்தியா தொடர்வதற்கு நேரு வழிவகை செய்தார். ஐ.நா.வோடு நட்புறவைப் பேணி கொரியா, இந்தோ சீனா, சூயஸ் கால்வாய், காங்கோ போன்ற நாடுகளில் செயல்பட்ட ஐ.நா. பாதுகாப்புப் படைக்கு இந்தியாவிலிருந்து படை வீரர்களை நேரு அனுப்பி வைத்தார்.

சூயஸ் கால்வாயை பிரிட்டன், பிரான்ஸ் படைகள் இஸ்ரேலோடு இணைந்து ஆக்ரமித்தபோது அதைக் கடுமையாகக் கண்டித்து அப்பகுதி எகிப்துக்குப் போவதை உறுதி செய்வதில் முக்கியப் பங்காற்றினார்.

கொரியப் போரின்போது அமைதியைக் கொண்டு வருவதில் முக்கியப் பங்காற்றினார். திம்மையா என்கிற இந்தியத் தளபதியை தலைவராகக்கொண்டு போர்க் கைதிகளை இரு பக்கமும் ஒப்படைக்கும் குழுவின் தலைமைப் பொறுப்பு இந்தியா வசம் ஒப்படைக்கப்பட்டது.

ஹங்கேரியை சோவியத் ரஷ்யா தாக்கி ஆட்சியைப் பிடித்துக்கொண்டபோது, நேரு அந்நாட்டை விமர்சிக்க காலம் தாழ்த்தியதை அமெரிக்கா, இங்கிலாந்து முதலிய நாடுகள் கடுமையாக விமர்சித்தன.

காலனிய ஆதிக்கத்தில் இருந்த ஆப்பிரிக்க மற்றும் ஆசிய நாடுகள் விடுபடத் தொடர்ந்து பாடுபட்டவர். இரண்டு ஆசிய-ஆப்பிரிக்கக் கூட்டத்தை இதற்காகக் கூட்டினார். ரகசிய உதவிகளையும் விடுதலைக்குப் போராடுகிற குழுக் களுக்கு வழங்கினார்.

சீன மக்கள் குடியரசை அமெரிக்கா அங்கீகரிக்க மறுத்ததால் நேரு ஐ.நா. பாதுகாப்பு சபையின் நிரந்தர

உறுப்பினர் பதவியை ஏற்க மறுத்து நேரு பெருந்தவறு செய்தார் என்று சசி தரூர் தன்னுடைய 'NEHRU- THE INVENTION OF INDIA' நூலில் பதிவு செய்கிறார்.

1959-ல் திபெத் மீது சீனா படை எடுத்து, அந்த நாட்டை சீனாவுடன் இணைத்துக்கொண்டது. திபெத் அதிபராகவும், புத்த மதத் தலைவராகவும் இருந்த தலாய்லாமா அங்கிருந்து தப்பி ஒன்பது ஆயிரம் பேர்களுடன் இந்தியாவுக்கு ஓடி வந்தார். அவருக்கு இந்தியா அடைக்கலம் கொடுத்தது.

தலாய் லாமாவைத் தங்களிடம் ஒப்படைக்கும்படி சீனா விடுத்த கோரிக்கையை நேரு ஏற்க மறுத்தது, மக்மோகன் எல்லையையே இந்திய-சீன எல்லையாகக் கருதிய நேருவின் போக்கு ஆகியவற்றால் இந்தியா மீது 1962, செப்டம்பர் 19-ம் நாள் இந்தியாவின் வடகிழக்கு எல்லைப் பகுதியிலும் (நேபா), லடாக் (காஷ்மீர்) பகுதியிலும் சீனப் படைகள் தாக்குதல் நடத்தின. இரண்டு முனைகளிலும் கடும் போர் நடந்து இந்தியா பின்வாங்க நேரிட்டது.

இந்திய-சீன எல்லையான, 'மக்மோகன் கோடு' ஆங்கிலேய ஏகாதிபத்தியதால் திணிக்கப்பட்ட ஒன்று அதை ஏற்க முடியாது என்று சொல்லி, சீனா மேற்கில் இருக்கும் பகுதிகளை தாங்களும், NEFA பகுதிகளை இந்தியாவும் வைத்துக்கொள்ளலாம் என்று சமாதானம் பேசியது. ஆனால், அதைச் சொல்லி இந்தியாவில் அனுமதி பெறுவது நேருவுக்கு சாத்தியமில்லாமல் போனது.

திம்மையா என்கிற திறன் வாய்ந்த ராணுவத் தளபதியின் அறிவுரையை சட்டை செய்யாமல் தன்னுடைய நண்பரான ராணுவ அமைச்சர் கிருஷ்ண மேனனை நம்பி சீனா ஆக்கிரமித்த பகுதிகளை மீட்க முன்னகரும் கொள்கையை (FORWARD POLICY) அமல்படுத்தி நேரு சரிவைச் சந்தித்தார்.

சீனா உடனான போரில் இந்தியா தோல்வி அடைந்ததை அடுத்து நாடாளுமன்றத்தில் எதிர்க்கட்சிகள் நேரு மீது முதன்முதலாக நம்பிக்கை இல்லாத் தீர்மானம் கொண்டு வந்தன. ஆனால், தீர்மானம் தோல்வி அடைந்தது.

சீனாவைப் பற்றி அவரின் 'உலக வரலாற்றுத் துளிகள் (Glimpses of World History)' நூலில் நூற்றுக்கும் மேற்பட்ட குறிப்புகள் காணப்படுகின்றன. அந்த தேசம் திடீர் தாக்குதல் தொடுத்து எல்லைச் சிக்கலை தீர்க்கப் பார்த்தது நேருவைப்

பேரதிர்ச்சிக்கு உள்ளாக்கியது. இதனால் ஐந்து மாதங்களில் மூன்று முறை பக்கவாதத்துக்கு உள்ளாகி இறுதி நாட்களை நோக்கி நகர்ந்தார்.

8. சொந்த வாழ்க்கை

குதிரை ஏற்றப் பயிற்சி, நீச்சல் பயிற்சி ஆகியவற்றில் ஈடுபாடுகொண்டவர். ஐரோப்பாவில் பனிச்சறுக்கு விளையாட்டில் பங்கு பெற்றுள்ளார்.

விதிகளை எல்லாரும் பின்பற்ற வேண்டும் என்பதில் குறியாக இருப்பார். பிரிவினைக்குப் பிந்தைய காலத்தில் உணவுப் பொருள்கள் ரேஷனில் வழங்கப்பட்டபோது பிரதமராக இருந்தாலும் வரிசையில் நின்று அதை வாங்கும் வழக்கம் கொண்டவர்.

நேருவின் கண்டுணர்ந்த இந்தியா நூலில் விவரிக்கப் பட்டவற்றை தொலைக்காட்சி தொடராக பாரத் ஏக் கோஜ் என்று ஷ்யாம் பெனகல் தூர்தர்ஷனுக்காக இயக்கினார்.

விடுதலைக்குப் பின்னர் இரண்டு மாடி குடியிருப்பில் தங்கியிருந்தபோது தானே தனக்கான உணவை சமைத்துக் கொள்ளும் பழக்கம் உள்ளவர்.

சிரசாசனம் செய்வார். இயற்கையின் மீது ஆர்வம் கொண்டவர். பல்வேறு வகையான மலர்ச் செடிகளைத் தோட்டத்தில் வளர்த்தவர்.

படிக்கட்டுகளை இரண்டு இரண்டு படிகளாக தாவிக் கடப்பதில் நேருவுக்கு ஆர்வம் என்று அவரின் உறவினர் நயன்தாரா சகல் குறிப்பிடுகின்றார்.

குழந்தைகள் மீது அளவற்ற அன்புகொண்டவர். உலகப் போர் சமயத்தில் பெரும்பாலான விலங்குகளை இழந்த யூனோ விலங்கியல் பூங்காவுக்கு ஜப்பான் குழந்தைகளை மகிழ்விப்பதற்காக ஒரு யானைக் குட்டியைப் பரிசாக அளித்தார்.

மனம் நெகிழ்ந்து கலைஞர்களைப் பாராட்டுவர். எம்.எஸ்.சுப்புலட்சுமியின் பாடல்களைக் கேட்டுவிட்டு, “நான் யார் சாதாரண பிரதமர். அவரோ இசைக்குயில் அல்லவா?” என்று பாராட்டினார்.

‘கே ப்ளான்’ இந்திராவை நேருவுக்குப் பின் பதவிக்கு கொண்டுவர மேற்கொள்ளப்பட்ட திட்டம் என்பது ஷ்யாம்

பிரசாத் முகர்ஜி, லால் பகதூர் சாஸ்திரி ஆகியோரின் கருத்தாகும்.

நேரு நாடாளுமன்றத்துக்குள் துள்ளலோடுதான் நுழைவார். எம்.பி.க்களைத் தட்டிக் கொடுத்ததும், செல்லமாகச் சிலரைக் கிள்ளியும், உற்சாகப்படுத்தியும் அவை நடவடிக்கைகளில் கலந்துகொள்வார்.

மதம் என்ற வார்த்தையே அச்சத்துக்கு உரியது எனக் கருதிய நேரு "சாதாரண மனிதன் மீது நான் நம்பிக்கை வைத்திருக்கிறேன். அதுவே என் மதம்'' என்றார். 'பொறுப்புடன் நடந்துகொண்டு சிறுபான்மைச் சமூகத்தின் நம்பிக்கையைப் பெரும்பான்மைச் சமூகம் பெறவேண்டும்' என்று கருதினார்.

நாத்திகராகவும் இல்லாமல், ஆத்திகராகவும் இல்லாமல் கடவுள் நம்பிக்கையில் நடுநிலையாக AGNOSTIC-ஆக திகழ்ந்தவர் நேரு.

ஓயாத பதினெட்டு மணி நேரப் பணிகளுக்குப் பின்னர்க் கிடைக்கும் ஆறு மணி நேர தூக்கத்தில் ஓரிரு மணி நேரத்தை புத்தகங்கள் வாசிப்பதில் செலவிடுகிற வாசிப்பு வெறி நேருவிடம் இருந்தது.

நேரு தன்னுடைய மரணத்தை முன்னரே சரியாகக் கணித்தார். "என்னுடைய முன்னோர்களின் பிறந்த நாள் மற்றும் இறந்த நாள்களைக் கொண்டு சராசரி எடுத்துப் பார்த்தால் 74 ஆண்டுகள், 6 மாதங்கள், 13 நாட்களே வருகிறது. அதற்கு மேல் நானும் உயிரோடு இருக்க மாட்டேன் என்று எண்ணுகிறேன்" என்றார். அதுவே நடந்தது.

நேரு மது அருந்த மாட்டார், இந்தியத் தூதுவர்களுக்கான கூட்டத்தில் ஒயினை அனுமதித்தாலும் இந்தியர்கள் அருந்த வேண்டாம் என்று கேட்டுக்கொண்டார். பிரதமரின் விருந்து களில் மதுபானங்கள் பரிமாறப்பட்டதே இல்லை.

சிகரெட் அதிகமாக பிடிக்கும் பழக்கமிருந்தது. படிப்படியாக குறைத்துக்கொண்டார். அவருக்குப் பிடித்த பிராண்ட் 'State Express 555' என்பதைக்கூட ஒரு பத்திரிக்கையாளர் பதிவு செய்திருக்கிறார்.

நேருவின் மூத்த சகோதரி விஜயலட்சுமி பண்டிட் அவர்கள், ஐ.நா.பொதுச் சபையின் முதல் பெண் தலைவராகப் பொறுப்

பேற்றவர். நேருவின் இளைய சகோதரி கிருஷ்ணா ஹீத்தீ சிங், பிரபல எழுத்தாளர், நேருவைப் பற்றிப் பல புத்தகங்கள் எழுதியுள்ளார்.

1947-ல் வடமேற்கு மாகாணங்களில் ஒரு முறையும், மஹா ராஷ்ட்ராவில் 1951, 1956, 1961 ஆகிய மூன்று வருடங்களிலும் நேரு மீது கொலை முயற்சி நடைபெற்றுள்ளது,

நேரு மக்களோடு கலந்துவிடுவதில் எல்லையற்ற விருப்பம் கொண்டிருந்தார். அடிக்கடி பாதுகாப்பை மீறி மக்களுக்கு நடுவே புகுந்துவிடுவார். அவர் செல்கிறபோது ட்ராபிக்-ஐ நிறுத்துகிற வழக்கம் கிடையவே கிடையாது.

1964, ஜனவரி 10-ம் நாள் புவனேஸ்வரத்தில் (ஒடிசா) அகில இந்திய காங்கிரஸ் மாநாடு நடந்தது. அதில் கலந்து கொண்ட நேருவுக்கு உடல் நலக்குறைவு ஏற்பட்டது. மே 27-ம் நாள் பிற்பகல் இரண்டு மணிக்கு காலமானார். நேரு மறைவுக்குப் பின் குல்சாரி லால் நந்தா தற்காலிகப் பிரதமராக பதவியேற்றார்.

9. நேரு எழுதிய நூல்கள்!

விடுதலையை நோக்கி (Towards Freedom): தன்னுடைய முன்னோர்கள் எப்படி காஷ்மீரில் இருந்து வெளியேறி அலகாபாத் வந்தார்கள் என்பதில் தொடங்கி உப்புச் சத்தியாகிரகத்தில் ஈடுபட்டுத் தான் சிறை செல்ல நேர்ந்ததற்கான காரணங்கள் வரை 'விடுதலையை நோக்கி' நூலில் விவரித்து உள்ளார். வெளிவந்த முதல் வருடத்திலேயே ஒன்பது பதிப்புகள் கண்டது நூல். நூலை 'இப்போது உயிருடன் இல்லாத கமலாவுக்கு' என்று அர்ப்பணம் செய்திருந்தார்.

கண்டுணர்ந்த இந்தியா (Discovery of India): அகமது நகர் சிறையில், வெள்ளையனே வெளியேறு இயக்கத்தில் ஈடுபட்டதால் சிறையில் அடைக்கப்பட்ட காலத்தில் இந்தியாவுக்கென்று சிறப்பான வரலாறோ, பண்பாட்டுத் தொடர்ச்சியோ இல்லை என்கிற ஆங்கிலேய வரலாற்று ஆசிரியர்களின் வாதத்தைப் பொய்யாக்கும் வகையில், இந்தியாவின் நெடிய பண்பாட்டைச் சிந்து சமவெளி நாகரிகம் தொடங்கி, அசோகர், அக்பர் என்று பலரைப் பற்றியும் கடிதங்களின் மூலம் தன்னுடைய மகள் இந்திராவுக்கு அறிவு புகட்டினார் நேரு.

உலக வரலாற்றுத் துளிகள் (Glimpses of World History): *1930-1933 காலத்தில் வெவ்வேறு சிறைகளில் கழித்தபோது 196 கடிதங்களில் உலக வரலாறு, கலாசாரங்கள் பற்றி இந்திராவுக்கு எழுதியவற்றின் தொகுப்பு. கிரேக்கம், சீனம், அரேபியா என்று பல்வேறு நாகரிகங்கள் பற்றியும், போர்கள், புரட்சிகள் என்று விரிவாக பேசிய இந்நூல் ஆயிரம் பக்கங் களுக்கு மேற்பட்ட பொக்கிஷம்.*

தேசத்துக்கான கடிதங்கள்: *நேரு தன்னுடைய முதலமைச்சர்களுக்கு 1947-1963 வரை எழுதிய கடிதங்கள் (Letters for a Nation: From Jawaharlal Nehru to His Chief Ministers 1947-1963): நேரு தன் காலத்தில் மாநிலத்தின் முதல்வர்களாக இருந்தவர்களுக்கு எப்படியெல்லாம் மக்களின் நலனில் அக்கறை கொண்டு செயலாற்ற வேண்டும் என்று வழிகாட்டிய கடிதங்களின் தொகுப்பு.*

10. நேருவைப் பற்றிய நூல்கள்

நேரு-வாழ்க்கை வரலாறு (Jawaharlal Nehru: A Biography): *சர்வபள்ளி கோபால் எழுதிய மூன்று தொகுதி நூல். முதல் தொகுதி விடுதலை வரையான அவரின் வாழ்க்கையையும், அடுத்த நூல் அவரின் முதல் ஒன்பது ஆண்டுகால ஆட்சியையும், இறுதித் தொகுப்பு இறுதி எட்டு ஆண்டுகள் பற்றியும் விவரிக்கிறது.*

நேரு- ஒரு சமகாலத்தவரின் மதிப்பீடு (Nehru: A Contemporary's Estimate): *வால்டர் கிராக்கர்: நேருவை அவரின் அருகில் இருந்து பார்த்த ஆஸ்திரேலிய தூதுவரின் மதிப்பீடு. நேருவுக்குப் பின்னும் இந்தியா அவர் கொண்டுவந்த ஜனநாயகத்தால் நீடித்திருக்கும் என்பதில் தொடங்கி அவரின் நேருவின் அயல்நாட்டுக் கொள்கைகள் பற்றிய ஆழமான பார்வை கொண்ட நூல்.*

நவீன இந்தியாவின் போரும் - அமைதியும் (WAR AND PEACE IN MODERN INDIA) *- ஸ்ரீநாத் ராகவன்: நேரு ஆட்சிக் காலத்தில் முக்கியமான போர்களை, சிக்கலான எல்லைத் தகராறுகளை எப்படி நேரு எதிர்கொண்டார் என்பதைப் பல புதிய தரவுகளோடு விளக்கும் நூல்.*

NEHRU PROFILES IN POWER- (ஜூடித் பிரவுன்): சர்வபள்ளி கோபால் அவர்களுக்குக் கிடைக்காத நேரு குடும்பத்தினரிடம்

இருந்த ஆவணங்களைக்கொண்டு எழுதப்பட்ட விரிவான நூல் இது.

Nehru for Children- சலபதி ராவ்: தேசியப் புத்தக அறக்கட்டளை வெளியிட்டுள்ள இந்தப் புத்தகத்தில் குழந்தைகளுக்கு நேருவின் வாழ்க்கை புரியும் வகையில் சொல்லப்பட்டுள்ளது.

Edwina and Nehru: A Novel- எட்வினா மவுண்ட் பேட்டன் மற்றும் நேரு ஆகியோரிடையே இருந்த உறவைப் பற்றி பேசும் கேத்தரீன் க்ளமன்ட்டின் நூல்.

Nehru: The Making of India - எம்.ஜே.அக்பர்: நேருவின் வண்ணமயமான வாழ்க்கையை எளிமையான நடையில் மனதில் பதிகின்ற நூல். காஷ்மீர் சிக்கல் பற்றிய நேருவின் அணுகுமுறையின் நியாயத்தை முன்வைக்கும் பகுதிகள் குறிப்பிடத்தக்கவை.

The Nehrus-பி.ஆர்.நந்தா: ஜவகர்லால் நேரு மற்றும் அவரின் தந்தை மோதிலால் நேரு ஆகியோரின் உறவு மற்றும் வாழ்க்கையை விறுவிறுப்பாகப் பதிவு செய்யும் முக்கியமான நூல்.

Nehru and Bose- Parallel Lives - ருத்ராங்கஸு முகர்ஜி: நேரு, நேதாஜி ஆகியோரிடையே இருந்த உறவு எத்தகையது. சோசியலிசம் என்பதை விரும்பிய இருவரும் ஒத்துப்போன, முரண்பட்ட, பிரிந்த கதையை விரிவாகப் பேசும் நூல்.

Jawaharlal Nehru: Civilizing a Savage World - நயன்தாரா சகல்: நேருவின் நெருங்கிய உறவினரான ஆசிரியர், அண்டை நாடுகளோடு நேரு கொண்டிருந்த உறவு, அவரின் அணிசேராக் கொள்கையின் முக்கியத்துவம், தனித்துவம் என்று தெரியாத பல புதிய தகவல்களோடு இணைத்துப் பேசும் நூல்.

- விகடன் இயர்புக், *2015*

(பின் குறிப்பு: 2014-ம் ஆண்டு டிசம்பர் மாதத்தில் பல நாட்கள் இரவு நடுநிசி வரை விகடன் அலுவலகத்தில் விகடன் இயர்புக் தயாராகி வந்தது. அதில் பங்களிப்பு செய்த தம்பி பூ.கொ.சரவணன் தற்போது இந்திய வருவாய் பணி அதிகாரியாக இருப்பது மகிழ்ச்சிக்குரிய செய்தி.)

42

சிலப்பதிகாரச் சிறப்புகள்-1

(சிலம்புச் செல்வேள் என்ற புனை பெயரில் விகடன் இயர் புக் 2016-ல் எழுதிய கட்டுரை)

தமிழில் தோன்றிய முதல் காப்பியம். மூத்த காப்பியம்; முத்தமிழ்க் காப்பியம் சிலப்பதிகாரம். மணிமேகலையுடன் சேர்த்து இரட்டைக் காப்பியம் என்று அழைக்கப்படுகிறது. ஐம்பெரும் காப்பியங்களுள் காலத்தால், கருத்தால், கவிதைத் திறத்தால் மேம்பட்டுத் திகழும் தலையாய தமிழ்க் காப்பியம். சிலப்பதிகாரத்தை 'வரலாற்றுக் காப்பியம்' 'தமிழர் பண்பாட்டுக் களஞ்சியம்' 'மூவேந்தர் காப்பியம்' 'தமிழ் தேசியக் காப்பியம்' 'மூன்று நகரங்களின் கதை' *(Tale of three cities)* என்று பலவாறு போற்றி மகிழ்வர். சிலப்பதிகாரத்தைக் 'குடிமக்கள் காப்பியம்' என்று குறிப்பிட்டு அதற்கான காரணத்தை விளக்கினார் தமிழறிஞர் தெ.பொ.மீ. முனைவர் தமிழண்ணல் சிலப்பதிகாரத்தை 'எதிரன் இல்லாக் காப்பியம்' *(An EPIC Without a villain)* என்று குறிப்பிடுகிறார்.

சிலப்பதிகாரம் தோன்றிய காலம் எது என்று வரையறுப்பதில் அறிஞர்களிடையே பெருத்த கருத்து வேறுபாடு நிலவுகிறது. சிலம்பின் மீது செவ்வியல் பார்வை செலுத்தும் தமிழ்ப் பண்பாட்டு ஆர்வலர்கள் அதன் காலம் இரண்டாம் நூற்றாண்டு என்ற கருத்தையும் சிலம்பின் காலத்தை வரலாற்றுக் கண்கொண்டு உற்றுநோக்கும் வேறு சிலர், சிலம்பின் காலம் ஐந்தாம் நூற்றாண்டு என்ற கருத்தையும் சார்ந்து நிற்கின்றனர்.

சிலப்பதிகாரத்தில் சங்கம் மருவிய காலத்துப் பண்பாட்டு மாற்றங்கள் தெளிவாகப் பதிவாகி உள்ளதால் அது சங்கம் மருவிய காலத்தில் தோன்றிய நூல் என்பது தெளிவு. பொதுவாக சங்கம் மருவிய காலம் என்பது கி.பி. மூன்றாம் நூற்றாண்டு முதல் கி.பி. ஆறாம் நூற்றாண்டு வரை என்று கூறப்படுவதால், சிலம்பு இரண்டாம் நூற்றாண்டின் பிற்பகுதியில் அல்லது ஐந்தாம் நூற்றாண்டின் முற்பகுதியில் தோன்றியிருக்கலாம் என்பர்.

– விகடன் இயர்புக், 2016

43

சிலப்பதிகாரச் சிறப்புகள்-2

சேரன் செங்குட்டுவன் கண்ணகிக்குச் சிலை எடுத்த செய்தி சிலம்பின் மூன்றாம் காண்டமான வஞ்சிக் காண்டத்தில் வருகிறது. அந்த விழாவில் இலங்கை வேந்தன் இரண்டாம் கயவாகு கலந்துகொண்டதாக இடம்பெறும் செய்தியும், சிலம்பில் ஓரிடத்தில் சேரன் செங்குட்டுவனின் நட்பரசாக ஆந்திரத்தை ஆண்ட சாதவாகன மன்னர் சதகர்ணி 'நூற்றுவர் கன்னர்' என்ற பெயரில் குறிப்பிடப்படும் செய்தியும் சிலம்பின் காலம் இரண்டாம் நூற்றாண்டு என்று எண்ண இடம் தருகின்றன.

இளங்கோவடிகள் சேரன் செங்குட்டுவனின் தம்பி என்ற கருத்தையும் சேரன் செங்குட்டுவன் மலைவளம் காணச் சென்றபோது மலைவாழ் மக்கள் கண்ணகி தன் கணவனுடன் வானுலகு சென்றதாகக் கூறவும், அந்தச் சமயம் அங்கிருந்த தண்டமிழ் ஆசான் சாத்தனார் கண்ணகியின் முழுக் கதையையும் சேரன் செங்குட்டுவனுக்குக்

கூறினார் என்ற கருத்தையும் சிலப்பதிகாரப் பதிகம் வழி அறிகிறோம். கண்ணகி கதையைச் சாத்தனார் கூறக்கேட்ட இளங்கோவடிகள் இது 'முடிகெழு வேந்தர் மூவர்க்கும் உரியது' என்று கூறினார் எனவும், உடனே சாத்தனார் 'அடிகள் நீரே அருளுக' என்று கூற இளங்கோ சிலம்பைப் பாடினார் எனவும் பதிகம் மேலும் தெரிவிக்கிறது. ஆனால் சிலம்பின் பதிகம் இளங்கோவடிகள் இயற்றியது அல்ல, பிற்காலத்தில் ஒருவரால் எழுதிச் சேர்க்கப்பட்டது என்று கூறுவர். சிலம்புச் செல்வர் ம.பொ.சியும் அதே கருத்தையே விளக்குகிறார்.

டி.என்.சாமிக்கண்ணு பிள்ளை என்பவர், சிலம்பில் இடம்பெறும் சோதிடக் குறிப்புகளின் அடிப்படையில் ஆய்வு செய்து, கண்ணகி மதுரையை எரித்த நாள் 'எது' என்று துல்லியமாகத் தெரிவிக்கிறார். இவர் கருத்தின் வலிவு மெலிவுகளை தமிழ்நாட்டு வரலாறு மக்களும் பண்பாடும் என்ற நூலில் வரலாற்று அறிஞர் கே.கே.பிள்ளை விரிவாக ஆராய்ந்துள்ளார்.

சிலப்பதிகாரம் தமிழ்நாட்டு மக்களின் வாழ்வில் ஏற்படுத்திய மூன்று பண்பாட்டுத் தாக்கங்களை இன்றளவும் காணலாம் என்பார் தமிழறிஞர் மு.வரதராசனார். தீ மிதித்தல், பெண்கள் கால்களில் தங்க நகை அணிவதைத் தவிர்த்தல், ஆடி வெள்ளியை புனிதமான நாளாகப் போற்றுதல் ஆகிய மூன்றுமே அந்தப் பண்பாட்டுத் தாக்கங்கள்.

சிலப்பதிகாரத்தை 'வரலாற்றுக் காப்பியம்' என்று அழைப்பது சரியா? என்று சிலர் வினா எழுப்புவர். சேரர்களின் வரலாற்றைக் கூறும், சங்க இலக்கியங்களுள் முக்கியமான பதிற்றுப் பத்தில் ஐந்தாம் பத்து, கடல் பிறகோட்டிய செங்குட்டுவன் என்னும் மன்னனின் வெற்றிகளை விவரிக்கிறது. ஆனால், அதில் சிலம்பில் கூறப்படும் செங்குட்டுவனின் இமய வெற்றியோ, இமயத்தில் இருந்து வடநாட்டு மன்னர்களான கனக - விசயர் தலைகளில் இமயக் கற்களைச் சுமக்கச் செய்து, தமிழகத்துக்குக் கொணர்ந்து கண்ணகிக்குக் கோயில் சமைத்த செய்தியோ இடம்பெறவில்லை. இதைப்பற்றி ஆய்வு செய்பவர்கள் பதிற்றுப்பத்தில் இடம்பெறும் கடல் பிறகோட்டிய செங்குட்டுவனும் சிலம்பில் இடம்பெறும் சேரன் செங்குட்டுவனும் வேறு வேறு மன்னர்கள் என்பர்.

சேரன் செங்குட்டுவனின் படையெடுப்பு பதிற்றுப்பத்து பாடப்பட்ட காலத்துக்குப் பிந்தைய காலத்தில் நிகழ்ந்ததால், அந்தப் படையெடுப்பு பற்றிய விவரங்கள் பதிற்றுப்பத்தில் பதிவாகவில்லை என்று கூறுவோரும் உண்டு.

- விகடன் இயர்புக், 2016

44

சிலப்பதிகாரச் சிறப்புகள்-3

தொ.மு.சி.ரகுநாதன்

சாமி சிதம்பரனார்

சிலப்பதிகார காப்பியத்தின் கதை நிகழ்ந்த கதையே அன்று; முற்றிலும் புனைவுக் கதையே என்று கருதுவோர், சிலப்பதிகார ஆசிரியர் நற்றிணையில் இடம்பெற்ற திருமா உண்ணி கதை, சங்க கால மன்னன் பேகன் (மயிலுக்குப் போர்வை கொடுத்தவன், கடை ஏழு வள்ளல்களில் ஒருவன்) தன் மனைவி கண்ணகியைப் பிரிந்து பரத்தை ஒருத்தி உடன் வாழ்ந்த கதை ஆகியவற்றை அடியொற்றி புனைவாகப் பாடியதே சிலப்பதிகாரம் என்பார். இந்தக் கருத்துகளையும் ம.பொ.சி 'சிலப்பதிகாரத் திறனாய்வு' என்ற நூலில் விரிவாக ஆராய்ந்து உள்ளார்.

ஐந்தாம் நூற்றாண்டைச் சேர்ந்த ஒரு தமிழ்ப் புலவர், சிலப்பதிகாரக் கதை நிகழ்ந்ததாகக் கூறப்படும் இரண்டாம் நூற்றாண்டில் தானும் வாழ்ந்ததாக புனைந்து பாடியிருக்கிறார் என்ற

கருத்தை ஒட்டிச் சிலப்பதி காரத்தை 'வரலாற்றுப் புரட்டு' என்கிறார் நீலகண்ட சாஸ்திரி. ஆனால் தமிழ்ச் சமூக வரலாற்றைக் கண்கொண்டு நோக்கும்போது சிலம்பு பழந்தமிழகத்தின் சமூக, சமய, பண்பாட்டு, வரலாற்றுப் பின்புலங்களை விரிவாகப் பதிவு செய்திருப்பதால் அதை 'வரலாற்றுத் திரட்டு' என்று அழைப்பது பொருத்தமாக இருக்கும் என்று தோன்றுகிறது. சிலம்பு அரசியல் வரலாறா

என்பதில்தான் மிகுந்த கருத்து வேறுபாடுகள் நிலவுகின்றன. அது சமூக, சமய, பண்பாட்டு வரலாறாக பரிணமிப்பதைப் பலரும் ஏற்றுக்கொள்ளவே செய்கின்றனர்.

சாமி சிதம்பரனார் எழுதிய 'சிலப்பதிகாரத் தமிழகம்' என்னும் நூல், சிலம்பின் பண்பாட்டுச் சிறப்புகளைத் தெளிவாக உணர்ந்துகொள்ளப் பயன்படும் அரிய நூல் ஆகும். தொ.மு.சி.ரகுநாதன் எழுதிய 'இளங்கோவடிகள் யார்?' என்ற நூல் சிலப்பதிகார ஆசிரியர் யார் என்ற கருத்தை ஆராயும் சுவையான, விறுவிறுப்பான நூல் என்று இலக்கிய ஆர்வலர்கள் சொல்வார்கள்.

சிலப்பதிகாரத்தின் இலக்கிய நயங்களையும் அதைத் தமிழறிஞர்கள் ஆராய்ந்துள்ள விதத்தையும் கோடிட்டுக் காட்டுவது எனில் அதற்கு தனியே ஒரு கட்டுரை எழுத வேண்டும்.

சிலப்பதிகாரத்தின் காலம், கருத்துகள் பற்றிய சின்ன அறிமுகக் கட்டுரையாக இதை நிறைவு செய்வதோடு தமிழர் பண்பாட்டுக் களஞ்சியமான சிலப்பதிகாரத்தை ஆழ்ந்து கற்று, ஆராய்ந்து காலத்துக்கு ஏற்ற கருத்துகளுடன் அதை அடுத்த தலைமுறைக்கு எடுத்துச் சொல்லும் சிலம்புச் செல்வர்கள் பலர் எதிர்காலத்திலும் தோன்றட்டும் என்று வாழ்த்துவோம்.

- விகடன் இயர்புக், 2016

45

எங்கேயும் எப்போதும் எஸ்.பி.பி.

ஏழெட்டு வருடங்களாக விகடன் இயர் புக் தயாரிப்புக் கான ஆலோசனைகள் வழங்கி வருவதால், ஒவ்வோர் ஆண்டும் பிரபலங்கள் காலமாகும்போது அவர்கள் குறித்து வெளியாகும் இரங்கல் செய்திகளையும் இரங்கல் கட்டுரைகளையும் கூர்ந்து கவனிப்பேன். இந்த ஆண்டு சாமானியர்கள் தொடங்கி பிரபலங்கள் வரை தங்கள் வீட்டில் ஒருவரை இழந்ததுபோல சமூக ஊடகங்களிலும். பொது ஊடகங்களிலும் உருகி உருகி எஸ்.பி.பி மறைவுக்கு இரங்கல் தெரிவித்தும் - அனுபவம் பகிர்ந்தும், இன்னிசை பாடியும் அஞ்சலி செலுத்தியதுபோல யாருக்கும் செலுத்தவில்லை என்பதை உறுதியாகச் சொல்வேன்.

50 ஆண்டுகளுக்கும் மேலாக 40,000-க்கும் மேற்பட்ட பாடல்களைப் பாடி ஒருவர் இசை உலகில் ஆட்சி செய்தார் என்பதையும், எதிர்காலத்திலும் அவர் குரல் ஒலித்துக்கொண்டே இருக்கும் என்பதையும் எண்ணிப் பார்க்கும்போது வியப்பாக இருக்கிறது. யூடியூபில் அவரது நேர்காணல்களையும் இசை நிகழ்ச்சிகளையும் தேடித் தேடி பார்க்கும்போது, அவரது எளிமையும் இயல்பும் நமது வியப்பு உணர்வுக்கு மேன்மேலும் விருந்துவைக்கின்றன.

பிறப்பும் இளம் பருவமும்

ஸ்ரீபதி பண்டிதாரத்யுல பாலசுப்ரமணியம் என்னும் எஸ்.பி.பாலசுப்ரமணியம், ஹரிகதா கலைஞர் எஸ்.பி.சாம்ப மூர்த்தி-சகுந்தலாம்மா இணையரின் மகனாக அப்போதைய மதராஸ் மாகாணம் (தற்போதைய ஆந்திரப் பிரதேசம்) நெல்லூரில் 1946-ம் ஆண்டு, ஜூன் 4-ம் நாள் பிறந்தார்.

அப்பா ஹரிகதா கலைஞர் என்பதால் இயல்பாகவே இசை நாட்டம்கொண்டிருந்த எஸ்.பி.பி தன் பள்ளிப் படிப்பை முடித்துவிட்டு பொறியியல் கல்லூரியில் படித்தபோது பல்வேறு பாட்டுப் போட்டிகளில் கலந்துகொண்டு பரிசுபெறத் தொடங்கினார். அப்படியொரு பாட்டுப் போட்டியில் சிறப்பு விருந்தினராகப் பங்கேற்ற எஸ்.ஜானகி பின்னாளில் எஸ்.பி.பி பெரிய பாடகராக வருவார் என வாழ்த்தியதும், அந்த வாழ்த்துக்கேற்பவே பின்னாளில் அவர் பெரிய பாடகராகி எஸ்.ஜானகியோடு ஏராளமான டூயட் பாடல்கள் பாடியதும் குறிப்பிடத்தக்கது.

- விகடன் இயர்புக், 2021

46

எஸ்.பி.பி - திரையுலக அறிமுகம்

1966-ம் ஆண்டு, டிசம்பர் 15-ல் 'ஸ்ரீ ஸ்ரீ ஸ்ரீ மரியதா ராமண்ணா' என்ற தெலுங்குத் திரைப்படத்தில் கோதண்டபாணியால் அறிமுகப்படுத்தப்பட்டார் எஸ்.பி.பி. அவரையே தன் குருவாக, வாழ்க்கை வழிகாட்டியாக மதித்துப் போற்றியதோடு வளர்ந்ததும், தான் தொடங்கிய ரிக்கார்டிங் ஸ்டூடியோவுக்கு குருவின் பெயரைத்தான் வைத்தார்.

முதல் பாடல் பாட ஸ்டூடியோவுக்கு இவரை அழைத்துவர அனுப்பப்பட்ட கார் டிரைவர் வந்த வழியில் சிறுவன் ஒருவன் மீது மோதி மருத்துவமனைக்குச் சென்றுவிட, காருக்குக் காத்திருந்து ஏமாந்து கடைசியில் நண்பனுடன் சைக்கிளிலேயே வாகினி ஸ்டூடியோவுக்கு போய், வாட்ச்மேனுக்கு பாடவந்திருக்கும் புதுப்பாடகன் தான் என்பதைப் புரியவைத்து, ஸ்டூடியோவில் சென்று வெற்றிகரமாக அவர் பாடியதை நிகழ்ச்சி ஒன்றில் அவர் சுவையாகப் பகிர்ந்திருப்பார்.

தொடர்ந்து கன்னடத்திலும், அதன் பின்பு 1969-ம் ஆண்டு, தமிழிலும் வாய்ப்பு கிடைத்து. தமிழில் வாய்ப்புக்காக இசையமைப்பாளர் எம்.எஸ்.வியை சந்தித்தபோது, 1966-ல் வெளியான 'ராமு' திரைப்படத்தில் இடம்பெற்ற பி.பி.ஸ்ரீனிவாஸ் பாடிய 'நிலவே என்னிடம் நெருங்காதே'

பாடலை பாடிக்காட்டி வாய்ப்புக் கேட்டார். அதைக்கேட்ட எம்.எஸ்.வி, முத்துராமன், ஜெமினி கணேசன் போன்றோரின் குரலுக்கு எஸ்.பி.பி-யின் குரல் ஒத்துவரும் என்று முடிவு செய்து முத்துராமன் நடிப்பில் தயாராகிக்கொண்டிருந்த 'ஹோட்டல் ரம்பா' எனும் படத்தில் எல்.ஆர்.ஈஸ்வரியோடு 'அத்தானோடு இப்படியிருந்து எத்தனை நாளாச்சு' என்ற டூயட் பாடலைப் பாடுவதற்கு வாய்ப்பு வழங்கினார். ஆனால், அவர் பாடிய முதல் பாடலும் படமும் வெளிவரவே இல்லை. அந்தப் பாடல் பதிவான கிராமபோன் ரெக்கார்டும் தன்னிடம் இல்லை என்ற வருத்தம் எஸ்.பி.பிக்கு உண்டு. பொதிகை தொலைக்காட்சிக்கு அளித்த பேட்டி ஒன்றில், அந்தப் பாடலின் பல்லவியை அவர் பாடுவதை யூடியூபில் 'ஹோட்டல் ரம்பா' என்ற குறிசொல் கொண்டு நீங்கள் தேடினால் கேட்கலாம்.

அடுத்த வாய்ப்புக்கு இன்னும் எத்தனை நாட்கள் காத்திருக்க வேண்டுமோ என்று எஸ்.பி.பி எண்ணிக்கொண்டிருந்தபோது அதே 1969-ம் ஆண்டில், ஜெமினி கணேசன், காஞ்சனா நடித்த 'சாந்தி நிலையம்' படத்தில், கவியரசு கண்ணதாசன் எழுதி, எம்.எஸ்.வி இசையமத்த பாடலைப் பாடும் வாய்ப்பு கிடைத்தது. அதுதான் அவருக்கு முதல் படம். அந்தப் பாடல்... 'இயற்கை என்னும் இளைய கன்னி'. ஜெமினி கணேசன் படப் பாடலைப் பாடிக்காட்டி (Audition) வாய்ப்பு கேட்டவருக்கு ஜெமினி கணேசனுக்கே முதல் பாடலைப் பாடும் வாய்ப்பு கிடைத்துவிட்டது.

- விகடன் இயர்புக், 2021

47

எஸ்.பி.பி - பிரபலங்களுக்குப் பாடுதல்

எம்.ஜி.ஆருக்கு எஸ்.பி.பி பாடிய முதல் பாடலான 'ஆயிரம் நிலவே வா'-வில் இவர் காட்டிய மென்மையும், 'தேடிவந்த மாப்பிள்ளை' படத்தில் 'வெற்றி மீது வெற்றி வந்து என்னைச் சேரும்' என்று பாடும்போது காட்டிய உற்சாகமும் கடைசிக் காலம் வரை அவரிடம் குறையவில்லை. கல்லூரி மாணவராக எஸ்.பி.பி இருந்தபோதே எம்.ஜி.ஆருக்குப் பாடும் வாய்ப்பு எஸ்.பி.பிக்குக் கிடைத்துவிட்டது. எம்.ஜி.ஆர் இயக்கும் 'அடிமைப் பெண்' படத்தில் எம்.ஜி.ஆருக்கு எஸ்.பி.பி பாடப்போகிறார் என்ற செய்தி திரையுலகில் பரவத் தொடங்கியபோது, எஸ்.பி.பிக்கு உடல்நிலை சரியில்லாமல் போனது. ஆனாலும், எஸ்.பி.பி உடல் நிலை சரியாகித் திரும்பிவரும் வரை எம்.ஜி.ஆர் ரெக்கார்டிங்கைத் தள்ளிவைத்தார். ரெக்கார்டிங் முடிந்து எம்.ஜி.ஆருக்கு நன்றி தெரிவிக்கச் சென்றபோது தனக்காகக் காத்திருந்த பெருந்தன்மைக்குக் காரணம் கேட்டார் எஸ்.பி.பி. அதற்கு எம்.ஜி.ஆர் சொன்ன பதிலை எஸ்.பி.பி தனது நேர்காணல் பலவற்றில் பதிவு செய்துள்ளார், தெரியாதவர்கள் யூடியூபில் தேடிப் பாருங்கள்.

'சுமதி என் சுந்தரி' படத்தில் இடம்பெற்ற 'பொட்டுவைத்த முகமோ' என்ற பாடல்தான் சிவாஜிக்காக எஸ்.பி.பி பாடிய முதல் பாடல். அந்தப் பாடலை எஸ்.பி.பி பாடும்போது தனக்கு வழக்கமாகப் பாடும் டி.எம்.எஸ் போல் எஸ்.பி.பி

தன் குரலை மாற்றிப்பாட வேண்டாம் என்றும் எஸ்.பி.பி தன் ஸ்டைலிலேயே பாடினால்தான் அதற்கேற்ப மாற்றி நடித்துக்கொள்வதாக சிவாஜி கணேசன் எஸ்.பி.பியிடம் சொல்லி ஊக்கமூட்டினார் என்றும் அறிய முடிகிறது. சிவாஜி கணேசனுக்குப் பல பாடல்களை டி.எம்.எஸ், மலேசியா வாசுதேவன் போன்றோர் பாடியிருந்தாலும் எஸ்.பி.பியும் குறிப்பிடத்தக்க சில பாடல்களைப் பாடியிருக்கிறார். 'அன்புள்ள அப்பா' படத்தில் இடம்பெற்ற 'மங்களச் செல்விக்கு மணக்கோலம்' என்ற பாடல் குறிப்பிடத் தக்கது. நடிகர் சிவகுமாருக்கு 'சிட்டுக்குருவி' படத்தில் 'என் கண்மனி என் காதலி' என்ற பாடலையும் சிவகுமாரின் 100-வது படமான 'ரோசாப்பூ ரவிக்கைக்காரி' என்ற படத்தில் 'வெத்தலை வெத்தலை வெத்தலையோ கொழுந்து வெத்தலையோ' என்ற பாடலையும் எஸ்.பி.பி மிகச் சிறப்பாகப் பாடியுள்ளார்.

கமலுக்குப் பாடத் தொடங்கினார். 'அவள் ஒரு தொடர்கதை', 'அவர்கள்', 'சொல்லத்தான் நினைக்கிறேன்' எனப் பல படங்களில் தொடர்ந்து பாடினார். 'அவள் ஒரு தொடர்கதை' படத்தில் 'கடவுள் அமைத்துவைத்த மேடை' பாடலும், 'அவர்கள்' திரைப்படத்தில் 'ஜூனியர், ஜூனியர் இருமனம் கொண்ட திருமண வாழ்வில்' எனும் பாடலும் எஸ்.பி.பியின் தனித்துவமான குரலுக்குத் தமிழ் ரசிகர்களை அதிகமாகப் பெற்றுத்தந்தது. 'நினைத்தாலே இனிக்கும்' படத்தில் 'எங்கேயும் எப்போதும்' என்ற பாடல் எஸ்.பி.பியின் தனி முத்திரை. கமலுக்கும் எஸ்.பி.பிக்கும் அப்படியொரு கெமிஸ்ட்ரி நிலவியது. 'கமலும் நானும்' எனும் தலைப்பில் எஸ்.பி.பி நடத்திய இசை நிகழ்ச்சி குறிப்பிடத்தக்கது. கமல் படங்கள் தெலுங்கில் டப்பிங் செய்யப்படும்போது கமலுக்குப் பின்னணி குரல் கொடுப்பதையும் பாடுவதையும் எஸ்.பி.பியே மேற்கொண்டார். 'வாய்ஸ் ஆக்டிங்' எனப்படும் டப்பிங்கை அவர் பல முன்னணி நட்சத்திரங்களுக்கு மொழிமாற்றுப் படங்களில் செய்திருக்கிறார். 'காந்தி' படம் தெலுங்கில் டப் செய்யப்பட்டபோது அதில் காந்தியாக நடித்த பென்கிங்ஸ்லிக்கும் எஸ்.பி.பிதான் டப்பிங் பேசினார் என்பது குறிப்பிடத்தக்கது.

ரஜினிக்கு 1970-களிலிருந்தே எஸ்.பி.பி பாடி வந்துள்ளார். 'நினைத்தாலே இனிக்கும்' படத்தில் இடம்பெற்ற 'நம்ம

ஊரு சிங்காரி சிங்கப்பூரு வந்தாளாம்' 'பொல்லாதவன்' படத்தில் இடம்பெற்ற 'நான் பொல்லாதவன்' போன்ற அதிரடிப் பாடல்களையும், 'தில்லு முல்லு' படத்தில் இடம்பெற்ற 'ராகங்கள் 16' 'தம்பிக்கு எந்த ஊரு' படத்தில் இடம்பெற்ற 'காதலில் தீபம் ஒன்று ஏற்றினாளே" போன்ற மெலோடி பாடல்களையும் நினைவுகூரலாம். 1990-களின் தொடக்கத்தில்தான் ரஜினி திரைப்படங்களில் ஆர்ப்பாட்டமான அறிமுகப் பாடல்களை எஸ்.பி.பி பாடத் தொடங்கினார். 'வந்தேண்டா பால்காரன்' (அண்ணாமலை), 'நான் ஆட்டோக்காரன் ஆட்டோக்காரன்' (பாட்ஷா), 'ஒருவன் ஒருவன் முதலாளி' (முத்து) போன்ற பல பாடல்கள் குறிப்பிட்டுச் சொல்லப்பட வேண்டியவை.

பிற மொழிகளில் எஸ்.பி.பி

எஸ்.பி.பி-க்குக் கிடைத்த மிகப்பெரிய சிறப்பு, அவர் 16 மொழிகளில் பாடினார் என்பது. அதற்காகவே அவர் பெயர் கின்னஸ் புத்தகத்திலும் இடம்பெற்றிருக்கிறது. அவர் எம்.ஜி.ஆருக்குப் பாடிய அதே காலத்தில், தெலுங்கில் என்.டி.ஆர் (என்.டி.ராமாராவ்),ஏ.என்.ஆர் (ஏ.நாகேஸ்வர ராவ்) போன்றோருக்கும் பாடியுள்ளார். இரண்டாம் தலைமுறை நடிகர்களான சிரஞ்சீவி (தெலுங்கு), விஷ்ணுவர்தன் (கன்னடம்), சல்மான்கான் (ஹிந்தி) என்று அவர் பாடிய ஹீரோக்களின் பட்டியல் நீளமானது. அதேபோல், பல மொழிகளிலும் பிரபலமான இசையமைப்பாளர்களுக்காக அவர் பாடியுள்ளார். எஸ்.பி.பி தனது ஆதர்ச பாடகர் என்று இந்தி பாடகர் முகமது ரஃபியைக் குறிப்பிடுவது உண்டு. ஆனால், எஸ்.பி.பி பாடும் முறையை இசை ரசிகர்கள் சிலர் இந்தி பாடகர் கிஷோர்குமார் பாடும் முறையோடு ஒப்பிடுகிறார்கள்.

- விகடன் இயர்புக், 2021

48

எஸ்.பி.பி - பாடும் முறையில் புதுமைகள்

இசையமைப்பாளர் ஏ.ஆர்.ரகுமான் கேட்டுக் கொண்டபடி 'தங்கத் தாமரை மகளே' பாடல், அலட்சியமான பெர்சியன் முறை *singing*-ல் தான் பாடியதை நேர்காணல் ஒன்றில் எஸ்.பி.பி பதிவு செய்துள்ளார்.

மற்ற ஆண் பாடகர்களோடு இணைந்து பாடும்போது எஸ்.பி.பி காட்டும் கூட்டுறவு குதூகலம் குறிப்பிட்டுச் சொல்ல வேண்டியது. டி.எம். சௌந்தர்ராஜனோடு சேர்ந்து சின்ன எம்.ஜி.ஆருக்காக 'நாளை நமதே' என்று பாடும்போதும் சரி... ஜேசுதாஸுடன் சேர்ந்து ரஜினிக்காக 'காட்டுக் குயிலு மனசுக்குள்ளே' என்று பாடும்போதும் சரி.. உற்சாகம் ஊற்றெடுக்கும் அவர் குரலில்.

'இகர ஈற்று வினை எச்சத்துக்குப் பின் ஒற்று மிகும்' என்ற இலக்கண விதியை மீறக்கூடாது எனில் 'காதல் ரோஜாவே எங்கே நீ எங்கே' பாடலில் 'கண்மூடிப் பார்த்தால்' என்று

அவர் ஒற்றை அழுத்தி உச்சரித்திருப்பதை உணர்ந்து கொள்ள வேண்டும்.

'உன்னால் முடியும் தம்பி தம்பி' பாடலில் அந்தப் பாடலை இயற்றிய கொங்குநாட்டுக் கவிஞரான புலமைப்பித்தன், தனது வட்டார வழக்கை 'செழிக்க செய்யோணும்' என்று எழுதியிருக்க எஸ்.பி.பி அதை அப்படியே உச்சரித்து கவிஞரின் கையொப்பத்தை (signature of the poet) காப்பாற்றி இருப்பதை உணர்ந்து ரசிக்கலாம்.

இளையராஜா, புல்லாங்குழல் கலைஞர் ஹரிபிரசாத் சௌரஸ்யாவை வைத்து 'Nothing but Wind' என்ற இசை ஆல்பம் உருவாக்கியபோது, அதில் இடம்பெறவேண்டிய இசைக்கோலம் ஒன்று, இசை நாடாவில் இடமின்மையால் இடம்பெறாமல் போய், பின்னர் அது 'வளையோசை கலகலவென' என்ற பாடலாக 'சத்யா' திரைப்படத்தில் எஸ்.பி.பி - லதா மங்கேஷ்கர் குரல்களில் ஒலித்தபோது, அந்தப் பாடலில் எஸ்.பி.பி, தன் குரலை புல்லாங்குழல் ரிதமாகவே பிரதியெடுத்திருக்கிறார் என்று பிரமிக்கிறார்கள் இசை நுணுக்கம் அறிந்தவர்கள்.

- விகடன் இயர்புக், 2021

49

இசையமைப்பாளர் எஸ்.பி.பி.

நடிகர் ரஜினிகாந்த் நடித்த 'துடிக்கும் கரங்கள்' படத்தின் மூலம் இசையமைப்பாளராகவும் அறிமுகமானார் எஸ்.பி.பி. இவர் கதாநாயகனாக நடித்த 'சிகரம்' படத்துக்கும் இவரே இசையமைப்பாளர். அந்தப் படத்தில் இடம்பெற்ற 'அகரம் இப்போ சிகரம் ஆச்சு' என்ற பாடல் குறிப்பிடத்தக்கது.

நடிகராக எஸ்.பி.பி

ஒரு நடிகராக எஸ்.பி.பி செய்த பங்களிப்பையும் பதிவு செய்ய வேண்டும். பாரதிராஜாவின் '16 வயதினிலே' படத்தில் இடம்பெற்ற கால்நடை மருத்துவர் கதாபாத்திரத்தில் முதலில் எஸ்.பி.பி-தான் நடிப்பதாக இருந்ததாம். ஆனால், காலம் எஸ்.பி.பி-யை திரையில் அறிமுகப்படுத்தும் வாய்ப்பை கே.பாலசந்தருக்குத்தான் வழங்கியது. 'மனதில் உறுதி வேண்டும்' படத்தில் டாக்டர் கதாபாத்திரம் ஒன்றில் எஸ்.பி.பி அறிமுகமானார். மிக இயல்பான நடிப்பை வெளிப்படுத்தினார். குறிப்பிட்டுச் சொல்லவேண்டுமென்றால், மங்களம் பாடி சிகரெட் பாக்கெட்டை குப்பைத் தொட்டியில் எறியும் காட்சி. பாலசந்தரின் சீடரான வசந்த் இயக்கிய 'கேளடி கண்மணி' திரைப்படத்தில் கதையின் நாயகனாக முக்கியப் பாத்திரம் ஏற்று நடித்தார். அந்தப் படத்தில்தான், இளையராஜாவின் சகோதரர் பாவலர் வரதராஜன் எழுதிய 'மண்ணில் இந்த காதலின்றி' என்ற பாடலை எஸ்.பி.பி பாடினார்.

அந்தப் பாடலை எஸ்.பி.பி மூச்சு விடாமல் பாடினார் என்று பரவலாகப் பேசப்பட்டாலும் மூச்சு விடாமல் பாட முடியுமா... எல்லாம் *Sony Technology* என்று மேடையில் அலட்சியமாக அவர் சொல்லிவிட்டு, அவர் அதே பாடலை மீண்டும் பாடி முடிக்கும்போது ரசிகர்களின் கரவொலி காதைப் பிளக்கும். ஒப்பனை இல்லாத மனிதர் எஸ்.பி.பி என்பதை இது காட்டும். 'முதல் மரியாதை' படத்தில் சிவாஜி நடித்த கதாபாத்திரத்தில் எஸ்.பி.பிதான் நடிக்க இருந்தாராம். அந்தக் காலகட்டத்தில் மிக பிஸியாக பாடிக்கொண்டிருந்ததால் பாரதிராஜா கேட்ட அளவுக்கு கால்ஷீட் ஒதுக்க முடியாததால் அவர் அந்தப் பாத்திரத்தில் நடிக்க முடியவில்லை.

இயக்குநர் ஷங்கரின் 'காதலன்' திரைப்படத்தில் பிரபு தேவாவின் தந்தையாக குணச்சித்திர கதாபாத்திரத்தில் சிறப்பாக நடித்திருப்பார். அந்தப் படத்தில் வரும் 'காதலிக்கும் பெண்ணின் கைகள் தொட்டு நீட்டினால் சின்ன தகரம்கூட தங்கம்தானே' பாடலை நான் யூடியூபில் திரும்பத் திரும்ப பார்ப்பேன். அது பிரபு தேவாவின் நடனத்துக்காக அல்ல, அவருடன் ஆடும் எஸ்.பி.பியின் நடனத்துக்காக என்றால் நீங்கள் நம்பத்தான் வேண்டும்.

இன்னும் சில நினைவுகள்

'சத்தமில்லாத தனிமை கேட்டேன் யுத்தமில்லாத உலகம் கேட்டேன்' என்று அவர் பாடியபோது அதை ஒலி நாடா தேயத்தேய கேட்டு அதில் எண்பத்து நான்கு 'கேட்டேன்'

ஓவியம்: ப்ரீதா

வருகிறது என்ற புள்ளிவிவரம் புரிந்து எஸ்.பி.பி, வைரமுத்து என்னும் பெரும் புள்ளிகளின் பெரும் ரசிகனாக ஒரே இரவில் மாறிப்போனேன். அவர் அந்தப் பாடலை அஜித்துக்காக பாடியதுபோல விஜய்க்காக 'லவ் டுடே' படத்தில் 'என்ன அழகு எத்தனை அழகு' என்ற பாடலையும் சிறப்பாகப் பாடியுள்ளார். 'பிரியமானவளே' திரைப்படத்தில் விஜய்யின் தந்தையாக அவர் நடித்த பாத்திரமும் குறிப்பிடத்தக்கது. சூப்பர் சிங்கர் நிகழ்ச்சிகளில் பங்கேற்கும் குழந்தைப் பாடகர்களை அவர் ஆதரித்து, ஆரவாரித்து, ஆராதிக்கும் காட்சிகளைக் காண ஆயிரம் கண் வேண்டும்.

- விகடன் இயர்புக், 2021

50

எஸ்.பி.பி - விருதுகளும் சாதனைகளும்

முறையாகக் கர்னாடக சங்கீதம் பயிலாததால், தன்னைப் பயிற்சியற்ற பாடகன் (*Untrained Singer*) என்று தன்னடக்கமாக அழைத்துக்கொண்ட எஸ்.பி.பி-க்கு 1979-ம் ஆண்டு வெளியான 'சங்கராபரணம்' திரைப்படத்தில் சங்கராபரண ராகத்தில் அமைந்திருந்த 'ஓம்கார நாதானு' என்ற கர்னாடக சங்கீதப் பாடலுக்கு அவருக்கான முதல் தேசிய விருது கிடைத்தது. அது அவரது செவ்வியல் இசை ஞானத்துக்கான அங்கீகாரமாகவும் அமைந்தது.

அதன்பின், 1981-ல் 'ஏக் துஜே கேலியே' இந்தி திரைப்படத்துக்காக அவருக்கு இரண்டாவது தேசிய விருது, 1983-ல் 'சாகர சங்கமம்' என்ற தெலுங்கு படத்துக்காக (தமிழில் 'சலங்கை ஒலி') மூன்றாவது விருதும், 1988-ல் 'ருத்ர வீணா' என்னும் தெலுங்கு படத்துக்காக (தமிழில் 'உன்னால் முடியும் தம்பி') நான்காவது விருதும் கிடைத்தன. அவர் தனது ஐந்தாவது தேசிய விருதை 1995-ம் ஆண்டு ஒரு கன்னடப் படத்துக்காகப் பெற்றார். 1969 முதல் தமிழில் பாடி வந்தாலும் 27 ஆண்டுகளுக்குப் பின்பு 1996-ல்தான் 'மின்சாரக் கனவு' படத்தில் இடம்பெற்ற 'தங்கத் தாமரை மகளே' பாடலுக்காக எஸ்.பி.பிக்கு தமிழ்ப் பாடலுக்கான முதல் தேசிய விருது

(அவரது ஆறாவது தேசிய விருது) கிடைத்தது. இந்திய அரசு அவருக்கு 2001-ம் ஆண்டு பத்மஸ்ரீ விருதையும் 2011-ம் ஆண்டு பத்மபூஷண் விருதையும் வழங்கி கவுரவித்தது.

ஒரே நாளில் அதிக பாடல்கள் பதிவு செய்யப்பட்ட பாடகர் என்ற சாதனையைத் தமிழ் (19 பாடல்கள்), தெலுங்கு (16 பாடல்கள்), கன்னடம் (21 பாடல்கள்) ஆகிய மூன்று மொழிகளில் நிகழ்த்தியுள்ளார்.

உலகம் முழுக்கப் பயணம் செய்து ஏராளமான இசை நிகழ்ச்சிகள் நடத்தியவர் எஸ்.பி.பி. எத்தனை முறை நடத்தியிருப்பார்? '30 முறை உலக உருண்டையை வலம் வந்த கலை யாத்திரை' என்று தன் பாட்டுப் பங்காளி பாலுவுக்கு எழுதிய இரங்கல் கட்டுரையில் பதிவு செய்கிறார் கவிப்பேரரசு வைரமுத்து.

சினிமா பாடல்கள் மட்டுமன்றி அவர் பாடிய அநேக ஆன்மிகப் பாடல்களுக்காகவும் அவர் கொண்டாடப் படுகிறார். குறிப்பாக 'நமச்சிவாய நமச்சிவாய ஓம் நமச்சிவாய' என்று ஒலிக்கும் லிங்காஷ்டகம்.

விடைபெற்ற எஸ்.பி.பி

2020-ல் கொரோனா தொற்று பரவிய காலத்தில் இளையராஜா இசையில் கொரோனா விழிப்புஉணர்வு பாடல் ஒன்றையும், வைரமுத்து எழுதிய கொரோனா விழிப்புஉணர்வு பாடல் ஒன்றையும் பாடினார்.

2020, ஆகஸ்டில் உடல் நலம் குன்றி மருத்துவமனையில் அனுமதிக்கப்பட்டு செப்டம்பர் 25-ம் நாள் நம்மை விட்டுப் பிரிந்தார். 'பாடும் நிலா பாலு' என்று அவர் ரசிகர்களால் கொண்டாடப்படுகிறார். அவர் பாடிய பல பாடல்களில் நிலவு ஆட்சி செய்தது அதற்குக் காரணமாக இருக்கலாம். நிறைய படங்களில் மேடைப் பாடகராக நடித்த மோகனுக்காக நிறைய பாடல்கள் பாடியிருக்கிறார். அப்படிப்பட்ட பாடல்களில் ஒன்று 1987-ல் வெளியான 'உதய கீதம்' படத்தில் இடம்பெற்ற 'சங்கீத மேகம் தேன் சிந்தும் நேரம்' என்ற பாடல். கவிஞர் முத்துலிங்கம் எழுதிய அந்தப் பாடலின் கடைசி சரணத்தில் வரும் 'என் ஜீவன் என்றும் அணையா விளக்கே' என்ற வரி பாடும் நிலா பாலுவுக்குப் பொருந்தும்.

'எங்கேயும் எப்போதும்'

எஸ்.பி.பி சங்கீதம் சந்தோஷம்.

- விகடன் இயர்புக், 2021

51

கலாம் களஞ்சியம்

நம் காலத்துப் பேராளுமை டாக்டர் அப்துல் கலாம். அவரை நினைவுகூர்ந்திடும் வகையிலும், இளைய தலைமுறை அவர் எழுத்துகளை ஆழ்ந்து கற்கத் தூண்டும் வகையிலும் வடிவமைக்கப்பட்ட 26 வினாக்கள் கலாம் A to Z என்ற முறையில் இடம்பெறுகின்றன. விடைகூற முயலுங்கள். கலாமைக் கற்போம் வாருங்கள்.

A	அக்னிச் சிறகுகளின் கடைசிப் பகுதியான 'அமைதிப் படுத்துதல்'-ன் நிறைவுப்பத்தி: "எனது கொள்ளுத் தாத்தா பக்கீர், அப்பா ஜைனுலாபுதீன் ஆகியோரின் ரத்த பந்தம் அப்துல் கலாமுடன் முடிந்துவிடலாம். ஆனால், ஆண்டவனின் கருணைக்கு என்றுமே முடிவில்லை. நிரந்தரமானது அது". டாக்டர் கலாமின் கொள்ளுத் தாத்தா பெயர் என்ன?
B	'Turning Points' புத்தகத்தில் நானோ டெக்னாலஜி குறித்த மாநாடு நடத்துவதற்கு குடியரசுத் தலைவராக இருந்தபோது தான் எடுத்த முயற்சிகள் குறித்து விவரிக்கும் கலாம், ஓர் இந்தியப் பல்கலைக்கழகம் நீரிலிருந்து மைக்ரோ மற்றும் நானோ அளவிலான மாசுகளை அகற்றுவதற்காக உருவாக்கிய கார்பன் நானோ குழாய் வடிப்பான்கள் (Carbon Nanotube Filters) பற்றிக் குறிப்பிடுகிறார். அந்தப் பல்கலைக்கழகம் எது?

C	ஏவுகணை தாக்கும் துல்லிய தூரத்தைக் கணக்கிடும் சோதனை முறையான CEP குறித்து அப்துல் கலாம் அக்னிச் சிறகுகளில் விளக்கி உள்ளார். CEP என்பதன் விரிவாக்கம் யாது?
D	அப்துல் கலாம் தான் எழுதிய Transcendence – My Spiritual Experiences with Pramukh Swamiji' நூலில் 'D' யில் தொடங்கும் பெயர் கொண்ட இந்தப் பெண்மணியை 'Mother of Social Services in India' என்கிறார். யார் அந்தப் பெண்மணி?
E	2014-ம் ஆண்டு மே மாதம் 'வடக்கின் ஏதென்ஸ்' என்று சிறப்புபெற்ற பல்கலைக்கழகம் ஒன்று டாக்டர் கலாமுக்கு கௌரவ டாக்டர் பட்டம் வழங்கியது. பிரபல விஞ்ஞானிகளான ஜேம்ஸ் கிளார்க் மாக்ஸ்வெல், அலெக்சாண்டர் கிரகம் பெல் போன்றவர்களும் பிரபல எழுத்தாளர்களான ஆர்தர் கானன் டாயில், R.L.ஸ்டீவன்சன், வால்டர் ஸ்காட் போன்றவர்களும் படித்த அந்தப் பல்கலைக் கழகம் தனக்குக் கௌரவ டாக்டர் பட்டம் வழங்கியதை மிகப்பெரிய ஆசீர்வாதம் என்று குறிப்பிட்டு 'Blessed are the Meek, for they Shall inherit the earth' எனும் பைபிள் வாசகத்தை நினைவுகூர்கிறார். அந்தப் பல்கலைக் கழகம் எது?
F	தனது PURA (Providing Urban amenities in Rural Areas) திட்ட மாதிரியை விளக்கி டாக்டர் கலாம் எழுதிய நூல் 'Target 3 Billion'. இந்த நூலில் கலாம், ஊரக மின்வசதி எற்படுத்துவதில் சாதனை படைத்த பிரேசில் நாட்டுச் சமூக சேவகர் / தொழில் அதிபர் ஒருவரின் சாதனையை விளக்கி உள்ளார். அந்தச் சமூக சேவகரின் பெயர் என்ன?

G	டாக்டர் கலாம், தன் நண்பர் அருண் திவாரியுடன் இணைந்து எழுதிய இந்தப் புத்தகத்தின் துணைத் தலைப்பு, 'Dialogues on the purpose of life'. புத்தகத்தின் தலைப்பு யாது?
H	ஏப்ரல் 20, 1989 - 'அக்னி' ஏவுகணையை ஏவும் முயற்சியின் கடைசி நிமிடங்களில் தொழில்நுட்பக் குறைபாடுகளால் அதை ஏவ முடியாமல் போனபோது, "கவலைப்பட வேண்டியதில்லை... இது பரிபூர்ண அமைதியான அஹிம்சை ஏவுகணைதான்" என்று ஒரு தலைவர் பத்திரிகை நிருபரிடம் சமாதானம் சொல்வதுபோல் கேலிச்சித்திரம் வெளியிட்ட நாளிதழ் குறித்து அக்னிச் சிறகுகளில் எழுதியதோடு அந்த கேலிச் சித்திரத்தையும் அக்னிச் சிறகுகளில் கலாம் வெளியிட்டுள்ளார். அந்த நாளிதழ் எது?
I	'Turning Points' என்ற நூலில் 2011-ம் ஆண்டு இந்தியா Global Innovation Index-ல் 62-வது இடத்திலும், Global Competitiveness Index-ல் 53-வது இடத்திலும் இருப்பதைக் குறிப்பிடும் டாக்டர் கலாம், இந்தக் குறியீடுகளில் முதல் 10 இடங்களுக்குள் இந்தியா வருவதற்கு இந்த 'I'-யை நாம் Build பண்ண வேண்டியது அவசியம் என்கிறார் அந்த 'I' எது?
J	படத்தில் கலாம் அணிந்திருப்பது எந்த மாநிலத்தின் பாரம்பர்ய தொப்பி?

K	'Turning Points' என்ற நூலில், கலாம் இந்த எழுத்தாளரைச் சந்தித்த அனுபவத்தையும் - அந்த எழுத்தாளர் தனக்குத் தமிழில் தெரிந்த இரண்டே வார்த்தைகள் வணக்கம் மற்றும் 'ai yi yo' (ஐய்யய்யோ) என்று குறிப்பிட்டது உட்பட சில ஆழமான செய்திகளையும் பதிவு செய்துள்ளார். யார் அந்த எழுத்தாளர்?
L	'இந்தியா 2020' புத்தகத்தில் இரண்டு வகை போர் விமானங்கள் குறித்து டாக்டர் அப்துல் கலாம் விளக்கி உள்ளார். போர் விமானம் வானத்தில் உயர்ந்து எழும் நிலையில் அதன் எடை 10 டன்களுக்குக் குறைவாக இருந்தால் அத்தகைய போர் விமானங்களை 'இப்படி' அழைக்கலாம் என்கிறார்.
M	'இந்தியா 2020' புத்தகத்தில் டாக்டர் அப்துல் கலாம் 'ஏவுகணைத் தொழில்நுட்பக் கட்டுப்பாடு ஒப்பந்தத்தை மேற்கோள் காட்டி, கிரையோஜெனிக் எஞ்சின்கள் ஏவுகணைகளிலும் பயன்படுத்தக்கூடியது என்ற மேல்நாட்டுப் போலிவாதம், தொழில்நுட்பம் சாராத வெறும் புரளி மட்டும் அல்ல, வணிக ரீதியில் ஆவேசத்தைத் தூண்டும் புனைச்சரக்கும் ஆகும்" என்று எழுதியுள்ளதோடு, கிரையோஜெனிக் எஞ்சின்களை ஏவுகணைகளில் பயன்படுத்த முடியாததற்கான மூன்று காரணங்களையும் விளக்கி உள்ளார். 'ஏவுகணைத் தொழில்நுட்பக் கட்டுப்பாடு ஒப்பந்தம்' ஆங்கிலத்தில் எவ்வாறு அழைக்கப்படுகிறது?
N	2012-ம் ஆண்டு இலங்கையில் 'மும்மொழி ஆண்டு' (Year of Trilingualism) கடைப்பிடிக்கப்பட்டபோது, அந்த நிகழ்ச்சியில் பங்கேற்ற டாக்டர் கலாம், இலங்கை அதிபரிடம், "நீங்கள் ஒரு மனிதனிடம் அவன் பள்ளியில் படித்த மொழியில் பேசினால் அது அவன் மூளைக்குச் செல்கிறது.

	அவன் தாய்மொழியில் பேசினால் மட்டுமே அவன் இதயத்துக்குச் செல்கிறது" என்ற பிரபல மேற்கோளைப் பகிர்ந்துகொண்டது பற்றி தனது நூல் ஒன்றில் எழுதியுள்ள கலாம், இலங்கையில் தமிழர்களுக்கு எதிராக 1956, 1958, 1977, 1981-ம் ஆண்டுகளில் நடத்தப்பட்ட கலவரங்கள் குறித்தும் 1983-ல் நடைபெற்ற தீவைப்புச் சம்பவம் குறித்தும் பதிவு செய்துள்ளார். கலாம் பகிர்ந்துகொண்ட மேற்கோள், நோபல் பரிசும் பாரத ரத்னா விருதும் பெற்ற உலகப் புகழ்பெற்ற தலைவர் ஒருவர் கூறியது. யார் அந்தத் தலைவர்?
O	டாக்டர் கலாம் குடியரசுத் தலைவராக இருந்தபோது இந்த Bill(மசோதா)ஐ லோக்சபா மற்றும் ராஜ்ய சபா பொதுச் செயலாளர்களுக்கு மறு பரிசீலனைக்காகத் திருப்பி அனுப்பி குடியரசுத் தலைவர் பதவிக்கான மாண்புகளைக் காத்தார். அந்த மசோதா (Bill) எது?
P	டாக்டர் கலாம், தனது 'Ignited Minds' புத்தகத்தை குஜராத் பள்ளி மாணவி ஸ்நேகால் தக்காருக்கு சமர்ப்பிக்க காரணம், 'Who is our enemy? - என்ற வினாவுக்கு அந்த மாணவி அளித்த பதில். எல்லோரும் ஏற்றுக்கொள்ளும்படி யாரை அந்த மாணவி நம் எதிரி என்று குறிப்பிட்டார்?
Q	"அரசியல், மதம் இரண்டுக்கும் கடவுள் நம்பிக்கை அவசியம். சமய நம்பிக்கை உள்ளவர்கள் உலகத்தின் ஆதி (தொடக்கம்) கடவுள் என்கிறார்கள். இயற்பியல் விஞ்ஞானிகள் உலகத்தின் அந்தம் கடவுள் என்று நம்புகிறார்கள்" என்று நோபல் பரிசு பெற்ற இயற்பியல் விஞ்ஞானி மாக்ஸ் ப்ளாங்க் கூறியதை அப்துல் கலாம் Transcendence என்ற தனது நூலில் பதிவு செய்கிறார். மாக்ஸ் ப்ளாங்க் கண்டுபிடித்த ஒளிக்கொள்கை எது?

R	'Portal to the Unseen' என்ற கட்டுரையில் 1,200 கல் தூண்கள், 54 மீட்டர் கோபுரம், 1,220 மீட்டர் பிரகாரம் கொண்ட அந்தக் கோயில் உள்ள 22 தீர்த்தங்களின் ஒவ்வொரு தீர்த்த நீரும் ஒவ்வொரு சுவை கொண்டது என்று 17-ம் நூற்றாண்டு கோயில் ஒன்றைப் பற்றி குறிப்பிடும் அப்துல் கலாம், கோயில்கள் தோன்றிய வரலாறு குறித்து தனது ஆசிரியர் சிவசுப்பிரமணிய சாஸ்திரியிடம் கேட்டுத் தெரிந்துகொண்டதையும் டெல்லி அக்ஷார்தம் கோயிலுக்கு வருபவர்கள் ஒரு வரிச் செய்தி ஒன்றை அந்தக் கோயிலுக்கு வந்ததன் பலனாக எடுத்துச் செல்ல வேண்டும் எனில் அந்தச் செய்தி என்னவாக இருக்க வேண்டும் என்று கேட்டதற்கு "Every Indian Should become Proud to be an Indian" என்று தான் பரிந்துரைத்ததையும் குறிப்பிடுகிறார். கலாம் குறிப்பிட்ட 17-ம் நூற்றாண்டு கோயில் எது?
S	கிரீஸ் நாட்டுக்கு அரசுமுறைப் பயணம் மேற்கொண்ட போது குடியரசுத் தலைவர் அப்துல் கலாம் இந்தக் குகையில் சில நிமிடங்களைச் செலவழித்தார், படத்திலுள்ள இந்தக் குகையின் பெயர் யாது? 
T	"இவர் இல்லையேல் நான் இல்லை" என நீங்கள் நினைக்கும் மனிதர் யார்? என்று விகடன் மேடையில் ஆண்டிப்பட்டி கு.ரத்தினம் என்ற வாசகர் கேட்ட கேள்விக்கு அப்துல் கலாம், இவர் பெயரைத்தான் விடையாகச் சொன்னார். கலாம் குறிப்பிட்ட அந்த ஒருவர் யார்?
U	குஜராத் பள்ளி மாணவி ஸ்நேகால் தக்கார் என்பவருக்கு கலாம் சமர்ப்பணம் செய்து வெளியிட்டது அவரது மூன்றாவது நூலான 'Ignited Minds' (எழுச்சி தீபங்கள்). அந்த நூலின் துணைத் தலைப்பு யாது?

V	'இந்திய வெண்மைப் புரட்சியின் தந்தை' என்று போற்றப்படும் இந்தக் கேரளப் பொறியாளர் கலாமின் மனம் கவர்ந்த ஆளுமைகளில் ஒருவர். அதனால்தான் கலாம் எழுதிய மூன்று நூல்களில் (Guiding Souls, Turning Points, Transcendence) இவரைப் பற்றிய செய்திகள் இடம்பெற்றுள்ளன. யார் அந்தப் பொறியாளர்?
W	தனது வெளிநாட்டுப் பயணங்களின் விளைவாக இந்தக் கருத்தாக்கம் தனக்குத் தோன்றியதாகக் குறிப்பிடும் டாக்டர் கலாம், ஐரோப்பிய ஒன்றியமும் இதைச் செயல்படுத்த ஆர்வமாக உள்ளதாக தனது 'Turning Points' புத்தகத்தில் குறிப்பிடுகிறார். W-ல் தொடங்கும் அந்தத் தளம் எது?
X	ஓர் இந்தியப் பிரதமர், டாக்டர் கலாமைத் தனது காபினெட்டில் அறிவியல் அமைச்சராக வற்புறுத்தினார். அதைக் கலாம் ஏற்க மறுத்ததால், பின்னாளில் டாக்டர் கலாமை இந்தியாவின் குடியரசுத் தலைவராக்கிச் சிறப்பு செய்த பெருமைக்குரிய அந்த பிரதமரின் பிறந்த நாள் இந்தப் பண்டிகை அன்றுதான் வருகிறது. எந்தப் பண்டிகை?
Y	முதல் ஹெலிகாப்டரை வடிவமைத்தவரும் எழுத்தாளருமான ஆர்தர் மிடில்டன் கூறிய "கடவுள் கனிமங்களில் உறங்குகிறார்; தாவரங்களில் விழித்து எழுகிறார்; விலங்குகளில் நடக்கிறார்; மனிதனில் சிந்திக்கிறார்" என்ற மேற்கோள், டாக்டர் கலாம் Transcendence நூலில் நம்முடன் பகிர்ந்து கொள்ளும் கடவுள் பற்றிய மேற்கோள்களில் ஒன்று. ஆர்தர் மில்டனின் நிறைவுப்பெயர் யாது? என்பதுதான் இந்தக் கேள்வி.
Z	கலாம் 2005-ம் ஆண்டு மே 26 அன்று இந்த நாட்டுக்கு வருகைபுரிந்தார். கலாம் வருகையை அந்த நாடு 'அறிவியல் தினம்' என்று அறிவித்துக்கொண்டாடியது. அந்த நாட்டிலுள்ள முக்கிய நகரம் ஒன்றில் அமைந்திருந்த Bose - Einstein ஆய்வகத்துக்கும் கலாம் சென்றார். அந்த நகரம் எது?

விடைகள்

A	AVUL (APJ - Avul pakir jainulabdeen)
B	Banaras Hindu University
C	Circular Error Probability Test
D	Durgbai Deshmukh
E	Edinburgh University
F	Fabio Raso
G	Guiding Souls
H	Hindustan Times
I	Indigenous Design Capability
J	Jharkhand
K	Khushwant Singh
L	Light Combat Aircraft
M	Missile Technology Control Regime (MTCR)
N	Nelson Mandela
O	Office of Profit Bill
P	Poverty
Q	Quantum theory
R	Ramanathaswami Temple (Rameswaram)
S	Socrates' Cave
T	Thiruvalluvar
U	Unleashing the power within India
V	Varghese Kurien
W	World Knowledge Platform
X	X-mas (Atal Bihari Vajpayee)
Y	Young (Arthur Middleton young)
Z	Zurich (Switzerland)

- விகடன் இயர்புக், 2016

52

வள்ளுவத்தில் நடையழகு

நடையழகு என்பது மொழியின் இயங்கியல் *(Dynamism of language)*. ஒன்றே முக்கால் அடியில் ஒரு கருத்தைச் சொல்வது என்று முடிவு எடுத்துக் குறள் வெண்பாவைத் தெரிவுசெய்துள்ளார் வள்ளுவர். பதினெண் கீழ்க்கணக்கு நீதி நூல்களில் இது ஒரு புதுமை.

வள்ளுவத்தில் நடையழகு-1

பிற பதினெண் கீழ்க்கணக்கு நூல்கள் எதுவும் குறள் வெண்பாவில் அமைந்ததல்ல. இன்றைய பின்நவீனத்துவ வாதிகள் சொல்லும் எதிர்வடிவம் *(Anti Form)* அல்லது வடிவமின்மை *(Formless)* என்ற அணுகுமுறையில் வள்ளுவரின் அணுகுமுறையை எதிர்வடிவ அணுகுமுறையாகக் கொள்ளலாம்.

சொல்ல வந்த கருத்தை மட்டும் சொல்வது *(Direct)*, சொல்ல வந்த கருத்தோடு ஓர் உவமையைப் பொருத்திச் சொல்வது *(Simile)*, வெறும் உவமையை மட்டும் சொல்லிச் செல்வது *(Parable)*, உருவகமாகச் சொல்வது *(metaphor)*, படிமமாகச் சொல்வது *(image)*, பட்டியலிட்டுச் சொல்வது *(listing out)*, வார்த்தை விளையாட்டாகச் சொல்வது (ஏந்தல் வண்ணம்), வரையறை மாதிரி சொல்வது *(Definition)* என்று பல்வேறு நடை உத்திகளை வள்ளுவர் கையாண்டுள்ளார்.

வள்ளுவம் குறித்த எனது வழக்கமான பதிவுகளுக்குக் கிடைக்கும் ஊக்கத்தின் ஊக்கி எழுதத் தொடங்குகிறேன். இடைக்கண் முரியாமல் இந்தப் பதிவையும் எழுத இயலும் என்று எண்ணித் துணிகிறேன்.

வள்ளுவத்தில் நடையழகு-2

வரையறை (Definition) மாதிரி அமைந்த நடைக்குச் சான்றாக அமைபவை. 'வாய்மை எனப்படுவது யாதெனின்...' எனத் தொடங்கும் குறளும் 'வெண்மை எனப்படுவது யாதெனின்...' எனத் தொடங்கும் குறளும்.

'வெண்மை எனப்படுவது யாதெனின்' எனத் தொடங்கும் குறளின் பொருள் ஆழமானது. நான்தான் அறிவாளி என்று நினைப்பதற்குப் பெயர்தான் அறியாமை. என்ன அழகான முரண்... The only thing that is well known to me is I know nothing என்ற Socractic paradox-க்கு ஒப்பான ஒரு கருத்து வள்ளுவத்தில் பதிவாகியுள்ளது.

அறிவுடைமை அதிகாரத்தில் அறிவுக்கு மூன்று அழகான வரையறைகள் தருகிறார். நன்றின்பால் உய்ப்பது அறிவு, மெய்ப்பொருள் காண்பது அறிவு, நுண்பொருள் காண்பது அறிவு.

979, 984 ஆகிய குறட்பாக்கள் ஒவ்வொன்றும் இரண்டு வரையறை கொண்டவை. அவற்றையும் அவை போன்ற மற்றவற்றையும் கற்க கசடற...

வள்ளுவத்தில் நடையழகு-3

உவமையின் வளர்ச்சி உருவகம். உருவகத்தின் வளர்ச்சி படிமம். படிமம் என்பது ஒரு விஷயத்தைக் காட்சிப் படுத்துவது. ஓவியம்போல வாசகனின் மனதில் பதியச் செய்வது. நுண்பொருளைப் பருப்பொருளாகக் காட்சிப்படுத்தி வாசகனுக்கு உணர்த்துவது. 20-ம் நூற்றாண்டில் புதுக்கவிதை வளர்ந்த பின்பு செல்வாக்குப் பெற்ற இலக்கிய உத்தி இது.

கவிக்கோ அப்துல் ரகுமான் மின்னலை 'முகிற்புற்றுகள் கக்கிய நெருப்புப் பாம்புகள்' என்றும் கவிஞர் நா.காமராசன் கண்களை 'மனநாட்டின் தூதுவர்கள்' என்றும் அழகாகப் படிமப்படுத்தியுள்ளனர்.

சுவர் என்பது ஒரு பருப்பொருள். அதன் மீது வெள்ளை யடிக்கலாம் (White washing). இரவு என்பது நுண்பொருள்.

அதன் மீது வெள்ளை அடிக்க முடியாது என்பது நமது பகுத்தறிவுக்குத் தெரிந்தாலும்.. 'இரவின் மீது வெள்ளை அடித்தால் விடியல் என்று அர்த்தம்' என்று கவிஞர் வைரமுத்து படிமப்படுத்தும்போது நாம் சொக்கிப் போகிறோம்.

இந்தப் படிமத்தை 2,000 ஆண்டுகளுக்கு முன்பே தனது குறட்பாக்களில் கையாண்டு அழகு சேர்த்துள்ளார் வள்ளுவர். நிலையாமை அதிகாரத்தில் 'நாள் என்பது நம் ஆயுள் அறுக்கும் வாள்' என்று படிமப்படுத்தி (குறள்-334) நம்மை நாள்தோறும் நல்லது செய்யத் தூண்டுகிறார்.

ஒரு செயலை உரிய பருவத்தில் செய்வது... அச்செயலை வெற்றியோடு பிணிக்கும் கயிறு எனும்போது காலம் எனும் நுண்பொருள் கயிறு (குறள்-482) என்னும் பருப்பொருளாக நம் கண் முன் காட்சியாக விரிகிறது.

வள்ளுவத்தில் நடையழகு-4

நடப்பது நடை. 'வார்த்தைகள் நடந்தால் வசனம்; நடனமாடினால் கவிதை' என்பார் வார்த்தைச் சித்தர் வலம்புரிஜான்.

சில குறட்பாக்களில் வார்த்தைகள் நடக்கின்றன. சிலவற்றில் நடனமாடுகின்றன. செய்யுளின் நடையழகில் காணலாகும் ஓசை ஒழுங்கை 'வண்ணம்' என்று வரையறுத்து, இருபது வகையான வண்ணங்களைப் பட்டியலிடுகிறார் தொல்காப்பியர்.

ஒரு பாடலில் வந்த சொல்லே மீண்டும் மீண்டும் வந்து நயம் பயப்பதை ஏந்தல் வண்ணம் என்கிறார் தொல்காப்பியர்.

ஒரே குறளில் ஒரு சொல் ஆறு முறை வரும் குறள் ஒன்றே ஒன்றுதான். 'பற்றுக பற்றற்றான் பற்றினை...' (குறள் 350) என்பதே அந்தக் குறள்.

'துப்பார்க்குத் துப்பாய' (குறள் 12)

'சொல்லுக சொல்லிற்' (குறள் 200)

உள்ளிட்ட ஐந்து குறட்பாக்கள் தம்மில் ஒரே சொல்லை ஐந்து முறை கொண்டு அமைபவை.

'தோன்றின் புகழோடு தோன்றுக...' (குறள் 236), 'யான் நோக்குங் காலை...' (குறள் 1094) உள்ளிட்ட இருபதுக்கும் மேற்பட்ட குறள்களில் ஒரே சொல் நான்கு முறை வரும்.

வள்ளுவத்தில் வார்த்தைகள் நடனமாடும் இத்தகைய குறட்பாக்களை தேடிப்படித்து ரசியுங்கள்.

வள்ளுவத்தில் நடையழகு-5

"திருக்குறள் உப்பைப்போல எளிமையானது. வைரத்தைப் போலக் கடினமானது" என்பார் முத்தமிழ்க் காவலர் கி.ஆ.பெ. விசுவநாதம். இதுதான் திருக்குறளின் வலிமை.

பள்ளிக் குழந்தையும் 1,330 குறள்களையும் மனப்பாடம் செய்கிறது. பல்கலைக்கழக மாணவனும் சில குறள் நயங்களை எடுத்துக்கொண்டு முனைவர் பட்டத்துக்கு ஆய்கிறான்.

புரோவாதம், அனுவாதம் என்ற முறையில் அதாவது முன்மொழிதல் மற்றும் வழிமொழிதல் என்ற அமைப்பில் அமைந்த குறட்பாக்கள் குறளின் எளிமைக்குச் சிறப்பு செய்பவை. முன்மொழிதலை நேர்மறையாகவும் வழிமொழிதலை எதிர்மறையாகவும் அமைப்பது வள்ளுவரின் சிறப்பு.

இல்லதுஎன் இல்லவள் மாண்பானால் (53), அடக்கம் அமரருள் உய்க்கும் (121), நாடென்ப நாடா வளத்தன (739) போன்றவை உடனே நினைவுக்கு வரும் குறட்பாக்கள். இவை போன்ற முன்மொழிந்து வழிமொழியும் விழுமியம் மிக்க குறட்பாக்களை விழிகளால் தேடி விழுங்குங்கள்.

வள்ளுவத்தில் நடையழகு-6

ஐன்ஸ்டீனை விஞ்ஞானிகளின் விஞ்ஞானி (*Scientist among scientists*) என்பார்கள். ஜெயகாந்தன் தனது கதைகளை 'பிரச்னைகளின் பிரச்னை' (*Problem of problems*) என்று வரையறுத்தார்.

இதைப்போன்ற சொல்லாட்சிகள் வள்ளுவத்தில் மிகச் சிறப்பாகக் கையாளப்பட்டுள்ளன.

செல்வத்துள் செல்வம் (குறள் 153), வன்மையுள் வன்மை (குறள் 153), பேதையின் பேதை (குறள் 834), பேதமையுள் எல்லாம் பேதமை (குறள் 832) இந்தக் குறட்பாக்களைத் தேடிப் படித்து ரசியுங்கள்.

வள்ளுவத்தின் நடையில் காணலாகும் மற்றொரு உத்தி பட்டியலிடுதல் (*listing out*). பட்டியலிடுதலில் இரண்டு

வகை உண்டு. ஒன்று தொல்காப்பியர் சொன்ன ‘எண்ணு வண்ணம்’ என்கிற முறையில் அமைவது. மற்றொன்று வள்ளுவரே வகுத்துக்கொண்ட மாற்று உத்தி.

எண்ணு வண்ணத்தில் அமைந்த குறள்களில் பட்டியலிடப் பட்டவை எத்தனை என்ற எண்ணிக்கையும் குறட்பாவிலேயே குறிப்பிடப்படும். படைகுடி கூழ்... (குறள் 381), தூங்காமை கல்வி துணிவுடைமை (குறள் 383). இவை எண்ணு வண்ணம். இவற்றின் மாற்று வடிவம் குறித்து அடுத்து விளக்குவோம்.

வள்ளுவத்தில் நடையழகு-7

இவ்விரண்டும், இம்மூன்றும், இந்நான்கும், ஐந்தும், ஆறும் என்று எண்ணும் வண்ணம் வருகிற குறட்பாக்கள் ஒருவகை என்றால். எண்ணிக்கை குறிப்பிடாமல் பட்டியலிடும் உத்தியையும் சில குறள்களில் வள்ளுவர் கடைப்பிடிக்கிறார். இயற்றலும் ஈட்டலும்... என்ற வலியதிகாரக் குறளும் நாணாமை நாடாமை... என்ற பேதமை அதிகார குறட்பாக்களும் இவ்வகை நடைக்குச் சான்று. இதே நடையில் அமையும் வேறு குறட்பாக்கள் உங்கள் நினைவுக்கு வருகிறதா?

இருப்பது ஒன்னே முக்கால் அடி. அதில் எப்படியெல்லாம் விளையாட முடியுமோ அப்படியெல்லாம் விளையாடுவது வள்ளுவரின் வழக்கம்.

ஒவ்வொரு குறளிலும் சீர்கள்தான் ஏழு. ஆனால், சொற்கள் எண்ணிக்கை குறளுக்கு குறள் வேறுபடும். படைகுடிகூழ் குறளில் உள்ள சொற்கள் 12 (இரண்டு இடைச்சொற்களையும் சேர்த்து). ஆனால், ஏழே சொற்களைக் கொண்டு அமையும் குறள் சொற்சீர் வண்ணத்தில் அமைந்தது என்று சொல்லப்படும். அஞ்சுவது அஞ்சாமை எனும் குறள் சொற்சீர் வண்ணம்.

சொற்சீர் வண்ணத்தில் அமையும் வேறு குறள்களை தேடிப்படித்து ரசியுங்கள்.

வள்ளுவத்தில் நடையழகு-8

நாம் சரியென்று எண்ணுகின்ற ஒரு கருத்தை மற்றவரை சரியென்று ஏற்கச் செய்ய வேண்டும் எனில் நம் கருத்து நன்கு செலச்சொல்ல வேண்டும் (*convincingly speaking*). அவ்வாறு பேசும்போது சில இடங்களில் வள்ளுவத்தில் எள்ளல் அள்ளும்.

ஒழுக்கத்தை வலியுறுத்த வருகிறார் வள்ளுவர். ஒழுக்கம் என்பது ஒழுங்கு... அதாவது *morality... regularity...* எந்த ஒரு விஷயத்தையும் பிசகாமல் ரெகுலராகச் செய்வது என்பது கொஞ்சம் போரடிக்கும் விஷயம்தான்.

அதிகாலை எழுவது, தவறாமல் உடற்பயிற்சி செய்வது, உடல் நலத்துக்குக் கேடு தரும் உணவுகளைத் தவிர்ப்பது, நேரம் தவறாமல் இருப்பது, அலைபேசியை அதிக நேரம் பயன்படுத்துவதைத் தவிர்ப்பது இவை எல்லாம் சில ஒழுக்கங்கள்.

இவை எல்லாவற்றையும் தவறாமல் கடைப்பிடித்தால் நல்லது என்று நமக்குத் தெரியும். இருந்தாலும் கடைப்பிடிக்கிறோம். அவ்வப்போது அதிலிருந்து சறுக்குகிறோம். காரணம் நாம் இஷ்டப்பட்டு ஒழுக்கமாக இருப்பதில்லை. கஷ்டப்பட்டு ஒழுக்கமாக இருக்கிறோம்.

இதை உணர்ந்து வள்ளுவர் அடிக்கிறார் பாருங்கள் ஓர் அடி... ஒழுக்கமாக இல்லாமல் உருப்பட முடியுமா? என்று தேடித் துருவிப் பார்த்தேன்... ம்ஹூம்... *No chance...* பிறகு எதற்கு கஷ்டப்பட்டு ஒழுக்கமாக இருக்கிறீர்கள்... இஷ்டப்பட்டே ஒழுக்கமாய் இருந்துவிடுங்களேன்.

குறள் எதுவென்று நீங்களே கண்டுபிடியுங்கள்.

வள்ளுவத்தில் நடையழகு-9

'வெட்டிப் பேச்சு வீணாய்ப் போச்சு' என்பார்கள். வெட்டிப் பேச்சு பேசுபவனை மகன் என்று சொல்லாதே (எனல்-என்+அல்); மனிதப் பதர் (மக்கட் பதடி) என்று சொல் (எனல்) என்று 196-வது குறளில் சொல்கிறார் வள்ளுவர்.

'பயனில்சொல் பாராட்டு வானை மகன்எனல்

மக்கட் பதடி எனல்.'

இந்தக் குறளில் எனல் என்ற சொல்லை எதிர்மறை, உடன்பாட்டுப் பொருள்களில் வள்ளுவர் பயன்படுத்தி உள்ளார்.

இந்த அடிப்படையில்தான் நேற்று 'பரிந்தோம்பிக் காக்க ஒழுக்கம்' என்பதற்கு 'வருந்தி காக்க ஒழுக்கத்தை' என்று மணக்குடவர், பரிமேலழகர் உள்ளிட்ட தொல்லாசிரியர்கள் கொண்ட பொருளையும் 'விரும்பிக் காக்க ஒழுக்கத்தை' என்ற புதுப்பொருளையும் கொள்ள முடியும். பரிதல் என்பதற்கு மெய்யப்பன் தமிழகராதி 21 பொருள்களைத் தருகிறது. 'தாயினும் சாலப்பரிந்து' என்று மாணிக்கவாசகர் பாடும் போதும் விரும்பி/அன்புகொண்டு என்பதே பொருள்.

செம்பொருள் அங்கதம் என்றோர் இலக்கிய உத்தி பற்றித் தொல்காப்பியர் சொல்கிறார். அது வேறொன்றுமில்லை... திட்டுவது... நேரடியாக கோபமாகத் திட்டுவது... ஆனால், அதற்குப் பின்னால் இருக்கும் நோக்கம் நல்லது.

'உருப்படாமல் போகனும்னு முடிவு பண்ணிட்டியா? நீ போறது உருப்படுறதுக்கு உண்டான வழியாத் தெரியல' என்று பெற்றோர்கள்/ஆசிரியர்கள் திட்டும்போது திருந்த வேண்டும் என்ற நோக்கமே அதற்குப் பின் நிற்கிறது.

கல்லாமை, கேள்வி அதிகாரங்களின் கடைசி குறளில் இதை நீங்கள் காணலாம். வேறு அதிகாரங்களிலும் இது மாதிரி உண்டு எனில்... அதை நீங்கள்தான் சொல்ல வேண்டும்.

- விகடன் இயர்புக், 2022

53

தொல்காப்பியத் துளிகள்

தொல்காப்பியர்

- இடைச்சங்க காலத்தவர், இலக்கண வல்லுநர்.
- அகத்தியரின் பன்னிரு மாணவர்களில் ஒருவர் என்பர்.
- காப்பியக்குடியில் தோன்றியதால் தொல்காப்பியர் எனப்பட்டார் என்கிறார் இளம்பூரணர்.
- திரணதூமாக்கினியார் என்பது தொல்காப்பியரின் இயற்பெயர் என்பது அறிஞர் சிலரின் கருத்து, இதை மறுப்பவர் பலர்.
- தொல்காப்பியம் என்ற நூலை எழுதியதால் 'தொல்காப்பியர்' எனப் பெயர் பெற்றதாகவும் கூறப்படுகிறது.
- தொல்காப்பியத்துக்குப் பாயிரம் (முன்னுரை போன்றது) எழுதிய பனம்பாரனார் தொல்காப்பியரின் ஒருசாலை மாணாக்கர்.
- பனம்பாரனாரின் தொல்காப்பியப் பாயிரத்தில் வடவேங்கடம் தென்குமரி ஆயிடைத் தமிழ்கூறும் நல்லுலகம் என்று தமிழகத்தின் எல்லை வரையறுக்கப்படுகிறது.

- பாயிரத்தில் பனம்பாரனார் தொல்காப்பியரை 'ஐந்திரம் நிறைந்த தொல்காப்பியன்' என்கிறார்.
- 'ஐந்திரம் நிறைந்த தொல்காப்பியன்' என்பதற்கு ஐந்திரம் என்ற நூலில் புலமை பெற்றவர் தொல்காப்பியர் என்பது பொருள்.
- பாணினி முனிவர் இயற்றிய 'அஷ்டத்யாயி' என்ற இலக்கண நூலுக்கு முன்பு செல்வாக்குடன் திகழ்ந்தது ஐந்திரம்.
- தொல்காப்பியத்தில் 250-க்கும் மேற்பட்ட இடங்களில் என்ப, மொழிப, என்மனார் புலவர் என்று வருவதால் தொல்காப்பியர் காலத்துக்கு முன்பே எண்ணிலடங்காத் தமிழ் நூல்கள் இருந்தது தெளிவு.
- தொல்காப்பியர் 'முந்து நூல் கண்டு முறைப்பட எண்ணி' தொல்காப்பியத்தைப் படைத்தார் என்கிறார் பனம்பாரனார்.
- இலக்கிய வழக்கத்தையும் உலகியல் நடப்புகளையும் கொண்டு தொல்காப்பியம் எழுதப்பட்டது என்பதற்கு 'நாடக வழக்கினும் உலகியல் வழக்கினும் பாடல் சான்ற புலனெறி வழக்கம்' என்ற தொல்காப்பிய நூற்பாவே சான்று.
- தொல்காப்பியர் காலம் கி.மு. 4-ம் நூற்றாண்டு என்பது கே.என்.சிவராச பிள்ளை போன்ற வரலாற்று அறிஞர்களின் முடிவு.

தொல்காப்பியம்

- எழுத்து, சொல், பொருள் என மூன்று அதிகாரங்கள் கொண்டது.
- அதிகாரத்துக்கு 9 இயல்கள் வீதம் 27 இயல்களுடன் 1,611 நூற்பாக்களை உடையது.
- எழுத்துகளின் வகை, அவை வரும் இடங்கள், எழுத்துகளின் தோற்றம், உச்சரிப்பு மாற்றங்கள் பற்றிக் கூறுவது எழுத்ததிகாரம்.
- எழுத்ததிகாரம் நூன்மரபு, மொழிமரபு, பிறப்பியல், புணரியல், உருபியல் உள்ளிட்ட 9 இயல்களையும் 488 நூற்பாக்களையும் கொண்டது.

- தமிழ் எழுத்துகளின் வகைகளையும், எழுத்துகளை உச்சரிக்க ஆகும் கால அளவான மாத்திரை பற்றியும் சொல்வது நூன்மரபு.

- 'எழுத்து எனப்படுப அகரம் முதல் னகர இறுவாய் முப்பஃது என்ப' என்பதே தொல்காப்பியத்தின் முதல் நூற்பா.

- ஒரு சொல்லில் முதலில், இறுதியில் வரும் எழுத்துகள் எவை, வராத எழுத்துகள் எவை என்பதைப் பற்றி விளக்குவது மொழிமரபு.

- பிறப்பியலில் வயிற்றில் பிறக்கும் எழுத்து எது, தொண்டையில் பிறக்கும் எழுத்து எது என்பது போன்ற கருத்துகள் விளக்கப்படுகின்றன.

- இன்றைய மொழியியல் பிரிவுகளில் ஒன்றான ஒலியியல் துறையின் கருத்துகள் 2,500 ஆண்டுகளுக்கு முன்பே தொல்காப்பியர் பிறப்பியலில் சொல்லியிருப்பதைக் கண்டு வியக்கின்றனர் மேல்நாட்டு வல்லுநர்கள்.

- அரசியல், தத்துவவியல் துறைகளுக்கு அடித்தளமிட்ட கிரேக்க அறிஞர்கள் சாக்ரடீஸ், அரிஸ்டாட்டில் போல மொழியியல் துறைக்கு அடித்தளமிட்ட ஓர் உலக அறிஞர் தொல்காப்பியர்.

- புணரியல் எழுத்துகள் ஒன்றோடு ஒன்று சேரும்போது ஏற்படும் மாற்றங்களை விளக்குகிறது.

- உருபியலில் தமிழிலுள்ள வேற்றுமை உருபுகள் விளக்கப்படுகின்றன.
- தமிழ் எழுத்துகள் பழங்காலத்தில் எழுதப்பட்ட முறையை (தமிழ் வரி வடிவ வரலாறு) அறிந்துகொள்ளவும் தொல்காப்பிய எழுத்ததிகாரம் உதவு கிறது.

- 'மெய்யின் இயற்கைப் புள்ளியோடு நிலையல் எகர ஒகரத்து இயற்கையும் அற்றே' என்ற நூற்பாவால் பழங் காலத்தில் மெய்யெழுத்துகள்போல உயிர் எழுத்துகளான எ, ஒ-வின் குறில் வடிவங்களும் புள்ளியிட்டு எழுதப்பட்டதை அறியலாம்.
- தொல்காப்பியம் = தொல் + காப்பு + இயம் : பழமையை காத்து இயம்பும் நூல் என்பது பொருள்.
- பழமையைக் காத்து இயம்புவதற்காகத் தொல்காப்பிய ஆசிரியர் தனக்குச் சூட்டிக்கொண்ட புனைபெயரே தொல்காப்பியன் என்பர் சிலர்.
- தொல்காப்பியச் சிறப்புப் பாயிரத்தில் 'தொல்காப்பியன் எனத் தன் பெயர் தோற்றி' என்று வருவதையே தொல்காப்பியன் என்பது புனைபெயர் என்பதற்குச் சான்று என்பர்.
- தொல்காப்பியத்தை மூதறிஞர் வ.சுப.மாணிக்கனார் 'தமிழின் உயிர் நூல்' என்றும் முனைவர் ச.வே.சு 'மனிதப் பண்பாட்டின் விதை' என்றும் குறிப்பிடுவர்.
- உலகை இயக்கும் காலம், இடம், செயல் என்ற முப்பொருள்களை முறையே முதல், கரு, உரிப்பொருள் எனக் கூறுகிறது தொல்காப்பியம்.
- தமிழர்களின் இலக்கிய வகைகள், இலக்கியக் கொள்கைகள், இலக்கிய மரபு, இலக்கியத் திறனாய்வு பற்றிய செய்திகள் பொருளதிகாரச் செய்யுளில் இடம்பெறுகின்றன.
- உயிரினங்களை அவற்றின் அறிவுக்கு ஏற்ப ஓரறிவுடையன, ஈரறிவுடையன என ஐந்தறிவு வரை வகைப்படுத்தும் பொருளதிகார மரபியல் தொல்காப்பியரின் அறிவியல் நோக்கைக் காட்டும்.

வெள்ளைவாரணனார்

தமிழண்ணல்

சி.இலக்குவனார்

- மரபியல் பகுதியில் பல்வேறு விலங்குகளின் இளமைப் பெயர்களும் மாற்றுப் பெயர்களும், தாவர உறுப்புகளின் பெயர்களும் இடம்பெறுகின்றன.

- தொல்காப்பியர் தன் காலத்தில் வழக்கருகி வந்த பழந்தமிழ்ச் சொற்களைத் தொகுத்துக்கூறும் உரியியல் என்ற பகுதியே பிற்கால அகராதிக் கலைக்கு அடிப்படை.

- கணினி இல்லாக் காலத்திலேயே தமிழில் தொடை வகைகள் 13,699 எனத் தொல்காப்பியர் அறுதியிட்டு உரைப்பது காப்பியர் காலத்துக்கு முன்பே தமிழ் பெற்றிருந்த பண்பட்ட வளர்ச்சிக்குச் சான்று.

- செய்யுளின் ஓசை நயத்தை வண்ணம் என்று குறிப்பிட்டு 20 வகை வண்ணங்களை விளக்குகிறது தொல்காப்பியம்.

- ஒவ்வோர் இயலிலும் முதலில் பொது விதிகளையும், பின்னர் சிறப்பு விதிகளையும் விளக்கி இறுதியில் புறனடைகளையும் விளக்குவது தொல்காப்பியத்தின் சிறப்பு.

- தொல்காப்பியத்துக்கு உரைகண்ட பழைய உரையாசிரியர்கள் இளம்பூரணர், பேராசிரியர், சேனாவரையர், நச்சினார்க்கினியர், கல்லாடர், தெய்வச்சிலையார்.

- தொல்காப்பியத்துக்கு உரைகண்ட பிற்கால உரையாசிரியர்களில் அரசன் சண்முகனார், சோமசுந்தர பாரதியார், தமிழண்ணல், ச.வே.சு ஆகியோர் குறிப்பிடத் தக்கவர்களாவர்.

- தொல்காப்பிய ஆய்வாளர்களில் சுப்பிரமணிய சாஸ்திரியார், மு.ராகவய்யங்கார், வெள்ளைவாரணனார்,

இலக்குவனார் ஆகியோர் குறிப்பிடத்தக்கவர்களாவர்.

• சாகித்ய அகாடமியின் 'இந்திய இலக்கியச் சிற்பிகள்' வரிசை நூல்களில் 'தொல்காப்பியர்' என்ற நூலைத் தமிழண்ணல் எழுதியுள்ளார்.

• தொல்காப்பிய நூற்பாக்கள் சிலவற்றின் பொருளை எளிய நடையில் விளக்கும் நூல் கலைஞர் எழுதிய 'தொல்காப்பியப் பூங்கா'.

ச.வே.சுப்பிரமணியனார்

சொல்லதிகாரம்

• சொற்களை அமைக்கும் முறை, சொற்களின் வகைகள், பிறமொழிச் சொற்கள். பிறமொழிச் சொற்களைக் கையாளும் முறை போன்றவற்றை விளக்குவது சொல்லதிகாரம்.

• சொல்லதிகாரம் கிளவியாக்கம், பெயரியல், வினையியல், இடையியல், உரியியல் உள்ளிட்ட 9 இயல்களையும் 463 நூற்பாக்களையும் கொண்டது.

• திணை, பால் (ஜென்டர்), மரபு வழுவாமல் சொற்களை உருவாக்குவது பற்றிக் குறிப்பிடும் இயல் கிளவியாக்கம்.

• 'எல்லாச் சொல்லும் பொருள் குறித்தனவே' என்கிற நூற்பா, எல்லாத் தமிழ்ச் சொல்லுக்கும் பொருள் உண்டு என விளக்குகிறது.

• வடமொழிச் சொற்களைத் தமிழில் எழுதும் முறை பற்றி 'வடசொற்கிளவி வடவெழுத்து ஒரீஇ எழுத்தோடு புணர்ந்த சொல்லாகும்மே' என்ற நூற்பா கூறுகிறது (நூற்பா 884).

• 'வடசொற்கிளவி...' என்ற நூற்பாவே விபீஷணன் என்பதை வீடணன் என்றும், பங்கஜம் என்பதை பங்கயம் என்றும் எழுதுவதற்கு அடிப்படை.

தொல்காப்பியர் கூறும் மெய்ப்பாடுகள்

• தொல்காப்பியத்தின் இருபத்து நான்காம் இயலான மெய்ப்பாட்டியலில் எட்டு வகை மெய்ப்பாடுகளையும் (உடம்பில் ஏற்படும் புறப்புலப்பாடுகள் அதாவது, உணர்வு வகைகள்), அவை தோன்றுவதற்கான நிலைக்களன்களாக

ஒவ்வொரு மெய்ப்பாட்டுக்கும் நான்கு நிலைக்களன் வீதம் 32 நிலைக்களன்களையும் தொல்காப்பியர் விளக்குகிறார்.

நகையே அழுகை இளிவரல் மருட்கை
அச்சம் பெருமிதம் வெகுளி உவகை என்று
அப்பால் எட்டே மெய்ப்பாடு என்ப

(நூற்பா 1197)

சிரிப்பு, அவலம், இழிவு, வியப்பு, பயம், பெருமிதம், கோபம், மகிழ்ச்சி. பரத முனிவர் இவை எட்டோடு 'சாந்தம்' என்ற உணர்வையும் சேர்த்து உணர்வுகளை 'நவரசங்கள்' என்று குறிப்பிடுகிறார்.

மெய்ப்பாடுகளுக்குரிய நிலைக்களன்கள் (மெய்ப்பாடுகள் தோன்றுவதற்கான சூழ்நிலைகளும் அடிப்படைகளும்) பின்வருமாறு:

1) நகை: எள்ளல், இளமை, பேதைமை, மடன்

2) அழுகை: இளிவு, இழவு, அசைவு (தளர்ச்சி), வறுமை.

3) இளிவரல்: மூப்பு, பிணி, வருத்தம் (துன்பம்), மென்மை (எளிமை)

4) மருட்கை: புதுமை, பெருமை, சிறுமை, ஆக்கம்

5) அச்சம்: அணங்கு (தெய்வம்), விலங்கு, கள்வர், இறை (அரசன்).

6) பெருமிதம்: கல்வி, தறுகண் (அஞ்சாமை), இசைமை (புகழ்), கொடை.

7) வெகுளி: உறுப்பறை, குடிகோள், அலை, கொலை

8) உவகை: செல்வம், புலன், புணர்வு, விளையாட்டு

தொல்காப்பியர் கூறும் நானில தெய்வங்கள் (பழந்தமிழ் நிலங்களும் தெய்வங்களும்)

• தொல்காப்பியத்தின் அகத்திணையியலில் நானில தெய்வங்களையும் தொல்காப்பியர் குறிப்பிடுகிறார்.

மாயோன் மேய காடுறை உலகமும்
சேயோன் மேய மைவரை உலகமும்
வேந்தன் மேய தீம்புனல் உலகமும்
வருணன் மேய பெருமணல் உலகமும்

முல்லை குறிஞ்சி மருதம் நெய்தல் எனச்
சொல்லிய முறையால் சொல்லவும் படுமே

(தொல்: 951)

தொல்காப்பியர் குறிஞ்சி, முல்லை, மருதம், நெய்தல் ஆகிய நானில தெய்வங்களை முறையே சேயோன், மாயோன், வேந்தன், வருணன் என்று குறிப்பிடுகிறார்.

- பாலை நிலத்துக்குரிய சிறு பொழுது, பெரும் பொழுது பற்றித் தொல்காப்பியர் குறிப்பிட்டுள்ளார்.

- பாலை நிலத்தின் இயல்பை,

முல்லையும் குறிஞ்சியும் முறைமையின் திரிந்து
நல் இயல்பு இழந்து, நடுங்கு துயர் உறுத்துப்
பாலை என்பதோர் படிவம் கொள்ளும்

- என்று சிலப்பதிகாரத்தில் இளங்கோ குறிப்பிடுகிறார்.

- சங்க காலத்தில் ஐந்து நில தெய்வங்கள்: முருகன் (குறிஞ்சி), திருமால் (முல்லை), இந்திரன் (மருதம்), வருணன் (நெய்தல்), கொற்றவை (பாலை).

- சங்க கால தெய்வங்களையும் தொல்காப்பியம் கூறும் தெய்வங்களையும் ஒப்புநோக்கி ஆய்பவர்கள் சேயோன் முருகனையும், மாயோன் திருமாலையும் வேந்தன் இந்திரனையும் குறிப்பதாகக் கொள்வர்.

நூலின் வகைகள்

- முதல் நூல், வழி நூல் என இருவகையான நூல்களைப் பற்றிக் கூறுகிறது.

- டாக்டர் பட்டம் பெற்றவர்களை அழைக்கும் 'முனைவர்' என்ற சொல், "வினையின் நீங்கி விளங்கிய அறிவின் முனைவன் கண்டது முதல் நூலாகும்" (1594) என்ற தொல்காப்பிய நூற்பாவிலிருந்து பெறப்பட்டதாகும். 'முனைவன்' என்ற சொல்லுக்கு கடவுள் என்று பொருள் கூறுவதும் உண்டு.

- முதல் நூலின் கருத்தை, சுருக்கியோ விரித்தோ, சுருக்குதல் விரித்தல் இரண்டும் செய்தோ, மொழிபெயர்த்தோ எழுதப்படுவது வழி நூலாகும் என்று நால்வகை வழி நூல்கள் பற்றி தொல்காப்பியர் கூறுகிறார்.

- தொகுத்தல், விரித்தல், தொகைவிரி மொழிபெயர்த்து அதர்ப்பட யாத்தலொடு

அனை மரபினவே (1597) என்பது வழி நூல்கள் வகை பற்றிய நூற்பா.

- கூறியது கூறல், குன்றக்கூறல், மிகபடக்கூறல் உள்ளிட்ட பத்து வகை நூல் குற்றங்கள் பற்றி தொல்காப்பியம் குறிப்பிடுகிறது.

- தொகுத்துக் கூறல், ஒப்புக் கூறல், ஞாபகம் கூறல், வந்தது கொண்டு வராதது உணர்த்தல் உள்ளிட்ட 32 நூல் உத்திகள் பற்றித் தொல்காப்பியம் குறிப்பிடுகிறது.

தொல்காப்பியர் கூறும் வனப்புகள்

வடிவு பற்றியும் பொருள் பற்றியும் அமையும் இலக்கியத்தின் அழகை 'வனப்பு' என்ற பெயரால் எட்டு வகைப்படுத்தி விளக்கியுள்ளார் தொல்காப்பியர். அம்மை, அழகு, தொன்மை, தோல், விருந்து, இயைபு, புலன், இழைபு என்பவையே தொல்காப்பியர் கூறும் எட்டு வனப்புகளாகும். சில மென்மையான சொற்களால் சில அடிகளில் அமையும் அம்மைக்கு திருக்குறள் நாலடியார் போன்றவையும், இயற் சொல்லால் அமையாமல் திரி சொல்லால் கடுநடையில் (Pedantic Style) அமையும் 'அழகு'க்கு பதிற்றுப் பத்து, ஒட்டக்கூத்தர் பாடல்கள் போன்றவையும் சான்றுகளாகும்.

பழமையான பொருள் பற்றி உரைநடை கலந்து வரும் தொன்மைக்கு ராமாயணம், பாரதம் போன்றவையும், இனிய சொற்களால் சிறந்த பொருள் பற்றி அல்லது பரந்த பல சொற்களால் அடி நீண்டு வரும் 'தோல்' என்ற வனப்புக்கு கலித்தொகை, பத்துப்பாட்டு போன்றவையும் சான்றுகளாகும்.

புதிய பொருள் பற்றி அமையும் விருந்து என்னும் வனப்புக்கு நாவல், புதுக்கவிதை போன்றவையும், ஞ முதல் ன வரையான மெய்யெழுத்துகளைக் கடைசி எழுத்தாகக் கொண்டு முடியும் இயைபுக்கு மணிமேகலையும் சான்றுகளாகும்.

தெரிந்த மொழியில் ஆராயாமலே பொருள் உணர்ந்து கொள்ளுமாறு பாடப்படும் புலன் என்ற வனப்புக்கு

இந்தக்காலப் பாடல்கள் சான்றாகும். இழைபு என்னும் வனப்பு வல்லொற்றுகள் பொருந்திய எடுத்தலோசை மிக்க சொற்களால் வருவது இழைபு.

இவற்றில் அம்மை, அழகு, தோல், இயைபு, புலன், இழைபு என்பன வடிவு பற்றிய மரபுகள் தொன்மை, விருந்து என்பன பொருள் பற்றிய மரபுகள்.

ஐந்திணைப் பாகுபாடு

- தொல்காப்பியர் ஐந்திணைப் பாகுபாட்டை புவியியல் மற்றும் காதல் ஒழுக்கங்களின் அடிப்படையில் குறிஞ்சி (மலையும் மலை சார்ந்த இடமும், கூடல்), முல்லை (காடு மற்றும் காடு சார்ந்த இடமும், இருத்தல்), மருதம் (வயலும் வயல் சார்ந்த இடமும், ஊடல்), நெய்தல் (கடலும் கடல் சார்ந்த இடமும், இரங்கல்), பாலை (மணலும் மணல் சார்ந்த இடமும், பிரிதல்) என உருவாக்கினார். இவை அந்தந்த நிலங்களுக்குரிய பூக்களின் பெயரில் அமைந்தவை என்பர்.

கமில் சுவலபில்

செக் நாட்டு, தமிழறிஞரான கமில் சுவலபில், இந்த நானிலப் பாகுபாடு (பாலை நீங்கலாக) ஆதிகாலத்தில் வேட்டையாடி வன்புலத்தில் (குறிஞ்சி, முல்லை) வாழ்ந்த தமிழ்ச் சமூகம் முன்னேறிப் பயிர்செய்யவும், மீன் பிடிக்கவும் கற்றுக்கொண்டு மென்புலத்தில் (மருதம், நெய்தல்) வாழத் தொடங்கிய சமூக மேம்பாட்டைச் சித்திரிப்பதாகக் கூறுவார்.

காதலர்களின் அக வாழ்க்கையைப் பற்றிப் பாடும்போது அவர்களின் பெயரைச் சொல்லக்கூடாது என்ற நாகரிகத்தை இயம்புவது, 'மக்கள் நுதலிய அகனைந்திணையும் சுட்டி ஒருவர் பெயர்கொளப் பெறார்' என்ற நூற்பா.

- விகடன் இயர்புக், 2017

54

பன்முகக் கலைஞர் சிவகுமார்

ஓவியர், நடிகர், எழுத்தாளர், பேச்சாளர் எனப் பன்முகம்கொண்டவர். இயற்பெயர் பழனிசாமி. 1941-ம் ஆண்டு அக்டோபர் 27-ம் நாள், கோவை மாவட்டம் காசிக்கவுண்டன்புதூரில் பிறந்தார். ஓவியக் கல்லூரியில் பயின்ற காலத்தில், நாடெங்கும் பயணம் மேற்கொண்டு இவர் தீட்டிய ஓவியங்கள் புகழ்பெற்றவை. உருவப்பட ஓவியங்களில் தனி முத்திரை பதித்தவர். தனது 75-வது பிறந்த நாளையொட்டி 50 ஆண்டுகளுக்கு மேலாகப் பாதுகாத்து வைத்திருந்த ஓவியங்களை 2016-ல் சென்னை லலித் கலா அகாடமியில் கண்காட்சி நடத்தப்பட்டது.

1965-ல் வெளியான ஏவி.எம்மின் ‘காக்கும் கரங்கள்’ திரைப் படத்தில் அறிமுகமான இவர், சிவாஜி கணேசனுடன் ‘உயர்ந்த மனிதன்’, ‘ராஜராஜ சோழன்’ உள்பட 16 படங்களிலும், எம்.ஜி.ஆருடன் ‘காவல்காரன்’, ‘இதய வீணை’ என இரண்டு வெற்றிப் படங்களிலும் நடித்துள்ளார். ஏ.பி.நாகராஜனின் ‘கந்தன் கருணை’ ‘சரஸ்வதி சபதம்’, ‘கிருஷ்ண லீலா’ உள்ளிட்டப் பல புராணப் படங்களில் கடவுளர் வேடங்களில் சிறப்பாக நடித்துள்ளார். இயக்குநர்

கே.பாலசந்தரின் 'சொல்லத்தான் நினைக்கிறேன்', 'அக்னி சாட்சி', 'சிந்து பைரவி' படங்களில் ஹீரோவாக நடித்து கே.பி-யின் நன்மதிப்பைப் பெற்றவர். "நடிப்புக்கு இலக்கணம் சிவாஜி என்றால், நடிகருக்கு இலக்கணம் சிவகுமார்" என்று இயக்குநர் கே.பாலசந்தர் இவரைப் பாராட்டியுள்ளார்.

தமிழ்நாடு அரசின் விருதுகளை 'அவன் அவள் அது' 'அக்னி சாட்சி' படங்களுக்குப் பெற்றதோடு, சிவாஜி கணேசன் நினைவு விருதையும் பெற்றிருக்கிறார். 192 தமிழ்த் திரைப்படங்களில் நடித்திருக்கும் இவர், *170 படங்களில் கதாநாயகனாக நடித்துள்ளார்.* இவர் ஹீரோவாக நடித்த 'மறுபக்கம்' திரைப்படம் 'தங்கத் தாமரை' விருது பெற்ற முதல் தமிழ்த் திரைப்படம். யோகா மற்றும் உடற்பயிற்சிகள் செய்து இன்றும் இளமைத் தோற்றத்துடன் விளங்குகிறார்.

ஜூனியர் விகடன் இதழில் 45 வார தொடராக எழுதிய 'இது ராஜபாட்டை அல்ல' என்னும் இவரின் சுயசரிதையைப் படித்த எழுத்தாளர் சுஜாதா, "சிவகுமார் எழுத்துத் துறைக்கு வந்திருந்தால் சிறந்த எழுத்தாளராகப் புகழ்பெற்றிருப்பார்" என்று பாராட்டினார். 'கம்பன் என் காதலன்' என்ற தலைப்பில் 100 பாடல்களில் ராமாயணக் கதை முழுவதையும் மேடையில் ஒரே மூச்சில் பேசியதும், மாபெரும் காவியமான

மகாபாரதத்தை, 2 மணி 10 நிமிடங்களில் ஒரு வார்த்தை பிசகாமல் ஒரு சொட்டு தண்ணீர்கூட அருந்தாமல் பேசியதும், இவரின் அசாத்திய நினைவாற்றலுக்குக் கட்டியங்கூறுபவை. அடுத்து 'திருக்குறள்-100' என்ற தலைப்பில் 100 கதைகளுடன் 100 குறள் கூறி சிவகுமாரின் திருக்குறள்-100 என்ற உரையை 2021-ம் ஆண்டு ஈரோடு புத்தகத் திருவிழாவில் அரங்கேற்றம் செய்தார். அந்த உரைக்கான குறள் தெரிவில் எனது பங்களிப்பின் முக்கியத்துவத்தைத் தொடர்ந்து நடந்த பத்திகையாளர் சந்திப்பில் தெரிவித்து பெருமைப்படுத்தினார். அந்த விழாவில் நான் ஆற்றிய, 'வந்தியத்தேவனை ஜெயித்த வள்ளுவர்' என்ற உரையை You Tube-ல் காணலாம்..

இத்தனை சிறப்புகளுக்கும் மேலாக 'தந்தை மகற்காற்றும் நன்றி அவையத்து முந்தியிருப்பச் செயல்' எனும் குறளுக்கேற்ப இவரின் மகன்களான சூர்யா, கார்த்தி இருவரையும் ஒழுக்க முள்ளவர்களாக வளர்த்து தமிழ்த் திரையுலகின் முன்னணி நாயகர்களாக உருவாக்கியுள்ளார். சிவகுமார் குடும்பத்தின் அடித்தளமாக இருப்பவர் துணைவியார் லட்சுமி. இவரின் மகள் பிருந்தா, இனிமையாகப் பாடத் தெரிந்தவர்.

- விகடன் இயர்புக், 2018

55

ஐம்பதாண்டு தமிழ் சினிமாவில் பெண் ஆட்சியர்கள்

1986-ம் ஆண்டு திருநெல்வேலி திரையரங்கு ஒன்றில்தான் முதல் ஐ.ஏ.எஸ் அதிகாரியைச் சந்திக்கும் வாய்ப்பைப் பெற்றேன். அவர், ரியல் ஐ.ஏ.எஸ். அல்ல, ரீல் ஐ.ஏ.எஸ். அன்று முதல் ஐ.ஏ.எஸ். என்ற வார்த்தை மீது ஏற்பட்ட காதல் 30 ஆண்டுகள் தாண்டியும் குறையவில்லை.

அண்மையில் 'அறம்' திரைப்படம் பார்த்தபோது, 'பாலைவன ரோஜாக்கள்' ஞாபகமும் அதைத் தொடர்ந்து கலெக்டராக நடிப்பதற்கென்றே பிறந்த லட்சுமி சிவச்சந்திரன் நினைவும் வந்தது. லட்சுமி நடித்த 'ஒரே ஒரு கிராமத்திலே' திரைப்படமும் ஓர் ஐ.ஏ.எஸ் பற்றிய கற்பனைக் கதைதான். வழக்கமாக விகடன் இயர் புக்கில் ரியல் ஐ.ஏ.எஸ் அதிகாரிகள் பலர் எழுதும் கட்டுரைகள் வெளிவரும். அதேபோல் பெண்ணுரிமை மற்றும் பெண்கள் சார்ந்த கட்டுரைகளும் வெளிவரும். இந்த முறை இரண்டையும் இணைத்து, 'தமிழ் சினிமாவில் பெண் கலெக்டர்கள்' பற்றிய கவர்

ஸ்டோரி ஒன்றை எழுதலாமே என்ற எண்ணம் வந்தது. தமிழ் சினிமாவில் வந்த பெண் கலெக்டர்கள் பற்றிய எண்ணக்கோடு வளரத் தொடங்கியபோது 'இரு கோடுகள்' இயற்கையாகவே நினைவுக்கு வந்தது.

1969-ம் ஆண்டில் வெளிவந்த 'இரு கோடுகள்' திரைப்படக் கதையை என் அம்மா சொல்ல, காட்சி காட்சியாக என் மனதுக்குள் பதித்து வைத்திருந்ததால் கிட்டத்தட்ட 50 ஆண்டுகளில் தமிழ் சினிமாவில் பெண் கலெக்டர்கள் பற்றிய கட்டுரையை எழுதியே தீர்வது என்ற தீர்மானத்தை ஒருமனதாக நிறைவேற்றினேன்.

பதினோரு வயதில் நான் பார்த்த முதல் கலெக்டர் லட்சுமியைப் பேட்டி காணும் பேரார்வம் பிடித்துக்கொண்டது. இந்தக் கட்டுரைக்கு பேட்டி காண்பதற்காக லட்சுமியை சென்னையில் அவர் இல்லத்தில் சந்தித்தபோது, 1986-ம் ஆண்டில் வெளியான 'பாலைவன ரோஜாக்கள்' படத்தில் தன் கலெக்டர் பணியைத் தொடங்கிய அவர், 2009 வெளியான 'உன்னைப்போல் ஒருவன்' திரைப்படத்தில் தலைமைச் செயலாளராகப் பதவி உயர்வு பெற்றதை நினைவு கூர்ந்து அந்த அம்மையாரிடம் "மேடம், 1986 - 2009 என இருபத்து மூன்றே ஆண்டுகளில் தலைமைச் செயலாளரான முதல் ஐ.ஏ.எஸ் அதிகாரி நீங்கள்தான்" என்று சொன்னபோது, அவருக்கே உரிய புன்னகையை உதிர்த்தார்.

'உன்னைப்போல் ஒருவன்' படத்தில் தலைமைச் செயலாளராக
திரைக் கலைஞர் லட்சுமி

அகவை அறுபத்தைந்தைக் கடந்த பின்னும் - இப்போதும் கன்னடப் படம் ஒன்றில் ஐ.ஏ.எஸ் அதிகாரியாக நடித்துக் கொண்டிருப்பதாக அவர் சொன்னதைக் கேட்டு வியந்து போனேன். அதுமட்டுமன்று, தமிழ், தெலுங்கு, மலையாளம், கன்னடம் என நான்கு மொழிகளில் கலெக்டராக நடித்த பெருமை அவருக்கு இருக்கிறது. அவர் நடித்த கலெக்டர் ரோல்கள் பற்றி கலெக்டர் களஞ்சியம் ஒன்றையே தயாரிக்கலாம் என்று தோன்றியது.

கே.பாலசந்தர் இயக்கத்தில் வெளியான 'இரு கோடுகள்' படத்தில் சௌகார் ஜானகி கலெக்டராக சிறப்பாக நடித்திருப்பார். அதைப்பற்றிக் குறிப்பிட்ட லட்சுமி,

"'இரு கோடுகள்' தமிழ்ப் படத்தில் மட்டும்தான் சௌகார் அம்மா நடித்தார்கள். அந்தப் படத்தின் மலையாள, தெலுங்கு மற்றும் கன்னட ரீமேக்குகளில் நான்தான் அந்த வேடத்தில் நடித்தேன்" என்று சொல்லி மற்றொரு ஐ.ஏ.எஸ் ஆச்சர்யம் தந்தார்.

- விகடன் இயர்புக்-2018

(திரைக்கலைஞர் லட்சுமி அவர்களின் நேர்காணல் மற்றும் 'அறம்' 3 திரைப்பட இயக்குநர் கோபி நயினார் நேர்காணல் ஆகியவை அடுத்த பக்கங்களில் தொடர்கின்றன.)

56

திரைக்கலைஞர் லட்சுமி நேர்காணல்

பல கதாபாத்திரங்களிலும் சிறப்பான நடிப்பை வெளிப்படுத்திய திரைக்கலைஞர் லட்சுமி அவர்கள், ஜெயகாந்தன் கதைகளான ‘சில நேரங்களில் சில மனிதர்கள்’, ‘ஒரு நடிகை நாடகம் பார்க்கிறாள்’ ஆகியவற்றின் கதாநாயகிகளுக்கு திரையில் உயிர் கொடுத்து, ‘ஐ.ஏ.எஸ் பாத்திரங்களில் ஃபிக்ஸானது எப்படி?’ என்று ஒரு வினாவை வைத்தால் “டைரக்டர்கள் ஒரு கதாநாயகியின் ஆளுமையை வைத்து அந்தக் கதாபாத்திரத்தை அவர் தாங்குவாரா மாட்டாரா என்ற முடிவுக்கு வருகிறார்கள். என் ஆளுமையைப் பொறுத்து எனக்கு கலெக்டர் மற்றும் நீதிபதி வேடங்களை அதிகமாக வழங்கினார்கள் போலும்” என்றார்.

அவரோடு ஒன்றரை மணி நேரம் பேசிக்கொண்டிருந்தபோது, அது உண்மைதான் என்று தோன்றியது. நல்ல ஆங்கிலப் புலமை, பரந்த வாசிப்பு, காளிதாஸன் நாடகத்தில் வரும் சம்ஸ்கிருத வசனம் முதல் அம்பையின் ‘அம்மா ஒரு கொலை செய்தாள்’ சிறுகதை, ராபின் சர்மாவின் சுய முன்னேற்ற நூல்கள்... என அவரின் பரந்துபட்ட வாசிப்பை உணர்ந்துகொள்ள முடிந்தது.

நான்கு தென்னிந்திய மொழிகளையும் சரளமாகப் பேசத் தெரிந்தவர் என்ற செய்தி அவர் மீதான மதிப்பை மேலும் உயர்த்தியது. (தற்கால ஐ.ஏ.எஸ். அதிகாரிகள் (உண்மையான) வெளி மாநிலத்திருந்து வந்தாலும் தட்டுத் தடுமாறி அம்மாநில மொழியைப் பேச முயல்வதை தொலைக்காட்சியில் பார்த்திருக்கலாம்.) அதுகுறித்த என் ஆச்சர்யத்தை அவரிடம் வெளிப்படுத்தியபோது, "முன்னாள் பிரதமர் வாஜ்பாயும் ஒருமுறை இதே கேள்வியை என்னிடம் கேட்டார். அதற்கு அவரிடம் "நாலு மொழி என்ன சார், அட்வான்ஸ் கொடுத்தால் மராத்திகூட பேசுவேன்" என்று வேடிக்கையாகக் குறிப்பிட்டதாகக் கூறினார். அவரின் அறிவுத் திறனைப் பார்த்தபோது, அது வேடிக்கை அல்ல, அட்வான்ஸ் கொடுத்தால் உண்மையிலேயே பேசிவிடுவார் என்றே தோன்றியது.

- விகடன் இயர்புக், 2018

57

‘அறம்’ திரைப்பட இயக்குநர் கோபி நயினார் நேர்காணல்-1

திரைப்பட இயக்குநர் கோபி நயினாரிடம் பத்து நிமிடம் பேச முயன்றால் அதற்குள் அவருக்குப் பன்னிரண்டு அலைபேசி அழைப்புகள் வருகின்றன. எல்லா அழைப்புகளையும் தவிர்க்கவும் முடியவில்லை. ஏனென்றால், சில அழைப்புகள் முன்பின் தெரியாத நம்பரில் இருந்து வந்தாலும் திரைத்துறை வி.ஐ.பி ஒருவரின் அழைப்பாகக்கூட இருக்கலாம்.

அலைபேசி அழைப்புகளை கவனிக்கும் ஆர்வம் ஒருபுறம், 'அறம்' திரை மொழியாகப் பேசிய கருத்தின் பின்னணியை அனுபவங்களை நம்மிடம் வாய்மொழியாகப் பகிரும் ஆர்வம் ஒருபுறம் என இரட்டைத் தவிப்புக்கிடையே நிறைவேறியது இந்த நேர்காணல்.

அதிர அதிர வந்துகொண்டிருக்கும் அலைபேசி அழைப்புகளை ஆச்சர்யத்தோடு பார்க்கும் நம்மிடம் "என்ன சார், அடுத்தடுத்து அழைப்புகள் வருகிறது என்று பார்க்கிறீர்களா? சரஸ்வதி சபதத்தில் யானை மாலையிட்ட கே.ஆர்.விஜயா மாதிரி ஆகிவிட்டது என் நிலைமை" என்று கூறியபடி வெகு கேஷுவலாக நேர்காணலுக்குத் தயாரானார் கோபி நயினார்.

– விகடன் இயர்புக், 2018

58

கோபி நயினார் நேர்காணல்-2

‘எப்படி வந்தது இப்படி ஒரு கலெக்டரைத் திரையில் காட்ட வேண்டும் என்ற எண்ணம்?’ என்ற முதல் கேள்வியை திரைப்பட இயக்குநர் கோபி நயினாரிடம் முன்வைத்தோம்.

“திருவள்ளூர் மாவட்டத்தில் மீஞ்சூர்தான் எனக்குச் சொந்த ஊர். நான் நீண்ட காலமாகவே களப்பணி ஆற்றுபவன். மக்கள் பிரச்னைக்கென்று அவ்வப்போது மாவட்ட ஆட்சியர் அலுவலகத்துக்குச் சென்று வந்த அனுபவம் நிறையவே உண்டு. அப்படி அலுவலகங்களுக்குச் செல்லும்போதெல்லாம் மனிதாபிமானத்தோடு பணியாற்றும் நல்ல அதிகாரிகள் பலரைச் (உண்மையாகவா!?) சந்தித்திருக் கிறேன். அவர்கள்தான் இந்தக் கதையில் வரும் கலெக்டருக்கு இன்ஸ்பிரேஷன்” என்றார்.

இந்தக் கதையில் டீட்டெயிலிங் மிகச்சிறப்பாகச் செய்திருக் கிறீர்கள். உதாரணமாக மாவட்ட ஆட்சியர் காரில் முன் சீட்டில் அமராமல் இரண்டாம் சீட்டில் அமர்ந்து செல்வது... கலெக்டர் தாசில்தாரிடமும் தாசில்தார் ஆர்.ஐ. மற்றும் வி.ஏ.ஓ விடமும் பேசும்போது எப்படிப் பேசுவார்கள் என்பது போன்ற நுணுக்கங்கள் மிக இயல்பாகவும் சிறப்பாகவும்

அமைந்திருப்பது எவ்வாறு சாத்தியமாயிற்று? என்று நாம் வைத்த அடுத்த கேள்வியையும் அதே புன்னகையோடு எதிர்கொண்டு பதில் தரத் தயாரானார்.

"இந்தக் கதையை படமாக்குவது என முடிவு செய்தவுடன் சில மூத்த அதிகாரிகளிடமும் துணை ஆட்சியர் ஒருவரிடமும் உரையாடி திரைக்கதை நுணுக்கங்களை கவனமாகப் பதிவு செய்துகொண்டேன். படப்பிடிப்பின்போதுகூட மதிவதனி காரில் முன்சீட்டில்தான் உட்கார்ந்தார். அவரிடம் கதையின் டீட்டெயிலிங் பற்றிச் சொல்லி இரண்டாம் சீட்டில் உட்காரச் சொன்னேன். நான் காட்ட விரும்பியது மனிதாபிமானமிக்க ஒரு மாவட்ட ஆட்சியரை என்பதில் மிகத் தெளிவாக இருந்தேன்.

ஒரு மாவட்ட ஆட்சியராக இந்தப் பிரச்னையை எதிர்கொள்ள வரும் மதிவதனி மக்களில் ஒருவராக - மக்கள் போற்றும் மாவட்ட ஆட்சியராக விடைபெற்றுச் செல்ல வேண்டும் என்ற புள்ளியை நோக்கியே என் திரைக்கதை நகர்ந்தது. அதற்கு ஏற்றாற்போல அரசு எந்திரத்தை நுணுக்கமாகப் பதிவு செய்ய வேண்டும் என்பதில் கவனம் செலுத்தினேன்" என்றார்.

- விகடன் இயர்புக், 2018

59

கோபி நயினார் நேர்காணல்-3

"இந்தக் கதாபாத்திரத்தை இந்த கதாநாயகி தாங்குவார் என்று எப்படி முடிவுக்கு வந்தீர்கள்?" என்ற கேள்வியை முடிக்கும் முன்னரே திரைப்பட இயக்குநர் கோபி நயினாரிடமிருந்து வெகு விரைவாக பதில் வருகிறது.

"கதாநாயகியைப் பொறுத்தமட்டில் நான் இந்தக் கதைக்காகக் கதாநாயகியைத் தேர்வு செய்தேன் என்பதைவிட கதாநாயகிதான் என் கதையைத் தேர்வு செய்தார் என்று சொல்வது பொருத்தமாக இருக்கும். கதையைக் கேட்டவர் மாவட்ட ஆட்சியர் வேடத்தில் தானே நடிப்பதோடு இந்தப் படத்தைத் தயாரிக்கும் பொறுப்பையும் ஏற்றுக்கொண்டார் என்ற விவரத்தை நான் ஏற்கெனவே ஆனந்த விகடனுக்கு வழங்கிய நேர்காணலில் பதிவு செய்திருக்கிறேன்.

நமது அடுத்த கேள்வியை 'அறம்' திரைப்படத்துக்குக் கிடைத்த வரவேற்பு மற்றும் பாராட்டுகள் பற்றி சொல்லுங்களேன் என்று முன்வைத்தபோது,

"திரைத்துறை பிரபலங்களிடமிருந்தும் மூத்த ஐ.ஏ.எஸ். அதிகாரிகளிடமிருந்தும் தொடர்ந்து பாராட்டுகள் வந்த வண்ணம் உள்ளன. கதாநாயகிக்கு மதிவதனி என்று பெயர் வைத்ததற்கு என்னைத் தனியாகப் பாராட்டவேண்டும் என்று சொன்ன ஓர் ஐ.ஏ.எஸ். அதிகாரி, படத்தின் பல

'அறம்' படத்துக்கான விகடன் விருது வழங்கும் விழாவில்...

இடங்களில் தன் குரலையே தான் கேட்டதாகச் சொன்னார். திரையரங்கில் அறம் படத்தைப் பார்த்து முடித்த மறு நிமிடமே மூத்த திரைக்கலைஞர் சிவகுமார் அவர்கள் அலைபேசியில் என்னை அழைத்துப் பாராட்டினார்.

அவர் விரிவாகப் பாராட்ட விரும்பியதால் உடனடியாக அவர் வீட்டுக்குச் சென்றேன். அப்போது பூங்கொத்து கொடுத்து வாழ்த்திய அவர், படத்தின் நுணுக்கங்கள் பலவற்றை எடுத்துச்சொல்லிப் பாராட்டினார். அவர் புதல்வர் சூர்யாவும் வாழ்த்து தெரிவித்தார்.

தமிழ்நாட்டுக்கு வெளியே பணியாற்றும் ஐ.ஏ.எஸ் அதிகாரிகளிடமிருந்துகூட அலைபேசியில் பாராட்டுகள் பல வந்தன. பாராட்டுகள் மட்டுமல்ல சில மிரட்டல்களும்கூட வந்தவண்ணம் உள்ளன" என்று கூறி சிரிக்கிறார்.

அறம் ஆரம்பம் என்று படம் முடிவதால் 'அறம் 2' எடுக்கப்படும் என்று தெரிகிறது. "அறம் 2-ல் மதிவதனியை அரசியல்வாதியாக்கிவிடாமல் மாவட்ட ஆட்சியராகவே தொடரவிடுவீர்கள்தானே! மாவட்ட ஆட்சியராகவே அவர் செய்ய வேண்டிய பணிகள் இன்னும் பல பாக்கியிருக்கின்றன" என்று நம் ஐயத்தை முன்வைத்தோம். ஆழ்ந்த புன்னகையோடு நம் வேண்டுகோளுக்குச் செவிசாய்த்த அவர், தொடர்ந்து பேசத்தொடங்கினார்.

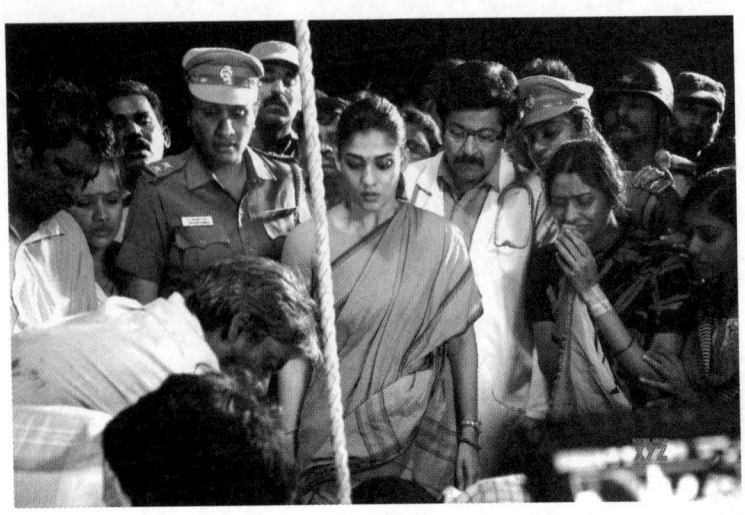

'அறம்' படத்திலிருந்து ஒரு காட்சி...

"இந்தத் திரைப்படத்தின் அடிப்படைச் சித்தாந்தமே மக்கள் நலன் கருதி செயல்படும் அரசு அதிகாரிகளை மக்களாட்சி தத்துவத்தின்பேரில் மக்கள் பிரதிநிதிகளாக உலாவரும் சுயநல அரசியல்வாதிகள் சிலர் செயல்படவிடாமல் தடுப்பது குறித்துதான்.

அறிவின் அடிப்படையில் தேர்வு எழுதி மக்களுக்குப் பணியாற்ற வரும் அரசு அதிகாரிகளை மக்களாட்சி தத்துவத்தின் காரணமாக மக்களின் அறியாமையைப் பயன்படுத்தி தன் தகுதிக்கு மீறிய இடத்தை ஆக்கிரமித்துக் கொண்டு - மக்கள் நலனுக்கு எதிராகச் செயல்படும் சுயநல அரசியல்வாதிகள் சிலர் எவ்வாறு மரியாதை இல்லாமல் நடத்துகிறார்கள் என்பதைச் சித்திரிக்க விரும்பினேன்.

மாவட்ட தீயணைப்பு அலுவலரை "யோவ் ஃபயரு இங்க வா" என்று சுயநல அரசியல்வாதி ஒருவர் அழைப்பதாகக் காட்டப்பட்ட காட்சி அதற்கு ஓர் உதாரணமாகும்.

'அறம் -2' லும் மனிதாபிமானமிக்க மாவட்ட ஆட்சியராக மதிவதனி (உண்மையான கலெக்டர்கள் 'மதிவதனி'தான் தங்கள் இன்ஸ்பிரேஷன் என்று சொன்னாலும் ஆச்சர்யப் படுவதற்கில்லை) தொடர்வார். கவலை வேண்டாம்" என்று பேட்டியை நிறைவு செய்தார்.

- விகடன் இயர்புக், 2018

60

போட்டித் தேர்வு பொது அறிவு - நோக்கும் போக்கும்-1

'**அ**றிவு' என்றால் என்ன என்பதை விளக்க வரும் வள்ளுவர் மெய்ப்பொருள் காண்பது, எண்பொருளாக செலச் சொல்வது, பிறர்வாய் நுண்பொருள் காண்பது என்று அதற்கான விளக்கங்களைத் தருகிறார்; அழிவு வராமல் காக்கும் கருவி (அற்றம் காக்கும் கருவி), பகைவர்களால் அழிக்க முடியாத கோட்டை (செறுவார்க்கும் உள்ளழிக்கல் ஆகா அரண்) என்று அறிவின் சிறப்புகளை எடுத்துக்

ஆல்பிரட் - பைனே

காட்டுகிறார். அதுமட்டுமன்றி, நிலத்தில் தோண்டத் தோண்ட தண்ணீர் வருவதுபோல, கற்க கற்க அறிவு பெருகும் என்று அறிவைப் பெருக்குவதற்கான வழியையும் சொல்லித் தருகிறார்.

'என் நண்பன் ஒரு விஷயத்தை ஒருமுறை படித்த உடனேயே நினைவில் வைத்துக்கொள்கிறான்; ஆனால், நான் மட்டும் அதே விஷயத்தை நினைவில் வைத்துக்கொள்ள இரண்டு மூன்று முறை படிக்க வேண்டி உள்ளதே' என்கிறார் போட்டித் தேர்வுக்குக் கடந்த இரண்டு ஆண்டுகளாகப் படித்துவரும் ஆர்வலர் ஒருவர். அவர் கேள்விக்கும் வள்ளுவரிடம் பதில் உண்டு. 373-வது குறளில் இருக்கிறது அந்தப் பதில்,

நுண்ணிய நூல்பல கற்பினும் மற்றுந்தன்

உண்மை யறிவே மிகும்

என்பதே அந்தக் குறள். ஒருவன் நுட்பமான நூல் பலவற்றைக் கற்றாலும் அவனுக்கு ஏற்கெனவே இருக்கும் அறிவே மேம்படும் என்பதே இதன் பொருள்.

ஆல்பிரட் - பைனே என்னும் இரு வல்லுநர்கள் இதைத்தான் அறிவு ஈவு (Intelligence Quotient) ஆளுக்கு ஆள் வேறுபடும் என்று கூறியதோடு அதை அறிந்துகொள்வதற்கான பரிசோதனைகளையும் விளக்கினர்.

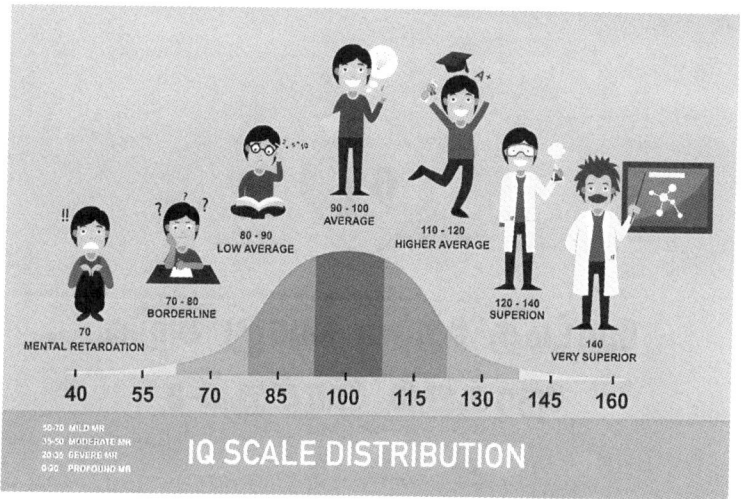

ஒருவரின் அறிவு ஈவு அல்லது அறிவுத் திறன் என்பது அவரின் நினைவாற்றல் (Memory), புரிந்து கொள்ளும் திறன் (Understanding), அறிந்துகொண்ட - புரிந்துகொண்ட தகவல்/கருத்து சூத்திரத்தைப் பயன்படுத்தும் திறமை (Application of Knowledge), எண் திறன் (Numerical Ability), மொழித்திறன் (Language Skill), ஒரு விஷயத்தை தர்க்க அடிப்படையில் ஆராய்தல் (Logical Reasoning), ஒரு விஷயத்தைப் பகுத்து ஆராய்தல் (Analytical Reasoning) ஆகியவற்றின் அடிப்படையிலேயே மதிப்பிடப்படுகிறது.

- விகடன் இயர்புக், 2016

61

போட்டித் தேர்வு பொது அறிவு நோக்கும் போக்கும்-2

ஐ.ஏ.எஸ். பணி முதல் வி.ஏ.ஓ. பணி வரை அரசுத் துறை பணிகளுக்கான தேர்வுகள், வங்கித் தேர்வுகள், சப்-இன்ஸ்பெக்டர் மற்றும் பாதுகாப்புத்துறை பணிக்கான தேர்வுகள் என அனைத்திலுமே இந்தத் திறன்களில் எவை எவை எந்த அளவுக்குத் தேவை எனக் கருதப்படுகிறதோ அதைக்கொண்டே அந்தத் தேர்வுகளுக்கான பாடத் திட்டமும் வினாத்தாள்களும் வல்லுநர்களால் வடிவமைக்கப் படுகின்றன.

போட்டித் தேர்வுக்குத் தயாராகும் தேர்வர் ஒருவர் தனது இலக்கு என்ன என்பதைத் தீர்மானித்துக்கொண்டு, அதை அடைவதற்கான திட்டமிடுதலையும், தொடர் முயற்சியையும் பயிற்சியையும் பள்ளி/கல்லூரி பருவத்தில் அல்லது அதன் பின்பு தொடங்கி, தன் முயற்சிக்கு ஏற்ப வெற்றி அடையலாம்.

போட்டித் தேர்வுக்குத் தயாராவதற்கு முதலில் தேவையானது தன்னம்பிக்கை. விட்டொழிக்க வேண்டியது தாழ்வு மனப்பான்மை. தாழ்வு மனப்பான்மை என்பது உங்களிடமே நீங்கள் தோற்பதாகும். நீங்கள் உங்களிடமே தோற்றுவிட்டால் போட்டித் தேர்வில் எப்படி மற்றவர்களை வெற்றிகொள்வீர்கள்?

போட்டித் தேர்வு என்பது நகர்ப்புறப் பள்ளிகளில் படித்தவர்களுக்கும் பணக்காரர்களுக்கும் பயிற்சி எடுத்துக் கொள்பவர்களுக்காக மட்டும் நடத்தப்படுவதன்று. மக்களாட்சி நாட்டில் அரசாங்கத்தில் உயர் பதவிக்கான தேர்வு எழுதுவதற்குரிய உரிமையும் தகுதியும் அனைவருக்கும் உண்டு. நம் தேசத்தந்தை மகாத்மா காந்தி கூறுவதுபோல ஒரு செயலை நம்மால் முடிக்க இயலும் என்ற நம்பிக்கை நமக்கு இருந்துவிட்டால் அதை முடிப்பதற்கான திறனை நாம் நிச்சயம் பெறமுடியும்.

'தன்னம்பிக்கை என்பது சாராயமல்ல' என்பார் சொல் வேந்தர் சுகி சிவம். நம்மால் முடியும் என்ற எண்ணம் வெற்றிக்கு அடிப்படை என்றபோதிலும் அந்த எண்ணம் மட்டுமே நமக்கு வெற்றியைத் தராது. தன்னம்பிக்கையுடன் விடாமுயற்சியும் தொடர் பயிற்சியும் செய்து நம் திறனை பெருக்கிக்கொண்டு களத்தில் குதித்தால் வெற்றி வசப்படும்.

சுகி சிவம்

போட்டித் தேர்வுகள் பற்றிய சிறப்பம்சம் யாதெனில் அவற்றை எழுதுவதற்கு கல்வித் தகுதி மட்டுமே போதுமானது. பள்ளி/பட்டப் படிப்பில் ஒருவர் பெற்ற மதிப்பெண் என்பது போட்டித் தேர்வுக்கான தகுதியாக அமைவது இல்லை. இதனால்தான் போட்டித் தேர்வுகளில் பல திறத்தவர்களும் வெற்றி பெறுகிறார்கள்.

பள்ளி/கல்லூரியில் உயர்ந்த மதிப்பெண் பெறாத மாணவர்கள்கூடப் போட்டித் தேர்வு நுணுக்கங்களைக் கற்றறிந்து, சரியான திட்டமிடல் மூலம் வெற்றியை சாதகமாக்கிக் கொள்கிறார்கள். ஆனால், பள்ளி/கல்லூரியில் தன் கல்வித் திறனை மெய்ப்பித்து அதிக மதிப்பெண்களுடன் போட்டித் தேர்வு எழுத வரும் மாணவர்களுக்கு வெற்றி வாய்ப்பு இன்னும் எளிதாக இருக்கிறது எனலாம். அதேசமயத்தில் பள்ளி/கல்லூரியில் அதிக மதிப்பெண்கள் பெற்றிருந்தாலும் வெளி உலக விஷயங்களில் ஆர்வம் இன்றி, போட்டித் தேர்வு பற்றிச் சரியான புரிதல் இன்றி அதை அணுகும் மாணவர்களுக்கு வெற்றி வாய்ப்பு கடினமாக இருப்பதையும் காண முடிகிறது. எதிர்காலத்தில் போட்டித் தேர்வு எழுத உள்ள பள்ளி/ கல்லூரி மாணவர்கள் செய்ய வேண்டியவை என்ன என்று பார்க்கலாம்.

- விகடன் இயர்புக், 2016

62

பள்ளிப் பருவமும் கல்லூரிக் காலமும்

என் பையனை/பெண்ணை எதிர்காலத்தில் ஐ.ஏ.எஸ். அதிகாரி ஆக்க விரும்புகிறேன். இப்போது அவன்/அவள் பள்ளியில் ஆறாம்/ஏழாம் வகுப்பு படிக்கிறாள். அவன்/அவள் எந்த மாதிரி பயிற்சி எடுத்துக்கொள்ள வேண்டும் - இப்படியான கேள்விகளைப் பெற்றோர்களிடம் இருந்து அடிக்கடி எதிர்கொள்கிறேன். அவர்களுக்கான பதில் என்ன?

பள்ளிப் பருவத்தில் அவர்களின் பாடங்களைப் புரிந்து படிக்க பழக்கப்படுத்துங்கள். மொழித்திறன் உள்ளவர்களாக வளர வழிவகை செய்யுங்கள் (தமிழ், ஆங்கிலப் பாடங்களையும் நன்கு படித்துத் திறன் பெறவேண்டும்). அவர்களின் ஆளுமைத் திறனை வளர்க்கும் பேச்சுப் போட்டி, கட்டுரைப் போட்டி, விளையாட்டுப் போட்டி போன்றவற்றிலும் அறிவுத் திறனை வளர்க்கும் *Quiz* போட்டிகளிலும் பங்கேற்க ஊக்கப்படுத்துங்கள். தேசிய மாணவர் படை/தேசிய நாட்டு நலத்திட்டம் போன்றவற்றில் பங்கேற்க வாய்ப்பு ஏற்படுத்தித் தாருங்கள். நாடு என்பது என்ன, நல்ல அரசாங்கம் எப்படி செயல்பட வேண்டும், நல்ல அரசு ஊழியர் எப்படி இருக்க வேண்டும் என்பதற்கு பெற்றோர்கள் முன்மாதிரியாக

இருந்து குழந்தைகளுக்கு நீதி, நியாயம், நேர்மை, பொறுமை, பணிவு போன்ற விழுமியங்களை (Higer Values) கற்றுத்தர வேண்டும். தன்னலமற்ற தலைவர்கள்/சமூக சேவகர்கள்/ அரசு அதிகாரிகள்/ விஞ்ஞானிகள் என்று முத்திரை முகங்கள் பலரை அவர்களுக்கு அறிமுகம் செய்து வையுங்கள். செய்திகளைப் பார்ப்பதிலும்/நாளிதழ், குழந்தைகள் இதழ், பொது அறிவு இதழ், இயர் புக் போன்றவற்றை வாசிப்பதிலும் உங்கள் குழந்தைகளுக்கு நாட்டத்தை ஏற்படுத்துங்கள். புத்தக வாசிப்பை ஊக்கப்படுத்துங்கள். விடுமுறை நாட்களில் அவர்களுக்குப் பிடித்தமான நூல்களை (கதை புத்தகங்கள்) வாசிக்கத் தூண்டி வாசிப்புப் பழக்கத்தை அவர்களிடம் வழக்கப்படுத்துங்கள். நீங்கள் படித்த விஷயங்களைப் பகிருங்கள்; அவர்களையும் பகிரச் சொல்லிக் கேளுங்கள்.

கல்லூரிக் காலத்தில்...

கல்லூரி மாணவர்கள் தங்கள் கல்லூரிப் படிப்போடு தங்கள் பாடத் திட்டம், முந்தைய வருட வினாத்தாள்கள் போன்றவற்றை இணையம்/தரமான வழிகாட்டு நூல்கள் வழி கற்க வேண்டும். நாள்தோறும் செய்தித் தாள்களையும் அரசு வெளியீடுகளான யோஜனா/குருஷேத்ரா போன்ற மாத இதழ்களையும் வாசித்து உலக - உள்நாட்டு சமூக பொருளாதார செய்திகளை நண்பர்களோடு விவாதித்து தெளிவுபெற வேண்டும். இயர் புக், பொது அறிவு மாத

இதழ்கள் ஆகியவற்றை வாசிப்பதன் மூலம் நடப்பு நிகழ்வுகள், அறிவியல் தொழில்நுட்ப முன்னேற்றங்கள் குறித்துத் தங்கள் அறிவைப் பெருக்கிக்கொள்ள வேண்டும். தாங்கள் கற்ற விஷயங்களைப் பிழையின்றிப் பேசவும் எழுதவும், மற்றவர்களுக்குப் புரியும்படி விளக்கவும் கற்றுக்கொள்ள வேண்டும். அந்தத் திறனை வளர்த்துக்கொள்ளவும் வேண்டும். உலக - உள்நாட்டு நிகழ்வுகளை விவாதிக்கும்போது நடுநிலை யோடு காய்தல், உவத்தல் இன்றிப் பேசக் கற்றுக்கொள்ள வேண்டும். (இந்தியா - பாகிஸ்தான் Match விதிவிலக்கு.)

ஐ.ஏ.எஸ். ஆளுமைத் தேர்வுக்குச் செல்லும்போது உங்களது Impressive Bio data (CV) உங்களுக்குக் கூடுதல் மதிப்பெண்களைப் பெற்றுத் தரக்கூடும். எனவே கல்லூரிப் பருவத்தில் நம் சுய குறிப்பை (Biodata) வலுப்படுத்தும் செயல்களில் சிறப்பாக ஈடுபடுதல் அவசியம். எதிர்காலத்தில் போட்டித் தேர்வு எழுத விரும்பும் கல்லூரி மாணவர்கள் செய்ய வேண்டியவை இவை.

- விகடன் இயர்புக், 2016

63

பயிற்சி மையங்களில் படித்தல் அவசியமா?

2015-ம் ஆண்டு விகடன் பிரசுரம் சார்பில் நடத்தப்பட்ட போட்டித் தேர்வு இலவசப் பயிற்சி முகாமில் பங்கேற்ற முன்னாள் டி.என்.பி.எஸ்.சி. தலைவர் திரு.நட்ராஜ் ஐ.பி.எஸ். அவர்கள் கூறிய ஒரு கருத்து போட்டித் தேர்வு ஆர்வலர்கள் அவசியம் மனங்கொள்ளத்தக்கது.

"போட்டித் தேர்வை எழுதும் எல்லா மாணவர்களும் சேர்ந்து படிக்க எளிய பயிற்சி மையங்கள் மூன்று உள்ளன. அவை, அந்தத் தேர்வுக்கான பாடத் திட்டம், பள்ளிப் பாட நூல்கள் மற்றும் முந்தைய வருட வினாத்தாள்கள்" என்று குறிப்பிட்டார்.

பயிற்சி மையங்களும் இவை மூன்றையும் அடிப்படையாகக் கொண்டுதான் தங்கள் பயிற்சி முறைகளையும் பயிற்சித் தேர்வுகளையும் வடிவமைக்கின்றன.

இந்தப் பயிற்சி மையத்தில் இவ்வளவு அதிகமான பணம் கட்டிப் படித்தால் மட்டுமே வெற்றிபெற முடியும் என்பது மூடநம்பிக்கை. போட்டித் தேர்வுக்குத் தயாராகும் மாணவருக்கு அரசு பயிற்சி மையங்கள், அறக்கட்டளை பயிற்சி மையங்கள் மற்றும் தனியார் பயிற்சி மையங்கள் என மூன்றுவிதமான வாய்ப்புகள் உள்ளன.

தேர்வு எழுதும் மாணவர்கள் தங்கள் சூழலுக்கு ஏற்ப இவற்றில் ஏதேனும் ஒன்றில் சேர்ந்து படிக்கலாம். ஒரு மையத்தில் படித்தாலும் வாய்ப்பு கிடைக்கும்போது பிற மையத்தில் படிப்பவர்களோடு கலந்துரையாடி பாடக் குறிப்புகளைப் பகிர்ந்துகொள்ளலாம். (பயிற்சி மையங்களுக்குத் தெரிந்துவிடாமல்) மாதிரித் தேர்வுகளை எழுதிப் பார்ப்பதோடு, எழுத்துப் பயிற்சி மூலமாகவும் தன் திறனை தயார் செய்பவர்களுக்கு Insights on India, Jagran josh போன்ற இணைய தளங்கள் பெரும் உதவியாக இருந்து வருகின்றன.

பயிற்சி மையத்தில் படித்தாலே வெற்றி என்றால் பயிற்சி மையங்களில் படிக்கும் அனைத்து மாணவர்களும் வெற்றிபெற வேண்டுமே? அவ்வாறு நடப்பதில்லையே. பயிற்சி மையங்கள் தேர்வரின் வெற்றிக்கு வழிகாட்டும் என்பதில் சந்தேகமில்லை. ஆனால், பயிற்சி மையங்கள் வெளியிடும் கவர்ச்சிகரமான விளம்பரங்களைக் கண்டு, பயிற்சி மையத்தில் போய் சேர்ந்துவிட்டாலே வெற்றிபெற்று விடலாம் என்ற அதீத நம்பிக்கையில் அகப்பட்டுக் கொள்ளக்கூடாது. கடந்த பதினைந்து வருடங்களாக இந்தப் போட்டித் தேர்வு உலகத்தைக் கவனித்து இயங்கி வருபவன் என்ற முறையில் பயிற்சி மையங்கள் மாணவர்களைப் பயன்படுத்திக்கொள்ளும் அளவுக்கு மாணவர்கள் பயிற்சி மையங்களைப் பயன்படுத்திக்கொள்வதில்லை என்ற உண்மையைக் கவலையுடன் இங்கு பதிவு செய்ய விரும்புகிறேன்.

போட்டித் தேர்வு ஆர்வலர்கள் பயிற்சி மையங்கள் வழியாக மட்டுமே தேர்வை எதிர்கொள்ளும் போக்கு அண்மைக் காலங்களில் அதிகரித்து வருகிறது. இத்தகைய போக்கு ஆரோக்கியமானதல்ல. போட்டித் தேர்வு ஆர்வலர்கள் தேர்வுப் பாடத் திட்டம், முந்தைய வருட வினாத் தாள்கள் ஆகிய வற்றுடன் நேரடித் தொடர்பைப் பெருக்கிக்கொள்ள வேண்டும். தேர்வில் வெற்றிபெற்றவர்களை நேரில் சந்தித்து உரையாடி அவர்கள் வெற்றியில் பயிற்சி மையங்களின் பங்கு யாது என்பதையும் தெளிவாக உணர்ந்து கொள்ள வேண்டும்.

போட்டித் தேர்வுக்குத் தயாராகும் ஏழை மாணவர்களுக்கு அரசு பயிற்சி மையங்களும் அறக்கட்டளை பயிற்சி மையங்களும் முக்கிய சரணாலயங்களாக உள்ளன. சென்னையில் உள்ள அரசு அகில இந்திய குடிமைப் பணி பயிற்சி மையம் ஆண்டுதோறும் நவம்பர் மாதம் ஒரு தகுதித் தேர்வை நடத்தி 300 மாணவர்களுக்கு உண்டு உறைவிட முறையிலும் 150 மாணவர்களுக்குப் பகுதி நேர பயிற்சியும் வழங்கி வருகிறது. தனியார் அறக்கட்டளைகள் வழங்கும் இலவசப் பயிற்சிகள் பற்றிய விபரங்களைத் தேர்வர்கள் நாளிதழ்களிலும், இணைய தளங்களிலும் கவனித்து, விண்ணப்பித்துப் பயிற்சி பெறலாம்.

பின்தங்கிய பொருளாதார பின்னணிகொண்ட மாணவர்கள் பலர் தங்கள் தகுதியின் அடிப்படையில் சில பயிற்சி மையங்களில் பயிற்சியாளர்களாகப் பணியாற்றிக் கொண்டே ஐ.ஏ.எஸ் தேர்வில் வெற்றி பெற்றுள்ளனர். சில ஆண்டுகளுக்கு முன் ஐ.ஏ.எஸ் தேர்வில் வெற்றிபெற்ற வீரபாண்டியன் ஐ.ஏ.எஸ், 2014-ம் ஆண்டு ஐ.ஏ.எஸ் தேர்வில் வெற்றிபெற்ற விக்ராந்த், வான்மதி, டாக்டர் ராஜகணபதி போன்றோர் இதற்கு உதாரணங்களாவர்.

- *விகடன் இயர்புக்*, 2016

64

போட்டித் தேர்வு - விகடன் பிரசுர இலவச பயிற்சி முகாம்

ஐ.ஏ.எஸ் தேர்வு, குரூப் II தேர்வு, சப் இன்ஸ்பெக்டர் தேர்வு போன்றவற்றுக்கான இலவசப் பயிற்சி முகாம்கள் 2015-ல் விகடன் பிரசுரம் சார்பில் தமிழ்நாட்டின் பல்வேறு நகரங்களில் நடத்தப்பட்டன. அதில் பகிரப்பட்ட பல தகவல்கள் போட்டித் தேர்வர்களுக்குப் பயன்தரக்கூடியவை. கிராமப்புறப் பள்ளிகளில் தமிழ் வழியில் படித்த தங்களுக்கு ஐ.ஏ.எஸ் தேர்வில் வெற்றி எவ்வாறு சாத்தியமானது என்பதை நீர்ப்பிடிப்பு மேலாண்மை முகமை செயல் இயக்குநர் டாக்டர் ஆர்.ஆனந்த குமார் ஐ.ஏ.எஸ், செய்தி மக்கள் தொடர்புத்துறை இயக்குநர் குமரகுருபரன் ஐ.ஏ.எஸ், விழுப்புரம் உதவி ஆட்சியர் வீ.ப.ஜெயசீலன் ஐ.ஏ.எஸ் ஆகியோர் பகிர்ந்துகொண்டனர். சென்னை முகாமில் பங்கேற்று உரையாற்றிய இந்தியாவின் முதல் பார்வை அறைகூவல் IFS அதிகாரி - பெனோ ஜெபின், ஐ.ஏ.எஸ் தேர்வில் வெற்றிபெறுவதற்கு NCERT புத்தகங்களை ஊன்றிப்படிக்க வேண்டியதன் அவசியத்தை வலியுறுத்தினார்.

மதுரை முகாமில் பங்கேற்ற உ.சகாயம் ஐ.ஏ.எஸ், அரசு உயர் பதவியை குறிக்கோளாகக்கொண்டு படிப்பவர்கள் ஓர் இலக்கையும் ஒரு லட்சியத்தையும் மனதில் பதியுங்கள் என்றார். இலக்கு என்பது அந்தப் போட்டித் தேர்வு ஆர்வலர் அடைய விரும்பும் பதவி எது என்பது. லட்சியம் என்பது போட்டித் தேர்வு ஆர்வலர் அந்தப் பதவியை அடைந்து நாட்டுக்கு என்ன செய்யப் போகிறார் என்பது. அதாவது இலக்கு என்பது போட்டித் தேர்வு ஆர்வலருக்கானது; லட்சியம் என்பது சமுதாயத்துக்கானது என்றும் அவர் விளக்கினார்.

போட்டித் தேர்வு ஆர்வலர்கள், இந்தக் கருத்தை மனதில் பதித்து வெல்லட்டும்.

பள்ளி / கல்லூரி தேர்வு	போட்டித் தேர்வு
குறைந்தபட்ச மதிப்பெண் பெற்றாலே வெற்றிபெற்று விடலாம்.	அதிக மதிப்பெண்கள் எடுப்பவர்கள் மட்டுமே வெற்றிபெறுபவர்கள்.
அறிவியல், சமூக அறிவியல், கணிதம், மொழிப்பாடம் போன்றவற்றை வெவ்வேறு நாள்களில் எழுத வேண்டும்.	அறிவியல், சமூக அறிவியல், கணிதம், மொழிப்பாடம் என அனைத்துப் பாடங்களில் இருந்தும் கேட்கப்படும் கேள்விகளுக்கான பதிலை ஒரே தாளில் ஒரே நாளில் எழுத வேண்டும்.

பாடப்புத்தகத்துக்கு வெளியில் இருந்தோ நடப்பு செய்திகளில் இருந்தோ கேள்விகள் கிடையாது.	சுமார் 30 முதல் 40 சதவிகித வினாக்கள் பாட நூல்களுக்கு வெளியே பொதுவான விஷயங்கள் மற்றும் நடப்பு செய்திகளில் இருந்து வருகின்றன.
எண் திறன், தர்க்க காரணவியல் மற்றும் பகுப்பாய்வு காரணவியல் வினாக்கள் போன்ற பிரிவு வினாக்கள் கிடையாது.	எண் திறன், தர்க்க காரணவியல் மற்றும் பகுப்பாய்வு காரணவியல் வினாக்களும் இடம் பெறுகின்றன.
தேர்வு நெருங்கும்போது படித்தாலே வெற்றிபெற்று விடலாம்.	போட்டித் தேர்வரின் தகுதி, சூழல், திட்டமிடல், தேர்வின் தன்மை ஆகியவற்றைப் பொறுத்து தேர்வில் வெற்றிபெற ஆறு மாதம் முதல் மூன்று, நான்கு வருடங்கள் வரை.

தேர்வில் அதிக மதிப்பெண் பெறுவதற்கும் தரவரிசை பெறுவதற்கும்தான் விடாமுயற்சி, கடின உழைப்பு, கவன உழைப்பு போன்றவை தேவை.

- *விகடன் இயர்புக், 2016*

65

நடிகையர் திலகம் - படம் சொல்லும் பாடம்

படிப்பு, பாடம், பயிற்சி, வகுப்பு, தேர்வு இவையே நான் பொழுதுக்கும் மூழ்கிக்கிடக்கும் உலகம்... இவற்றை மீறி என்னை ஈர்க்கும் வசீகரம் ஒன்று உண்டென்றால் அது திரைப்படம்தான். அதனால்தான் மே மாதம் நான் விரும்பி எடுத்துக்கொண்ட எட்டு நாள் விடுப்பில் இரண்டு நாள்களை 'நடிகையர் திலகம்' எடுத்துக்கொண்டது.

அனைவரையும் வாழவைப்போமே!

ஆறு வயதில் எனக்கு அறிமுகமான இரண்டு வார்த்தைகள் - கோமா மற்றும் சாவித்திரி. நாகர்கோவிலில் இரண்டாம் வகுப்பு படித்துக் கொண்டிருந்த காலத்தில் ஓராண்டுக்கும் மேலாக கோமாவில் இருந்த சாவித்திரி காலமான டிசம்பர் மாதத்தில் - வீதியில் திரைகட்டி போடப்பட்ட 'பாசமலர்' *16mm* திரைப்படம் விழித் திரையைவிட்டு அகல மறுக்கிறது. அப்பாவுக்கு சாவித்திரி ரொம்பவே பிடிக்கும். 'மிஸ்ஸியம்மா', 'மகாதேவி', 'மாயா பஜார்' எல்லாம் அப்பாவோடு சேர்ந்து அமர்ந்து ரசித்த நடிகையர் திலகம் படங்கள்.

எம்.ஜி.ஆர் நடித்த 'ஆயிரத்தில் ஒருவன்' *1965*-ல் வருவதற்கு ஓராண்டு முன்னரே *1964*-ல் வெளியான 'கை கொடுத்த தெய்வம்' படத்தில் சாவித்திரியின் பேராளுமையை

முன்நிறுத்தி 'ஆயிரத்தில் ஒருத்தியம்மா நீ, உலகம் அறிந்திடாத பிறவியம்மா நீ, பார்வையிலே குமரியம்மா பழக்கத்திலே குழந்தையம்மா - ஆயிரத்தில் ஒருத்தியம்மா நீ' என்று கவியரசர் கண்ணதாசன் பாடல் எழுதினார். கவியரசரின் கணிப்பு உண்மைதான் என்று 2018-ல் 'நடிகையர் திலகம்' படத்தை விழியோரத்தில் அவ்வப்போது நீர் கசியக் கசிய இரண்டு முறை பார்த்தபோது உணர முடிந்தது.

'நடிகையர் திலகம்' தமிழில் எடுக்கப்பட்டுள்ள மிகச்சிறந்த வாழ்க்கை வரலாற்றுத் திரைப்படங்களில் ஒன்று என்பது என் கருத்து. இது, நடிகையர் திலகம் பள்ளிப் பருவம் முதலே என் விழித்திரையில் வியாபித்திருப்பதால் தோன்றிய எண்ணமாகக்கூட இருக்கலாம்.

ஆறு வயதில் நான் பார்த்த 'பாசமலர்' படத்தில், தாங்கள் நிறுவிய தொழிற்சாலையில் சாவித்திரியும் அவர் அண்ணன் சிவாஜியும் பாடும் 'எங்களுக்கும் காலம் வரும்! காலம் வந்தால் வாழ்வு வரும். வாழ்வு வந்தால் அனைவரையும் வாழவைப்போமே' பாடலில் பாடியதுபோல, தனக்கு வாழ்வு வந்தபோது பலரையும் வாழவைத்தவர் நடிகையர் திலகம் என்பதை 'நடிகையர் திலகம்' திரைப்படம் அழகாகப் பதிவு செய்துள்ளது.

தன் வாழ்வு வீழ்ந்துகொண்டிருக்கும்போதும் நடிகையர் திலகம், தன் கார் ஓட்டுநரை வாழவைத்த விதத்தை நடிகர் ராஜேஷ் ஒரு தொலைக்காட்சிப் பேட்டியில் பதிவு செய்துள்ளார்.

நன்றாக வாழ்ந்த ஒருவர் - இனி ஓட்டுநருக்கு மாத ஊதியம் கொடுத்து சொந்தமாக கார் வைத்துக்கொள்ள முடியாத நிலை வரும்போது - ஓட்டுநரை வேலையில் இருந்து நிறுத்திவிட்டுக் காரை விற்பதுதான் உலக வழக்கம். ஆனால், கார் சாவி - ஆர்சி புக் இரண்டையும் ஓட்டுநரிடமே தந்து இந்தக் காரை வைத்து முன்னேறு என்று கார் தானம் செய்வது 'உளவரை தூக்காத ஒப்புர வாண்மையே' என்பதால் சாதாரண மனிதர்களுக்கு அது சாத்தியமே அன்று. ஆனால், அப்படிப்பட்ட ஈகை குணத்தால், பொன்றும் உலகத்தில் நடிகையர் திலகத்தின் புகழ் பொன்றாமல் நிற்கிறது. 'நவராத்திரி' படத்தில் ஒன்பது வேஷம் கட்டி களம் இறங்கிய நடிகர் திலகத்தை ஒரே வேஷத்தில் நவரசங்களையும் காட்டி அநாயசமாக எதிர்கொண்டு ஜெயித்திருப்பார் நடிகையர் திலகம்.

நடிகர் திலகமும் நடிகையர் திலகமும் இணைந்து நடிக்கும் 'ரத்தத் திலகம்' என்று கவியரசர் எடுத்த பட விளம்பரத்தில் தான் முதன்முறையாக 'நடிகையர் திலகம்' என்ற சிறப்புப் பெயர் பயன்படுத்தப்பட்டதாம்.

'ரத்தத் திலகம்' படத்தில் வருகின்ற 'பசுமை நிறைந்த நினைவுகளே - பாடித் திரிந்த பறவைகளே - பழகிக் கழித்த தோழர்களே - பிரிந்து செல்கின்றோம் - எந்த ஊரில் எந்த நாட்டில் எங்கு காண்போமோ?' பாடல் போல நடிகையர் திலகம் படத்தின் நிறைவுக் காட்சியில் இனி அடுத்து எப்ப பார்க்கலாம்? என்று நடிகையர் திலகத்தின் தோழி கேட்க - அதற்கு நடிகையர் திலகம் 'சினிமாவில்' என்று சிரித்துக்கொண்டே பதில் சொல்லும் காட்சி திரைக் கலைஞர்களுக்கு மரணமில்லை என்ற மகத்துவத்தைக் காட்டுகிறது.

'நடிகையர் திலகம்' படம் பார்த்த பிறகு - அந்தப் படத்தில் காதல் மன்னன் கதாபாத்திரம் முழுமையடையவில்லையே என்று சொல்லோவியக் கலைஞர் சிவகுமார் அண்ணனிடம் சொன்னேன். உடனே அவர் நாஞ்சில் மு.ஞா.செ. இன்பா எழுதிய 'சாவித்திரி கலைகளில் ஓவியம்' என்ற புத்தகத்தைக் கொடுத்தனுப்பினார். அருமையான புத்தகம்.

- விகடன் இயர்புக், 2019

66

அவரில்லாமல் வேறு யார்?

‘நடிகையர் திலகம்’ படத்தைத் தெலுங்குத் திரையுலகம் தயாரித்ததால், காதல் மன்னனின் நேர்மறைப் பண்புகள் படத்தில் நிறைய பேசப்படவில்லையோ என்ற வருத்தம் பலரைப்போல் எனக்கும் இருந்தது.

ஆனால், படத்தின் பெயர் ‘நடிகையர் திலகம்’ என்பதே! எனவே, ‘காதல் மன்னன்’ என்னும் *Biopic*-ல் வரவேண்டிய விஷயங்களை ‘நடிகையர் திலகம்’ பேசவேண்டியதில்லை என்று இயக்குநர் தெளிவான முடிவில் இருந்ததால்தான்-படம் பார்த்த பல நாள்களுக்குப் பிறகும் ‘சாவித்திரி’ என்னும் பேராளுமை மீது நமக்கு எழும் பிடிப்பும் பாசமும் பலமடங்கு ஆகிறது. ‘எனக்கு சாவித்திரி அவ்வளவாகப் பிடிக்காது’ என்று சொல்லி - என்னோடு படம் பார்க்க வந்த

என் மனைவி - படம் பார்த்த பிறகு சாவித்திரி என்ற ஆளுமையின் மீது அன்பும் இரக்கமும் மேலோங்க நடிகையர் திலகம் பற்றி பேசிக்கொண்டே இருந்தார்.

Biopic-ல் Focus miss ஆகாமல் இருக்க வேண்டியது அவசியம். 'பெரியார்' திரைப்படம் எடுக்கப்பட்டபோது - அப்போதைய தமிழக முதலமைச்சர் கலைஞருக்கும் பெரியாருக்கும் இருந்த பாசப்பிணைப்பை விளக்கும் உண்மைச் சம்பவம் ஒன்றை படத்தில் வைக்கச் சொல்லி இயக்குநரை அணுகியபோது "அருமையான சம்பவம். ஆனால், இது கலைஞர் Biopic-ல் வரவேண்டியது; பெரியார் Biopic-ல் வரவேண்டியதல்ல" என்று நயமாக மறுத்துவிட்டதாக விஷயமறிந்த வி.ஐ.பி ஒருவர் முன்னெப்போதோ சொன்ன செய்தி, நடிகையர் திலகத்தில் காதல் மன்னன் குறைவுக் காட்சிகளுக்கு நியாயம் கற்பிக்கிறது.

- விகடன் இயர்புக், 2019

67

ஆய்வறிஞர் ஐராவதம் மகாதேவன்-1

கல்வெட்டு அறிஞர், தமிழ் பிராமி எழுத்துக்களின் ஆய்வு முன்னோடி, இதழாசிரியர், இந்திய ஆட்சிப் பணி அதிகாரி எனப் பன்முக ஆளுமைகொண்ட ஐராவதம் மகாதேவன் அக்டோபர் 2018-ல் காலமானார்.

புகழ்பெற்ற வரலாற்று ஆசிரியர் ரோமிலா தாப்பர், நாளிதழ் ஒன்றில் எழுதிய கட்டுரையில், ஐராவதம் மகாதேவன் அவர்கள் இந்திய ஆட்சிப் பணியில் நல்ல நிர்வாகத் திறனோடு பணியாற்றியதோடு மட்டுமல்லாமல் துறைசார் அறிஞர்களே பொறாமைப்படும் அளவுக்கு

கல்வெட்டியலில் ஆழமான அறிவுகொண்டிருந்தார் என்று குறிப்பிட்டிருப்பது ஐராவதம் மகாதேவன் அவர்களின் 'செய்வன திருந்தச் செய்'யும் சீர்மையை உணர்த்துகிறது.

இதழாசிரியராகப் பணியாற்றியபோது, மறைந்த முன்னாள் முதல்வர் பெயரை நாளிதழில் குறிப்பிடும்போது சம்ஸ்கிருதத்தில் 'ஜெ' கிடையாது 'ஜ'தான் உண்டு என்று சொல்லி 'ஜயலலிதா' என்று அச்சிடச் சொன்னதாகவும், அதற்கு முதல்வரே மகாதேவன் அவர்கள் குறிப்பிட்டது சரி, எனினும் தன் பெயரைத் தொடக்கத்திலிருந்தே ஜெயலலிதா என்றே எழுதி வருவதால், அவ்வாறே குறிப்பிட வேண்டுமென்று கடிதம் எழுதியதாகவும் மகாதேவன் அவர்களுக்கு எழுதப்பட்ட அஞ்சலிக் கட்டுரை ஒன்றில் படிக்க முடிந்தது.

- விகடன் இயர்புக், 2019

68

ஆய்வறிஞர் ஐராவதம் மகாதேவன்-2

ஆர்.பாலகிருஷ்ணன் அவர்களின் ‘சிந்துவெளி பண்பாட்டின் திராவிட அடித்தளம்’ என்ற நூலுக்கு ஐராவதம் மகாதேவன் அவர்கள் எழுதிய அணிந்துரையில், ‘ஆர்.பாலகிருஷ்ணன் சிந்துவெளி பண்பாட்டின் திராவிடக் கருதுகோளை - கருதுகோள் (Hypothesis) என்று குறிப்பிடுவது ஆய்வாளரின் தன்னடக்கத்தைக் காட்டுகிறது. உண்மையில் சிந்துவெளி பண்பாட்டின் திராவிட அடித்தளத்தை முடிந்த முடிவாக ஆய்வாளர் நிறுவியுள்ளார்’ என்று எழுதியபோது ஐராவதம் அவர்களது ஆய்வறிவுத் துணிச்சல் புலப்பட்டது.

ஆர்.பாலகிருஷ்ணன் சாருடன் ஐராவதம் சாரை பார்ப்பதற்காக 2017-ல் ஒரு நாள் ஆதம்பாக்கத்திலுள்ள அவர் வீட்டுக்குச் சென்றபோது, தலைமையாசிரியர் முன் நிற்கும் மூன்றாம் வகுப்பு மாணவனைப்போலப் பணிவோடு நின்றது நினைவுக்கு வருகிறது. ஆர்.பாலகிருஷ்ணன் சாரும் பத்தாம் வகுப்பு மாணவன்போல் பணிவு காட்டியது இன்னும் ஆச்சர்யப்படுத்தியது.

புதிய பாடநூல்களில் சிந்துவெளி ஆய்வுகள் பற்றியும், கே.வி.டி. வளாகம் பற்றியும் இடம்பெற்றுள்ள செய்திகளை பாலகிருஷ்ணன் சார் எடுத்துச் சொல்ல, நான் பள்ளியில் படிக்கின்றபோதே சிந்துவெளிப் பாடத்தில் ஐராவதம் மகாதேவன் அவர்களின் ஆய்வுச் செய்திகள் இடம்பெற்றிருந்ததை நினைவுகூர்ந்தேன். அன்று, அவரோடு எடுத்த அவசரமான செல்ஃபி நினைவில் நிற்கிறது.

2018-ம் ஆண்டு பாலகிருஷ்ணன் சாரின் 'பானைத் தடம்' சொற்பொழிவுக்காக ரோஜா முத்தையா நூலகம் வந்திருந்த இராவதம் சார், வயது முதுமையின் காரணமாக நிகழ்ச்சி முடிவதற்கு முன்பே புறப்பட வேண்டிய நிலைமை ஏற்பட்டாலும், "யாரும் என்னோடு வரக்கூடாது, பாலகிருஷ்ணனின் உரையை முழுமையாகக் கேட்க வேண்டும்" என்று பேராசிரியர் இராஜவேலு போன்றவர்களுக்குக் கட்டளையிட்டபடி காரில் ஏறிய காட்சி கண்ணில் தெரிகிறது.

ஐராவதம் சார் மறைந்த அன்று தம்பி ஜெயசீலனோடு ஆதம்பாக்கம் சென்று அஞ்சலி செலுத்திவிட்டு வந்த பிறகு நடிகர் சிவகுமார் அண்ணனிடமிருந்து அலைபேசி அழைப்பு வந்தது. அப்போது, அவர், தன் மகன் நடிகர் கார்த்தி, இயக்குநர் பொன்வண்ணன் இருவரும் ஐராவதம் அவர்களுக்கு அஞ்சலி செலுத்த பெசன்ட்நகர் மின் மயானத்துக்குச் சென்றிருந் ததாகவும் அங்கே வந்திருந்தவர்களின் எண்ணிக்கை 40-க்கும் குறைவு என்றும் சொன்னார். 'பாரதியார்போல ஐராவதம் மகாதேவன் அவர்களின் புகழும் எதிர்காலத்தில் இன்னும் ஓங்கும் என்பதற்கான முதல் அறிகுறியாக இதை எடுத்துக்கொள்வோம்' என்றேன் நான்.

– விகடன் இயர்புக், 2019

69

மறக்க முடியாத மகேந்திரன்-1

எம்.ஜி.ஆர் பற்றி இயக்குநர் மகேந்திரன் ஒரு நூலில் எழுதியிருக்கிறார். அதில் 'முள்ளும் மலரும்' படத்தைப் பார்த்த எம்.ஜி.ஆர் அந்தப் படத்தை மிகச்சிறந்த படம் என்றும் தமிழ் சினிமாவில் அதற்குமுன் வந்த படங்கள், அவர் நடித்த படங்கள் உட்பட அனைத்திலும் அண்ணன். தங்கை பாசம் மிகுந்த நாடகத்தன்மையோடு சித்திரிக்கப்பட்டு இருந்ததாகவும், தமிழ் சினிமா வரலாற்றிலேயே 'முள்ளும் மலரும்' படத்தில்தான் முதன்முறையாக, யதார்த்தமான அண்ணன் தங்கையைக் கண்டதாகவும் உள்ளம் உருகப் பாராட்டியதை நினைவுகூர்ந்துள்ளார்.

ரஜினியில் மகேந்திரனைக் கண்ட எம்.ஜி.ஆர்

1950-களின் இறுதியில் எம்.ஜி.ஆர் அழைப்பின் பேரில், சென்னை வந்த மகேந்திரன், எம்.ஜி.ஆர் எடுக்கவிருந்த 'பொன்னியின் செல்வன்' படத்துக்கு திரைக்கதை எழுதிய போதே, எம்.ஜி.ஆர் நாடக மன்றத்துக்கு 'அநாதைகள்' என்ற நாடகத்தை எழுதியுள்ளார். அந்த நாடகம், எம்.ஜி.ஆர்-சாவித்திரி நடிப்பில் 'வாழ்வே வா' என்ற பெயரில் திரைப்படமாகத் தொடங்கப்பட்டு மூன்று நாள்கள் படப்பிடிப்புடன் நின்றுபோய்விட்டதாம்.

- விகடன் இயர்புக், 2020

70

மறக்க முடியாத மகேந்திரன்-2

'முள்ளும் மலரும்' படத்தைப் பார்த்த எம்.ஜி.ஆர், 'அநாதைகள்' நாடக ஒத்திகையின்போது நாடக மன்ற நடிகர்களுக்கு மகேந்திரன் நடிப்புச் சொல்லித்தரும்போது காட்டிய உடல்மொழியை 'முள்ளும் மலரும்' படத்தின் கதாநாயகனிடம் கண்டதாகப் பாராட்டியுள்ளார். அந்தப் படத்தில் ரஜினியைப் பார்க்கும் போதெல்லாம் தனக்கு மகேந்திரனே தெரிந்ததாகவும் கூறியுள்ளார். இதைக் குறிப்பிடும் மகேந்திரன், எம்.ஜி.ஆரின் கூர்ந்த பார்வையை வியக்கிறார்.

அது உண்மைதான் என்பது சற்றுக் கூர்ந்து கவனித்தால் நமக்கு விளங்குகிறது. வயதான காலத்தில் மகேந்திரன் அளித்த பேட்டிகளில் அவர் முகபாவனை, கை அசைவுகள் போன்றவற்றைக் கூர்ந்து கவனித்தால், மகேந்திரனின் கை அசைவுகளும், உடல் மொழி பாவனைகளும் ரஜினிகாந்திடம் பெரும் தாக்கத்தை ஏற்படுத்தியிருப்பதை உணர முடிகிறது.

ரஜினி நடித்த 'ஆடு புலி ஆட்டம்' திரைப்படத்தில், 'இது தான் ரஜினி ஸ்டைல்' என்ற பஞ்ச் டயலாக்கை ரஜினி

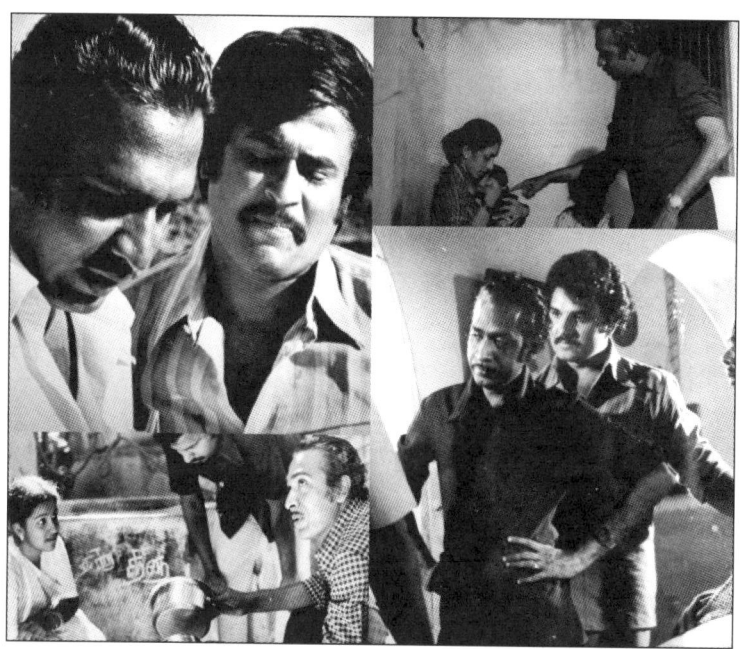

அடிக்கடி சொல்வார். அந்தப் படத்துக்குக் கதை வசனம் எழுதியவர் மகேந்திரன். தன்னை அறிமுகப்படுத்திய இயக்குநர் சிகரம் பாலசந்தர் பொது மேடையில் ரஜினியிடம் 'உனக்குப் பிடித்த இயக்குநர் யார்?' என்ற கேள்விக்கு ரஜினிகாந்த் 'இயக்குநர் மகேந்திரன்' என்று பதில் சொன்னது (என்ன தைரியம்!?) இங்கு எண்ணிப் பார்க்க வேண்டிய ஒன்று.

The intention of this piece of writing is not attributing the credit of Rajini style entirely to Mahendran. But, to bring out the contribution of Mahendran in the development of Rajini Style.

ஓரிரு படங்களில் பெயர் வாங்கிய இயக்குநர்கள் மூன்றாவது படத்தை சொதப்பலாக எடுத்துவிட்டு படம் முடிகையில், 'A film by so and so' என்று பெருமை பொங்க டைட்டில் கார்டு போடும்போது, தியேட்டரில் அந்தப் படம் பார்த்து நொந்த ரசிகர்கள் சிலர், 'ம்ம்க்கும்.. இது ஒரு படம்.... இதுக்கு... 'A film by'ன்னு கிரடிட் வேறயா... என்று வாய்விட்டுத் திட்டுவதைக் கேட்டிருக்கிறேன். ஆனால், இயக்குநர் மகேந்திரன்..? *(அடுத்த பக்கம் பார்க்கவும்)*

- விகடன் இயர்புக், *2020*

71

மறக்க முடியாத மகேந்திரன்-3

'முள்ளும் மலரும்', 'உதிரிப் பூக்கள்', 'நெஞ்சத்தைக் கிள்ளாதே', 'ஜானி' போன்ற சிறந்த படங்களை இயக்கிய இயக்குநர் மகேந்திரன் தான் இயக்கிய எந்தப் படத்திலும் (மொத்தமே 12 படங்கள்தான்) '*A film by*' என்று *credit* போட்டுக்கொள்ளவில்லை என்பது போற்றத்தக்க, இன்னும் சொல்லப்போனால் வியக்கத்தக்க ஒரு விஷயமாக இருக்கிறது. சினிமா ஏழாவது கலை மட்டுமல்ல, அது ஏராளமான கலைகளின் கூட்டு முயற்சி. கதை, திரைக்கதை, இசை, ஒளிப்பதிவு, நடிப்பு என்று பலதரப்பட்ட கலைஞர் களின் பங்களிப்பால் உருவாவது என்பதை நன்றாக உணர்ந்தவராக இருந்துள்ளார் இயக்குநர் மகேந்திரன். தனது ஆஸ்தான இசையமைப்பாளர் இளையராஜா, ஒளிப்பதிவாளர் அசோக்குமார், படத்தொகுப்பாளர்

லெனின் ஆகியோர் இல்லையெனில் தன் படமே இல்லை. அதனால்தான் தன் படத்தை தான் மட்டுமே சொந்தம் கொண்டாட முடியாது என்கிறார்.

'முள்ளும் மலரும்', 'உதிரிப் பூக்கள்', 'நெஞ்சத்தைக் கிள்ளாதே' போன்ற தன் படங்களில் வசனம் இல்லாத காட்சிகளை நகர்த்திச் செல்பவர்கள் இசையமைப்பாளரும் ஒளிப்பதிவாளருமே என்று குறிப்பிடும் மகேந்திரன், தான் இயக்கும் படம் முழுக்க முழுக்க தனது விருப்பப்படி மட்டுமே அமைய வேண்டும் என்பதற்காகவே பெரிய நிறுவனங்களின் வாய்ப்புகளை மறுத்துவிட்டதாகச் சொல்கிறார். இந்தத் தெளிவு இருந்த காரணத்தால்தான் தன்னைவிட இரண்டு தலைமுறை இளையவரான இயக்குநர் அட்லியைக்கூட 'coach.. coach..' என்று மரியாதையுடன் அழைத்து 'தெறி' படத்தில் ஒரு நடிகராகவும் தன் திறமையைத் தெளிவாக வெளிப்படுத்தியிருக்கிறார், மிகுந்த சுயமரியாதைக்காரரான மகேந்திரன்.

'Uncompromising Attitude and Spirit of Team Work' என்ற இரண்டு முரணான பண்புகள் ஒரே நபரிடம் எவ்வாறு உயர்ந்தோங்கி நிற்க முடியும் என்பதற்கு மிகச்சிறந்த உதாரணம் இயக்குநர் மகேந்திரன்.

- விகடன் இயர்புக், 2020

72

விடுதலைப் போராட்ட அமுத விழா

விடுதலைப் போராட்ட அமுத விழாவை முன்னிட்டு கோயம்பேடு பஸ் நிலைய வளாகத்தில் ஏற்பாடு செய்யப்பட்டிருந்த விடுதலைப் போராட்ட அமுத விழா ஒளிப்படக் கண்காட்சியில் பன்முகக் கலைஞர் சிவகுமார் அவர்கள் பங்கேற் வேண்டும் என்று செய்தித் துறை இயக்குநரும் எனது மாணவருமான ஜெயசீலன் கேட்டுகொண்டதற்கு இணங்க நான் அவரைத் தொடர்பு கொண்டு நிகழ்ச்சியில் பங்கேற்க வைத்தேன். அதுகுறித்து அவர் எழுதிய நாட்குறிப்பு கீழே...

'திருக்குறள்' சரவணன் (என்னை அவர் அப்படித்தான் அழைப்பார்) கேட்டுக் கொண்டதற்கிணங்க இன்று காலை 9 மணிக்கு கோயம்பேடு பஸ் நிலைய வளாகத்தில் ஏற்பாடு செய்யப்பட்டிருந்த விடுதலைப் போராட்ட தலைவர்கள், தியாகிகள், அவர்கள் வாழ்க்கைக் குறிப்புகள் - புகைப்பட வடிவில் வைத்திருக்கும் கண் காட்சிக்குச் சென்றேன்.

செய்தி மக்கள் தொடர்புத்துறை இயக்குநர் ஜெயசீலனும் சரவணனும் வரவேற்றனர். அரங்கத்தைச் சுற்றிப்பார்த்து விட்டு 75-வது சுதந்திர தினத்தைக் கொண்டாடும் வகையில் 'விடுதலை வேள்வியில் தமிழகம்' என்ற தலைப்பில் இந்திய அளவில் நாட்டு விடுதலைக்குப் பாடுபட்ட தியாகிகள் வரலாற்றை, இன்றைய தலைமுறை உணர்ந்துகொள்ள இப்படி ஒரு கண்காட்சியை ஏற்பாடு செய்ததற்குத் தமிழக அரசுக்கு நன்றி தெரிவித்து - மொபைல் கண்காட்சியாக வ.உ.சி. வரலாற்றை பஸ்ஸில் அமைத்து, தமிழ்நாட்டிலுள்ள அனைத்துப் பள்ளிகளுக்கும் எடுத்துச் சென்று காண்பிப்பது நல்ல உத்தி என்று வீடியோவில் அவரின் பாராட்டைப் பதிவு செய்தேன்.

- விகடன் இயர்புக், 2022

73

சின்ன c-ல் நூறு பெரிய C-ல் நூறு-1

2018-ல் வெளியான 'பரியேறும் பெருமாள்' திரைப்படத்தில் ஒரு காட்சி.... தமிழ் மீடியத்தில் பள்ளிப் படிப்பை முடித்த கதாநாயகன் பரியனும் அவன் நண்பன் ஆனந்தும் சட்டக் கல்லூரி வகுப்பறையில் உட்கார்ந்திருக்கிறார்கள். பேராசிரியர் கோபால், ஆங்கிலத்தில் பாடம் நடத்துகிறார். ஆங்கிலம் புரியாத பரியன் பாடத்தைத் தமிழில் நடத்துமாறு கேட்கிறான்.

ஆங்கிலம் தெரியாமல் ஏன் கல்லூரிக்கு வந்தாய்? என்று கோபித்துக்கொள்ளும் பேராசிரியர், பரியனிடம் *A*-யில் தொடங்கும் 100 வார்த்தைகளைச் சொல்லச் சொல்கிறார். பரியன் '*Anand, Ambika*' என்று பெயர்களாகச் சொல்லிக்கொண்டு செல்ல வகுப்பில் சிரிப்பலை எழுகிறது. அதற்குக் காரணம் புரியாமல் பரியன் குழம்பிக்கொண்டு

'பரியேறும் பெருமாள்' திரைப்படத்தில் ஒரு காட்சி....

இருக்கும்போதே - பேராசிரியர் ஆனந்திடம் C-ல் தொடங்கும் நூறு சொற்களை சொல்லுமாறு கேட்க - ஆனந்த் உஷாராகவும் அப்பாவித்தனமாகவும் சின்ன - c-யிலா? அல்லது பெரிய C-யிலா என்று கேட்க, வகுப்பில் இன்னும் பலமாக சிரிப்பலை எழுகிறது. படத்தின் நாயகி, பரியனிடம் a-ல் ஆரம்பிக்கிற 100 வார்த்தைகளைக் கேட்டால் பெயர்களைச் சொல்லக் கூடாது. 100 வார்த்தைகளைத்தான் சொல்ல வேண்டும் என்று விளக்கம் தர - ஏன் பெயர்கள் வார்த்தைகள் ஆகாதா என்று கேட்கிறான். ஏன் என்றெல்லாம் எனக்குத் தெரியாது. நூறு வார்த்தைகள் கேட்டால் 100 பொருள்களின் பெயரைத்தான் சொல்ல வேண்டும் என்கிறார் கதாநாயகி.

அரிதான பெயர்களும்கூட அறிந்துகொள்ளவேண்டிய வார்த்தைகளே என்பதை Oxford Reference Dictionary மூலம் தெரிந்து தெளிகிறோம். இந்த நிகழ்வே சின்ன c-யில் நூறு பெரிய C-ல் நூறு என்னும் இந்தக் கட்டுரையைச் சில சுட்டிகளோடு உரையாடி எழுதக் காரணமாக அமைந்தது.

- விகடன் இயர்புக், 2019

74

சின்ன C-ல் நூறு பெரிய C-ல் நூறு-2

ஆங்கில மீடியத்தில் படிக்கும் குழந்தைகளுக்குத் தமிழ் வார்த்தைகள் 'டக்'கென நினைவுக்கு வருவதில்லை. '*Camphor*' என்றால் என்ன? என்று கேட்டபோது, '*Sublimation* ஆகும் *chemical*' என்று சொல்லும் ஒன்பதாம் வகுப்புப் பையன். *Camphor* எனில் ஊதுபத்தி, இல்லை இல்லை சாம்பிராணி. *sorry.. sorry.* மெழுகுவத்தியா? இல்லை இல்லை அது *Candle.* ஆமா *Camphor*-க்கு தமிழில் என்ன என்று நம்மிடமே திருப்பிக் கேட்டான். கற்பூரம் என்று பதில் சொல்லிவிட்டு, புத்தியில் மூன்று வகை இருக்குன்னு சொல்வாங்க கேள்விப்பட்டிருக்கிறாயான்னு கேட்டால், பையன் உதட்டைப் பிதுக்கினான்.

"என்ன சார் நீங்க.. நான் அடிச்சா தாங்கமாட்ட.. நாலு மாசம் தூங்கமாட்ட ஜெனரேஷன் கிட்ட போய் எம்.ஜி.ஆர் பாட்டு *info* கேட்கிறீங்க!" என்று சொல்லி புத்தியின் மூன்று வகைகளான கற்பூரம், கரித்துண்டு, வாழை மட்டை மூன்றையும் விளக்கினார் பையனின்

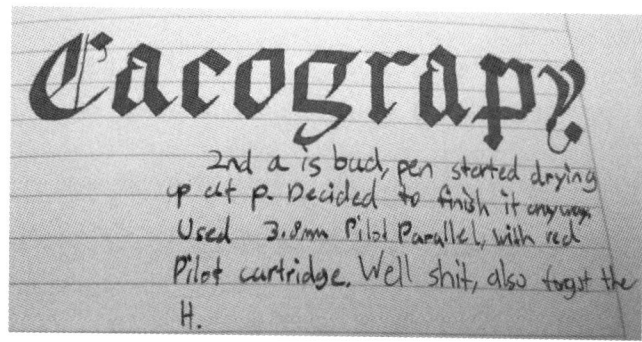

அப்பா. பையனுக்கு கற்பூரப் புத்தி. 'டக்'கெனப் பிடித்துக் கொண்டான்.

பெரிய C-ல் கொஞ்சம் கேட்கலாமென்று பார்த்தேன். CBI - Central Bureau of Investigation,

CBCID - Crime Branch Criminal Investigation Department, அமெரிக்க உளவு நிறுவனமான CIA - Central Intelligence Agency எல்லாம் டக் டக் என்று பதில் வந்துவிட்டது.

CJI ன்னா? என்றபோது ஒரு political party ஆ! என்றான். இல்லை ஒரு பதவி என்று சொல்லிவிட்டு நம்ம புது CJI ரஞ்சன் கோகாய் என்றபோது - Chief Justice of India... என்றான். அதற்குள் பையனின் அப்பா டென்ஷனாகி, "என்னடா இதுகூடத் தெரியலை. அதான் டெய்லி இங்கிலீஷ் பேப்பர் படி.. படிங்கிறேன்" என்றார். அதற்குப் பையன், "படிக்கிறேன்.. படிக்கிறேன்.. நானும் capital C-யில் சில சயின்ஸ் வார்த்தைகள் கேட்கிறேன். நீங்க சொல்லுங்க பார்ப்போம்... Calciferol, Calcitonin, Calcination" என்று பயமுறுத்த, அப்பா கையெடுத்துக் கும்பிட்டார்.

Calciferol-ன்னா வைட்டமின்-D, Calcitonin-ங்கிறது ஒரு ஹார்மோன். Calcination-ங்கிறது Metallurgy (உலோகவியல்)-ல் ஒரு Process என்று தன் அறிவியல் அறிவை அநியாயத்துக்கு வெளிப்படுத்தினான் பையன்.

இப்ப சின்ன c-ல் சில வார்த்தைகள் கேட்கிறேன்... English medium students சொல்லுங்க என்றவர், calligraphyன்னா? என்று முடிக்க, 'Decorative hand writing' என்று அமுதாவிடமிருந்து பதில் வந்தது. Uncle... மோசமான கையெழுத்துக்குப் பேரு cacography. கரெக்டா? என்றான் வருண்.

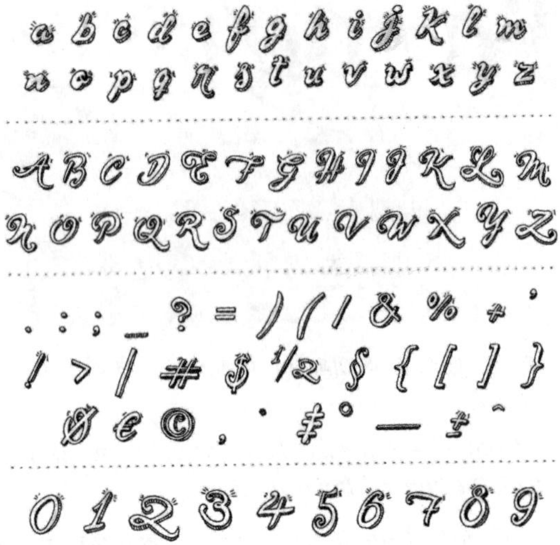

'கரெக்ட்' என்ற ராகவன். clairvoyant-ன்னா யாரு? என்றார். ஆவி - பேய்க்கிட்டயெல்லாம் பேசுற மீடியேட்டருக்குத்தான் clairvoyant-ன்னு பேர் என்றாள் பிரியா. அதாவது.. அப்படி பேசுறேன்னு கதை விடுறவங்களுக்குன்னு சொல்லு என்றான் பகுத்தறிவுவாதி சிவா. (பேய்க்குக் கேட்டிருக்குமோ!?)

பெரிய C-யில் வரக்கூடிய நாடுகளைப் பற்றிக் கேளுங்களேன் என்றான் நவீன். "C-ல ஆரம்பிக்கிற எல்லா நாட்டோட பேருமே கேபிடல் C-ல் தான்டா ஆரம்பிக்கும் அறிவாளி" என்று நவீனைக் கலாய்த்தாள் பிரபா.

இது C-ல் ஆரம்பிக்கிற ஒரு நாடு. இந்த நாட்டில் இருக்கிற Quebec மாநில மக்கள் மட்டும் French speaking population என்று Quiz மாதிரி சக்தி கேட்க... Canada என்று சரியாக பதில் சொன்னாள் ரக்ஷனா. அடுத்தது நாடு இல்லை ஒரு நகரம். துருக்கி (Turkey) யில் இருக்கு... இதோட பழைய பெயர் இஸ்தான்புல் என்று ராகவன் சொல்லி முடிப்பதற்குள் Constantinople என்று பதில் சொன்னாள் தீபிகா.

Constantine யாருன்னு தெரியுமா? இது யாழினி கேட்ட கேள்வி. 'The first Roman emperor to embrace Christianity' என்று பதில் வந்தது கோபிகாவிடமிருந்து.

- விகடன் இயர்புக், 2019

75

சின்ன c-ல் நூறு பெரிய C-ல் நூறு-3

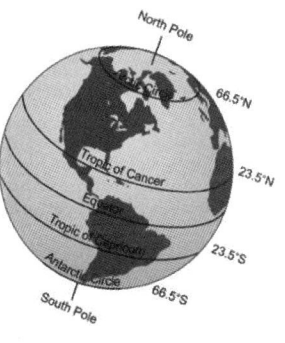

சின்ன *c-cancer*, பெரிய *C Cancer* இரண்டுக்கும் என்ன வித்தியாசம் என்றார் ராகவன். *Cancer* என்பது ஒரு *Zodiac. cancer*-ன்னா புற்றுநோய் என்றாள் மோனிகா. “தெரியும்.. தெரியும் ஸொப்னாவுக்கு கேன்சர் காமெடிதான் ஏக பிரபலமாச்சே” என்றாள் ஆதித்ய பிரியா. சோடியாக்குன்னா என்ன என்று கேட்டான் ஆசைத்தம்பி. சோடியாக்கு இல்லடா ஸோடியாக் - அப்படீன்னா ராசி மண்டலம் என்றான் சிவா.

“C-யில் ஆரம்பிக்கிற இன்னொரு *Zodiac* என்ன?” என்றார் ராகவன். “*Capricorn*” என்று பதில் சொன்னான் சரண். “ஏன்னா அது என்னோட *Zodiac*. நான் டிசம்பர் 25-ல் பிறந்தேன்” என்றான்.

“இந்தியா வழியா போவது *Tropic of Cancer* ஆ? *Tropic of Capricorn* ஆ?” என்றார் ராகவன். கேன்சர் என்று கோரசாக பதில் வந்தது. ஆசைத்தம்பி மட்டும் புரியாமல் சிவாவைப் பார்க்க... “சிவா... கடக ரேகை, மகர ரேகை பத்தி சொல்றாங்கடா” என்றான்.

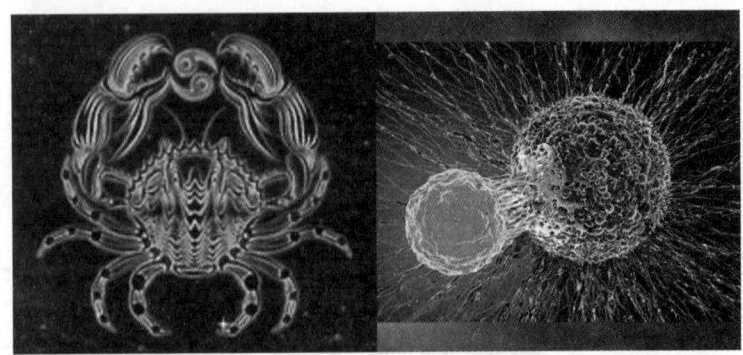

அங்கிள், ஜூலியஸ் சீஸரை பிறக்கிறப்ப சிசேரியன் ஆபரேஷன் செய்து எடுத்ததாலதான் *Caesarean* ஆபரேஷனுக்கு அந்தப் பெயரா? என்று கேட்டான் வருண்.

"ஆமா. *Caesarean n*-ங்கிறது ஓர் *Eponym*தான். ஆனால் *Etymological Reasoning* சரியான்னு *check* பண்ணணும்" என்றார் ராகவன்.

என்னடா பேசிக்கிறாங்க? என்று சிவாவைப் பார்த்தான் ஆசைத்தம்பி. *Eponym*-ன்னா *a word named after a person*. ஒரு ஆள் பெயரிலிருந்து உருவாக்கப்பட்ட வார்த்தை. *Etymology*-ன்னு பெயர்க் காரணம் என்றான் சிவா.

இப்ப பெரிய *C*-ல் ஆரம்பிக்கிற ஐந்து வார்த்தை சொல்றேன். அவை என்னென்னு சொல்லுங்க. என்ற ராகவன்... *Citizen kane, Cleopatra, Coulomb, Curie, Chilappathikaram*... என்று அடுக்கி முடித்தார்.

"சிலப்பதிகாரம் ஐம்பெரும் காப்பியங்களில் முதல் காப்பியம்; இளங்கோவடிகள் எழுதியது" என்றான் குகன். "*Citizen Kane*ங்கிறது ஒரு ஹாலிவுட் படம்; ஆஸ்கர் அவார்டு வாங்கினது. ஒரு *Media tycoon* பற்றிய படம் கரெக்டா? ஒரு நாள் நான் எங்கப்பாவோடு போய் பார்த்தேன்" என்றாள் மோனிஷா.

"*Cleopatra* கறுப்பு அழகி. எகிப்து ராணி. கழுதைப் பாலில் குளிப்பாங்க" என்றான் ஆசைத் தம்பி. "ஆமா இவர்தான் கழுதைப் பால் கறந்து கொடுத்தாரு" என்று அவனை கலாய்த்தான் தனுஷ். "*Antony and Cleopatra* யார் எழுதிய புத்தகம்? *Caesar and Cleopatra* யார் எழுதிய புத்தகம்?" என்று கேட்டார் ராகவன். "ஒண்ணு ஷேக்ஸ்பியர்..

ஒண்ணு பெர்னாட்ஷா... ஆனா எது யாருன்னு கரெக்டா தெரியலை'' என்றாள் மோனிஷா. ''இவளுக்கு எல்லாம் தெரியும். ஆனால், சரியாத் தெரியாது'' என்றாள் ரம்யா. ''சரி.. சரி... இந்த ஆர்டிகளை லே-அவுட் பண்ணும்போது.. இந்தப் பக்கத்தில் அந்தப் புத்தகங்களோட கவர் பக்கத்தை வெச்சிருப்பாங்க அதைப் பார்த்து தெரிஞ்சுக்கலாம்" என்றான் ரஞ்சித்.

"செக் - அப்படிங்கிற வார்த்தையைக் கேட்டவுடன் எனக்கு 3 செக் நினைவுக்கு வருது. ஒரு *cheque* காசோலை. அதாவது *Bank* உடன் சம்பந்தப்பட்டது. *Czech* அப்படீங்கிறது ஓர் ஐரோப்பிய நாடு. முன்னாடி *Czechoslovakia*-ன்னு இருந்து அப்புறம் *Czech, Slovak* ன்னு ரெண்டு நாடுகளா ஆயிட்டுது" என்றான் வருண். "ஆமாம் *Czech* நாட்டிலிருந்து புகழ்பெற்ற ஒரு தமிழறிஞர் இருப்பாரே அவர் பெயருகூட..." என்று தனுஷ் யோசிக்க... "*Kamilzvelabil*" என்று கரெக்டாக பதில் சொன்னாள் மோனிஷா.

''இருங்கப்பா.. டிராக் மாத்திடாதீங்க இன்னொரு செக் செஸ் விளையாட்டில் சொல்ற *Check*'' என்றான் ஆசைத்தம்பி. "அங்கிள் கேட்ட *Coulomb* ஒரு இத்தாலிய விஞ்ஞானி. அவர் பெயரைத்தான் மின்னூட்டம் அலகுக்கு *coulomb*-ன்னு வச்சிருக்காங்க" என்றாள் ரம்யா.

"ரம்யா சொல்றது சரி. விஞ்ஞானிகள் பெயரை அறிவியல் அலகுகளுக்கு வைக்கும்போது அந்தப் பெயர்களை அலகாக எழுதும்போது - அதை அழகாக எழுதுறமோ இல்லையோ நிச்சயமா *small letters*-லதான் எழுதணும்" என்றான் சிவா.

- விகடன் இயர்புக், *2019*

76

சின்ன C-ல் நூறு பெரிய C-ல் நூறு-4

"*Celsius*-ங்கிறது செல்சியஸ் வெப்பநிலைமானியைக் (*Celsius Thermometer*) கண்டுபிடிச்ச விஞ்ஞானி ஆண்டர்ஸ் செல்சியஸ் (*Anders Celsius*) பெயரில் இருந்து வருது. அதை *short form* ல் *unit* ஆக எழுதும்போது - உதாரணமாக மனித உடலின் சராசரி வெப்ப நிலையை எழுதும்போது 37^0 *C* அப்படீன்னு கேப்பிட்டல் *C* போடலாம். ஆனால், *full form* -ல் எழுதும்போது, 37^0 *celsius* ன்னு *small letter*-ல்தான் எழுதணும்" என்று விளக்கினான் சிவா.

"செயற்கைக் கதிரியக்கம் (*Artificial Radioactivity*) பற்றி ஆராய்ச்சி செய்து நோபல் பரிசு பெற்ற விஞ்ஞானி *Marie Curie* பெயரில் இருந்துதான் கதிரியக்கத்தின் அலகுக்கு *curie*-ன்னு பெயர் வச்சாங்க" என்றாள் ஓவியா.

"இப்ப நான் கேப்பிட்டல் *C*-ல் வரக்கூடிய ஐந்து *Indian Names* சொல்றேன். அந்தப் பெயருள்ள புகழ்பெற்ற இந்தியர்கள் பெயரை நீங்க சொல்லணும்" என்ற ராகவன் "*Chawla, Chandra Sekar, Chattopadhyay, Chalapathy, Chand*" என்றார்.

"அங்கிள், *Chattopadhyay*-ங்கிறது வங்காளப் பெயர் (*Bengali name*). சுருக்கமாக *Chatterji*. ரொம்பப் பிரபலமான *Chatterjee* வந்தே மாதரம் பாடல் எழுதிய பங்கிம் சந்திர சட்டர்ஜி" என்றான் வருண்.

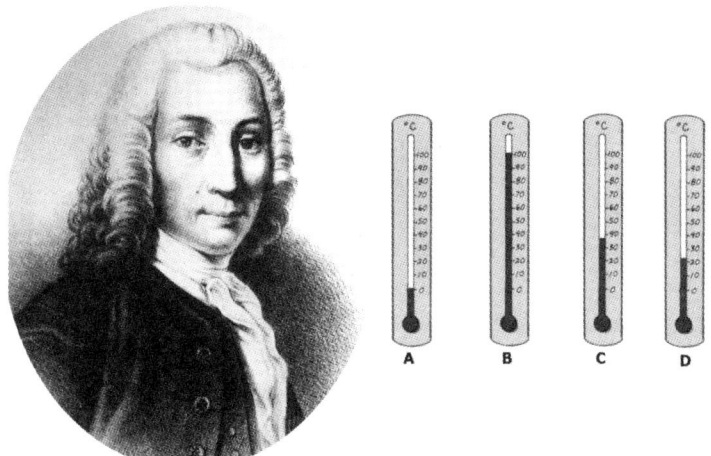

"தேவதாஸ்-ன்னு புகழ்பெற்ற வங்காள நாவல். அதை எழுதியவர் சரத் சந்திர சட்டர்ஜி. தேவதாஸ் -பார்வதி கதை ரொம்பவே பிரபலமான ஒரு காதல் கதை" என்றார் ராகவன்.

"இந்த வருடம் (2018) காலமான நாடாளுமன்ற முன்னாள் சபாநாயகர் சோம்நாத் சாட்டர்ஜி பெயரும் எனக்கு ஞாபகம் வருது" என்றான் குகன்.

"கமலாதேவி சட்டோபாத்யாய் மிகவும் புகழ்பெற்ற சுதந்திர போராட்ட வீராங்கனை; சமூக ஆர்வலர். The Iconic woman of Modern India-ங்கிற புத்தகத்தில் அவங்களைப் பற்றியும் இருந்தது. எங்க School library-ல் பார்த்தேன்" என்றாள் ஆபூர்வா.

"Chand...ன்னா உடன் ஞாபகத்துக்கு வரக்கூடிய பெயர் தயான் சந்த், wizard of Indian Hockey" என்றான் தனுஷ். தனுஷ் ஒரு ஹாக்கி ஆர்வலன்.

"Chalapathy தெரியுமா?" என்றார் ராகவன்.

"தெரியும் அங்கிள். வரலாற்றுப் பேராசிரியர் ஆ.இரா.வேங்கடாசலபதி (A.R.Venkatachalapathy). உங்கள் friend. எம்.ஐ.டி.எஸ். (MIDS) பேராசிரியர். தமிழ்த் தாத்தா உ.வே.சா-வுக்கு வந்த கடிதங்களை எல்லாம் அவர் தொகுத்து ஒரு புத்தகமாகக் கொண்டுவந்திருக்கிறாரு. கவர்னர் அந்தப் புத்தகத்தை வெளியிட்டார். நீங்ககூட அந்த விழாவுக்குப் போயிருந்தீங்களே" என்றான் சிவா. ஆமாம்! இவர்தான்

தமிழ்நாடு மாணவர்கள் படிக்கும் வரலாறு பாடப் புத்தகங்களுக்கு Chairperson.

Chawla என்ற பெயரைக் கேட்டவுடன், கல்பனா சாவ்லா பெயர் ஞாபகம் வருவதாக ஓவியா சொன்னாள். Chandra Sekar பெயரைக் கேட்டவுடன், நோபல் பரிசு பெற்ற இந்திய விஞ்ஞானி சுப்பிரமணியம் சந்திரசேகர் பெயர் ஞாபகம் வருவதாகச் சொன்னான் சந்துரு.

Identify and Fill up the words begins with C that appeared in the exams and News in 2018

1. Arteries, Veins and _____
2. _____, _____, and Pandyas
3. Plumule, _____ and Radicle
4. _____, _____ and Radiation
5. Brazil, Russia, India, _____ and South Africa.
6. _____, Altius, Fortius.
7. Quinine is obtained from barks of _____
8. The index prepared by economic think tank National _____ of Applied Economic Research (NCAER), showed that Delhi topped the rankings on infrastructure and economic _____ of the state. Tamil Nadu was in second place and topped the rankings in labour and governance.
9. Centenary celebrations of Naga _____ is in 2018
10. Centenary celebrations of _____ Satyagraha was held in 2017.

11. Stephen Hawking was the director of research at the Centre for Theoretical _____ at the University of _____ at the time of his death.

12. Sridevi made her debut as _____ artiste with the 1967 Tamil film Kandhan Karunai at the age of 4,

13. Kalaignar Karunanidhi penned the song 'Semmozhiyaana Tamizh Mozhiyaam', the official theme song for the World _____ Tamil _____ 2010, that was set to tune by A.R.Rahman.

14. Commission, Collection, _____

15. Tamil Nadu _____ Minister K. Palaniswami on Friday appealed to the Jain _____ for industrial investments in the state that offers several advantages.Speaking at the Jain International Trade Organisation (JITO) _____2018 here, Palaniswami said the state offers advantages like single window _____ peaceful law and order situation, uninterrupted power supply and human resource amongst others.

விடைகள்:

1. Capillaries: தமனிகள் (Arteries), சிரைகள் (Veins), Capillaries (தந்துகிகள்) என்பவையே மூன்று வகையான ரத்தக் குழாய்கள் (Blood Vessels).

2. Cheras, Cholas, Pandyas- சங்ககால மூவேந்தர்கள்.

3. Cotyledon: Plumule (முளைக் குருத்து), Cotyledon (விதையிலை), Radicle (முளை வேர்) ஆகிய மூன்றும் விதையின் முக்கிய பாகங்கள் (Parts of the Seed).

4. Conduction (வெப்பக் கடத்தல்), Convection (வெப்பச் சலனம்), Radiation (கதிர்வீச்சு) ஆகிய மூன்றும் வெப்பம் பரவும் மூன்றுவிதங்கள் (Methods of Heat Transfer).

5. BRICS - Brazil, Russia, India, China, South Africa நாடுகளின் கூட்டமைப்பு.

6. Citius, Altius, Fortius என்பது ஒலிம்பிக் விளையாட்டின் குறிக்கோள் (Motto of Olympics). இந்த லத்தீன் வார்த்தைகளுக்கு விரைவாக (Swifter), உயரமாக (Higher), வலிமையாக (Stronger) என்பது பொருள்.

7. *Cinchona* - சின்கோனா. இந்த மரத்தின் பட்டையிலிருந்து எடுக்கப்படும் குயினைன் மலேரியா நோய்க்குச் சிறந்த மருந்தாகப் பயன்படுகிறது.

8. *The index prepared by economic think tank National Council of Applied Economic Research (NCAER), showed that Delhi topped the rankings on infrastructure and economic conditions of the state. Tamil Nadu was in second place and topped the rankings in labour and governance.*

9. *Club*- நாகா கிளப் நூற்றாண்டு விழா பற்றிய செய்தி இந்த இயர்புக்கில் உள்ளது.

10. *Champaran* - பீகார் மாநிலத்தில் உள்ள இந்த இடத்தில் தான் மகாத்மா காந்தி தனது முதல் சத்தியாகிரகத்தை 1917-ம் ஆண்டு தொடங்கினார். 2017-ம் ஆண்டு இதன் நூற்றாண்டு விழா கொண்டாடப்பட்டது.

11. *Centre for Theoretical Cosmology at the University of Cambridge*- 2018-ல் காலமான ஸ்டீபன் ஹாக்கின்ஸ் குறித்து இணைய தளத்திலிருந்து எடுக்கப்பட்ட பத்தி. இதில் விடுபட்டிருந்த *Cosmology* (பேரண்டவியல்/பிரபஞ்சவியல்), *Cambridge* என்ற வார்த்தைகளை நீங்கள் சரியாக யூகித்திருந்தால் ஸ்டீபன் ஹாக்கின்ஸ் வாழ்க்கைக் குறிப்பை நீங்கள் கவனமாக வாசித்திருக்கிறீர்கள் என்று அர்த்தம்.

12. 2018- காலமான நடிகை ஸ்ரீதேவி பற்றிய இந்தப் பத்தியில் விடுபட்ட வார்த்தையான *child* என்ற வார்த்தையை (கவனிக்கவும் *Child* அல்ல *child*) கவனமாக நீங்கள் சொல்லியிருந்தால் உங்களுக்கு யூகத்தோடு ஆங்கிலத்தில் கேபிடல் லெட்டர், ஸ்மால் லெட்டர் ஆகியவற்றை எங்கே பயன்படுத்த வேண்டும் என்ற தெளிவும் இருப்பதாகக் கொள்ளலாம்.

13. *World Classical Tamil Conference-2010* (உலகத் தமிழ்ச் செம்மொழி மாநாடு-2010)

14. *Commission, Collection, Corruption* (கமிஷன், கலெக்ஷன், கரப்ஷன் என்பது 2018-ம் ஆண்டு அக்டோபர் மாதம் தமிழ்நாட்டில் நூற்றுக்கு மேற்பட்ட இடங்களில் நடத்தப்பட்ட கண்டன ஆர்ப்பாட்டக் கூட்டத்தின் கருப்பொருள்).

15. *Tamil Nadu Chief Minister K.Palaniswami on Friday*

appealed to the Jain community for industrial investments in the state that offers several advantages. Speaking at the Jain International Trade Organisation (JITO) Connect 2018 here, Palaniswami said the state offers advantages like single window clearance, peaceful law and order situation, uninterrupted power supply and human resource amongst others.

1. CRISPR-Cas 9 - இது மரபணு எடிட்டிங்கில் பயன்படுத்தப்படும் ஒரு நொதி (Enzyme). Clustered Randomly Interspaced Polindromic RNA என்பதே CRISPR என்பதன் விரிவாக்கம். 2018-ம் ஆண்டு ஐ.ஏ.எஸ் முதல் கட்டத் தேர்வில் இதுபற்றிய வினா ஒன்று கேட்கப்பட்டது.

2. Carbon Fertilization - சாதாரணமான உரங்களில் தழைச்சத்து (Nitrogen), மணிச் சத்து (Phosphorus) மற்றும் சாம்பல் சத்து (Potash) எனப்படும் NPK சத்துகள்தானே இருக்கும். இது என்ன கார்பன் உரமிடல் என்பவர்களுக்கு... புவியில் கார்பன் டை ஆக்ஸைடு அதிகரிப்பதால் ஏற்படும் தாவர வளர்ச்சிப் பெருக்கத்தைத்தான் சுற்றுச்சூழல் வல்லுநர்கள் இப்படி அழைக்கிறார்கள். 2018 ஐ.ஏ.எஸ் முதல் கட்டத் தேர்வில் இதுவும் ஒரு கேள்வி.

3. Cryptocurrency - இதைத் தமிழில் எப்படி மொழி பெயர்க்கலாம்? மறை பணம்/இணைய நாணயம் அல்லது வேறு மாதிரியா என்பதைக் காலம் தீர்மானிக்கும்.

பிட்காயின் (Bit Coins) என்று பிரபலமாக அறியப்படும் கிரிப்டோகரன்சி குறித்த மேலதிக விவரங்களை இந்த இயர்புக்கில் அறிவியல் - தொழில்நுட்பம் பகுதியில், ஐ.ஐ.டி மாணவியும் விகடன் மாணவ நிருபருமான உறுதிமொழி எழுதியுள்ள கட்டுரையில் இருந்து அறிக. மேலும் 2018-ம் ஆண்டு ஐ.ஏ.எஸ் ப்ரிலிமினரி தேர்வில் கிரிப்டோ கரன்சி பற்றி வந்த கேள்வியை இந்த இயர்புக்கில் பொதுஅறிவுப் பகுதியில் உள்ள ஐ.ஏ.எஸ் வினாத்தாள் வழி தெரிந்து தெளிக.

4. Crotia - ஐரோப்பியக் கண்டத்தில் இருக்கும் சிறிய நாடுகளில் ஒன்று. 2018-ம் ஆண்டு உலகக் கோப்பைப் போட்டியில் சிறப்பாக விளையாடி இறுதிப் போட்டிக்கு வந்ததால் கொண்டாடப்பட்ட நாடு.

5. CNB - Central Narcotics Bureau. போதைப்பொருள் கடத்தலைக் கண்காணித்து நடவடிக்கை எடுக்கும் இந்திய நடுவணரசு நிறுவனம்.

6. Cartoon - ஒருவரின் உருவத்தைக் கேலிச்சித்திரமாக வரைவது.

7. Caricature-ஒருவரின் கேலிச் சித்திரத்தை வரைகையில் அவரது முகம் அல்லது உடல் போன்றவற்றின் தனித்துவத்தை மிகைப்படுத்தி வரைவது.

8. Consumer - ஒரு நிறுவனத்தில் பொருள் வாங்குபவர்.

9. Client - சேவை பெறுபவர். குறிப்பாக, தொழில் சார் சேவை. ஒரு வழக்குரைஞரிடம் தனது வழக்கை நடத்தித் தர ஒப்படைப்பவர் Client. அதேபோல் கால்நடை மருத்துவரிடம் நம் வீட்டு நாய்க்கு சிகிச்சை பெறப்போனாலோ - ஒரு வங்கியில் கடன் பெற நாம் நாயாக அந்த வங்கிக்கு அலைந்தாலோ நாம் அவர்களுக்கு Client. இதற்குச் சரியான தமிழ்ச்சொல் வேண்டுமெனில் 'சேவை நாடுநர்' எனலாம்.

10. Customer - வாடிக்கையாளர். ஒரு நிறுவனத்தில் தொடர்ந்து பொருள் வாங்குபவர்/சேவை பெறுபவர். வாடிக்கையாளர் குறித்து மகாத்மா காந்தி கூறிய மேற்கோள் வெகு பிரபலம்.

11. Centigrade - கிரேடியனில் நூற்றில் ஒரு பங்கு. முன்பு வெப்ப நிலையைக் குறிக்க டிகிரி சென்டிகிரேட் என்ற வார்த்தை இருந்தது. பன்னாட்டு அலகு முறை வெப்ப நிலையை குறிக்கப் பயன்படுத்தப்பட்ட Centigrade என்பதை 1948-ம் ஆண்டு Celsius என்று மாற்றி அமைத்தது. 1968-ல்தான் இங்கிலாந்து பாடப்புத்தகங்களில் சென்டிகிரேடு என்பது செல்சியஸாக மாறியது. BBC தனது வானிலைச் செய்திகளில் 1985-ம் ஆண்டு வரை சென்டிகிரேடு வார்த்தையைப் பயன்படுத்தி வந்தது.

12. celsius - ஆண்டர்ஸ் செல்சியஸ் என்ற விஞ்ஞானியின் பெயரிலிருந்து நடைமுறைக்கு வந்த பன்னாட்டு அலகு. பெரிய C போட்டு Celsius என்று எழுதினால் அது விஞ்ஞானியின் பெயர்; வெப்ப நிலையின் அலகல்ல. எனவே, வெப்ப நிலையின் அலகை Celsius என்று பெரிய C போட்டு எழுதுவது அழகல்ல. தவறு.

- விகடன் இயர்புக், 2019

77

ஒரு பயிற்றுநரின் பயணம்-1

சிந்துகவி

2019 மே மாத வேலை நாள் ஒன்றின் மாலை வேளை. சிந்துகவி அலைபேசியில் அழைத்தார். வழக்கமாகவே அவர் குரலில் உற்சாகம் அதிகமிருக்கும். அன்று வழக்கத்தைவிடவும் அதிக உற்சாகம். "சார் இன்டர்வியூ மார்க் வந்துவிட்டது, 202 சார். *Thanks a lot for your training and inputs*" என்றார். மார்க் வந்தவுடனேயே ஒரு மாணவரோ / மாணவியோ நமக்கு நன்றி சொல்கிறார்கள் எனில், அது வெறும் சம்பிரதாயமான வாய்ச்சொல் அல்ல. உளப்பூர்வமாகச் சொல்லப்படும் உண்மையான நன்றி என்பதை என் இருபதாண்டு அனுபவத்தில் உணர்ந்துள்ளேன்.

சிந்துகவி இந்த ஆண்டு குடிமைப்பணித் தேர்வில் வெற்றி பெற்றவர். 504-வது ரேங்க். அவரது *First choice IAS; Second choice IRS.* எந்தப் பணி அவருக்கு ஒதுக்கப்படுகிறது என்பதை அறிந்துகொள்ள இன்னும் சின்னாட்கள் (சில நாள்கள்) காத்திருக்க வேண்டும்.

UPSC ஆளுமைத் தேர்வுக்குப் பயிற்சி அளிப்பது ஓர் இனிமையான அனுபவம். இந்தப் பணியில் எனக்கு இருபது வருட அனுபவம் கடந்துவிட்டது என்பதை எண்ணிப் பார்த்தால் வியப்பாக இருக்கிறது.

1998-ம் ஆண்டில் UPSC CSE மெயின் தேர்வில், 1,028 மதிப்பெண் வாங்கி சில மதிப்பெண்கள் வித்தியாசத்தில் ஆளுமைத் தேர்வுக்கு அழைக்கப்படும் வாய்ப்பைத் தவறவிட்ட வருத்தம் மேலிட உத்தரப்பிரதேசம், பரேலியிலுள்ள இந்திய கால்நடை ஆராய்ச்சி நிலைய (IVRI) விடுதியில் அமர்ந்திருந்த நேரம். சுப்பையன் சார் வந்து ஆறுதல் சொன்னார். "சரவணா... இந்த வருடம் நீ Candidate அல்ல. Board Member. எங்கள் மூவரையும் (அவர், கண்ணன் சார், சரவண குமார் சார்) Mock Interview Board-ல் அமர்ந்து கேள்வி கேட்டு துளைத்து எடுக்கலாம்" என்றார். அதன்பின் தொடங்கியது இந்தக் கேள்விப் பயணம்.

- விகடன் இயர்புக், 2020

78

ஒரு பயிற்றுநரின் பயணம்-2

2003, 2004 என அடுத்தடுத்த வருடங்களில் தம்பி ஆனந்த் குமாரும் யுவராஜும் ஐ.ஏ.எஸ். தேர்வில் வெற்றிபெற்றதும், அவர்களின் வெற்றிக்கு எனது பங்களிப்பை நினைவுகூர்ந்து அவர்கள் பாராட்டியது எனக்குள்ளிருந்த இ.ஆ.ப. தேர்வுப் பயிற்றுநரை வெளிக்கொணர்ந்தது. ஓரிரு வருடங்களுக்கு முன்பு தம்பி யுவராஜ், "அண்ணாச்சி... எனக்கு Mock நடத்திட்டு என்ன மார்க் வரும்னு சொன்னீங்களோ, அதே மார்க்தான் வந்தது" என்று 2004-ல் நடந்ததை 2016-ம் ஆண்டில் நினைவுகூர்ந்தபோது சின்னதாக ஒரு பெருமிதம் வந்தது.

2010-ம் ஆண்டில் தம்பி ஆனந்த் குமார் உடன் தனியார் அறக்கட்டளைப் பயிற்சி மையத்தின் Mock Interview Board-ல் அமர்ந்தது முதல், UPSC Mock இன்டர்வியூ என்பது என் வாழ்வில் ஆண்டுதோறும் நிகழும் ஆனந்த அனுபவமானது.

அதே தனியார் அறக்கட்டளையின் Mock Interview Board-ல் 2013-ம் ஆண்டு ஆர்.பாலகிருஷ்ணன் சார் Chairman ஆக அமர்ந்திருக்க, அவரருகில் அமர்ந்து நேர்காணலுக்கு வந்த தேர்வர்களிடம் தமிழின் செம்மொழித் தகுதி மற்றும் உலகச் செம்மொழிகள் குறித்து நான் எழுப்பிய கேள்விகள் தான் பாலா சாரின் பாசமான பார்வை என் மீது படரக் காரணமாகின.

2013-ம் ஆண்டு தம்பி ஆனந்த குமார் அறையில் ஜெயசீலனுக்கு *Mock* நடத்தி... தம்பி ஜெயசீலன், ரஜினி ரஸ்தான் அம்மையார் போர்டில் கவிதையெல்லாம் எழுதிக் காட்டி *200*-க்கு மேல் மதிப்பெண் பெற்று வந்ததால், *AICSCC Model Personality Test Board Member*-களுக்கான நாற்காலிகளில் ஒன்று எனக்குக் கிடைத்தது. அதன் பின்னர், ஆண்டுதோறும் தமிழகத்திலிருந்து *IAS* ஆளுமைத் தேர்வுக்குச் செல்லும் சுமார் நாற்பது, ஐம்பது மாணவர்களோடு நான் நடத்தும் உரையாடல்கள் வாடிக்கையாகிப் போயின. அவற்றுள், ஒரு சில சுவையான அனுபவங்களை இங்கே பகிர்வது பொருத்தமாக இருக்கும். *2015*-ம் ஆண்டு, ஏப்ரல் மாத மதியம் ஒன்றில் அலைபேசி அலறியது. எடுத்தால் எதிர்முனையில் பேசியவர் முகில் வண்ணன்.

"சார்! முகில் வண்ணன் டெல்லியிலிருந்து பேசுறேன். *UPSC Interview Candidate.*"

"முகில் வண்ணன் இன்டர்வியூ எப்படி இருந்தது?"

"ஈசிதான் சார். நிறைய கேள்விகள் டேஃபிலிருந்துதான் கேட்டாங்க. 'தமிழ்நாடு ஹோம்ஸ்மேன்'னு ஒரு கேள்வி கேட்டாங்க. அதுக்கு *Answer* பண்ணலை சார். யார் சார் அது?"

"தமிழ்நாடு ஹோம்ஸ் மேனா... தெரியலயே.. போன வருஷம் 'ஹோம்ஸ் மேன்'னு ஒரு படம், இன்டர்நேஷனல் ஃபிலிம் ஃபெஸ்டிவல் அவார்டு வாங்கிச்சு.. தமிழ்நாடு

ஹோம்ஸ் மேனா... கேள்வி சரியா?” என்றேன்.

“சார் அல்மோஸ்ட் சரி தான்னு நெனைக்கிறேன்... கொஞ்சம் பதற்றமா இருந்ததால நான் கேள்விய சரியா உச்சரிக்கி றேனான்னு சந்தேகமா இருக்கு” என்றார்.

தொடர்ந்து அவரது நேர்முகத் தேர்வில் கேட்கப்பட்ட பல்வேறு கேள்விகள் குறித்தும், அதற்கு அவர் அளித்த பதில்கள் குறித்தும் சுமார் 20 நிமிடங்கள் உரையாடினோம்.

டேஃப் என்றால் என்னவென்று பழக்கமில்லாதவர்களுக்கு... *DAF - Detailed Application Form* - இந்திய குடிமைப்பணித் தேர்வுக்கான ஆளுமைத் தேர்வில் பங்கேற்கும் தேர்வர் களிடம் பெரும்பாலும் கேள்விகள் அவர்கள் முதன்மைத் தேர்வின்போது பூர்த்தி செய்து சமர்ப்பித்திருந்த *Detailed Application Form*-ல் இருந்தே கேட்கப்படும். எனவே, தேர்வர்கள் அந்த விண்ணப்பத்தில் நிரப்பிய விவரங்கள் தொடர்பாக நன்றாகத் தயார் செய்துகொண்டு செல்வது வழக்கம். டேஃபில் தேர்வரின் பெயர், படிப்பு, படித்த கல்லூரி விவரங்கள், அப்பா, அம்மா குறித்த விவரங்கள், அவர்களின் பணி, தேர்வரின் பொழுதுபோக்கு, சாதனைகள் குறித்த விவரங்கள் இடம்பெற்றிருக்கும்.

பின்னர், முகில் வண்ணனின் சுயவிவரக் குறிப்புகளை அலசி ஆராய்ந்ததில் அவர் அப்பா தூத்துக்குடி *Port Trust*-ல் வேலை பார்த்த அனுபவம் தொடர்பாக *Interview*-ல் கேட்கப்பட்ட கேள்வி, அதைத் தொடர்ந்து வந்த ‘*Literary Contributions of Tamil Homes Man*’ என்ற கேள்வியைப் பொருத்திப் பார்த்தபோது... தம்பி முகில் வண்ணன் கேள்வியைப் பதற்றத்தில் சரியாக உள்வாங்கவில்லை என்பது தெரிந்தது. கேள்வியில் இருந்த வார்த்ததை ‘*Tamil Homes Man*’ அல்ல ‘*Tamil Helmsman*’ அதாவது, கப்பலோட்டிய தமிழர். வ.உ.சி-யின் இலக்கியப் பங்களிப்பு குறித்துதான் அந்தக் கேள்வி என்று புரிந்தது.

- விகடன் இயர்புக், 2020

79

ஒரு பயிற்றுநரின் பயணம்-3

இதேபோல், தமிழ் இலக்கியம் தொடர்பாக *UPSC* ஆளுமைத் தேர்வுக்குக் கேட்கப்பட்ட இன்னொரு கேள்வி குறித்த சுவையான அனுபவமும் குறிப்பிடத்தக்கது.

2017, ஏப்ரல் மாத மதியம் ஒன்றில் அதேபோல டெல்லி யிலிருந்து ஓர் அலைபேசி அழைப்பு. பேசியவர் *UPSC* ஆளுமைத் தேர்வுக்காகச் சென்றிருந்த வசந்த குமார்.

“சார், திருமூலர் எத்தனை வயசு வரை வாழ்ந்தார்?”

“வசந்த குமார் டெல்லியிலிருந்து கேட்கிற அளவுக்கு அவ்வளவு அவசரமான கேள்வியா இது?”

“ஆமா சார்... இன்டர்வியூல கேட்டாங்க சார்..”

“*3,000* வருஷம்னு கரெக்டா சொன்னீங்களா இல்லையா?”

“சார்... சொல்லலை சார். *80*லிருந்து *90* வயசுன்னு சொன்னேன். *Board Chairman*தான் *3,000* வருஷம்னு சொன்னார். நான் ஷாக் ஆயிட்டேன்” என்றார்.

“நீங்க *3,000* வருஷம்னு சொல்லி *Chairman* ஷாக் ஆகியிருந்தால் பரவாயில்லை. ஆனால் அவரு சொல்லி நீங்க ஷாக் ஆகிட்டீங்களே” என்றேன்.

“சார். திருமூலர் *3,000* வருஷம் வாழ்ந்தாருன்னு நீங்க சொல்லவே இல்லையே சார்.”

திருமூலர்

“நீங்க கேட்கவே இல்லையே... 3,000 வருஷம் வாழ்ந்தார்ங் கறது ஒரு நம்பிக்கை. திருமூலர் எழுதின நூல் திருமந்திரம். அதில் 3,000 பாடல்கள் இருக்கு. ஒரு வருஷத்துக்கு ஒரு பாடலாக 3,000 பாடல்களைத் திருமூலர் எழுதினார் என்பது சைவ சமயத்தவர்களின் நம்பிக்கை. நீங்க இலக்கிய வரலாறு படித்திருந்தால்கூட இந்தச் செய்தி தெரிந்திருக்குமே” என்றேன்.

‘‘ஆமா சார்... தெரியாம போயிடுச்சு சார்... நான் 80, 90 வயசுன்னு சொன்னேன். உடனே சேர்மேன் “*My Tamilnadu friends say Thirumoolar lived upto 3,000 years. Is there a traditional belief like that...*” என்று கேட்டார். “*I don't know sir*” என்று சொல்லிவிட்டேன். இந்த மாதிரி கேள்வியெல்லாம் *UPSC Interview*-ல கேட்பாங்கன்னு எப்படி சார் எதிர்பார்க்க முடியும்?” என்றார்.

‘‘சரிதான்... *Interview*ல கேட்கப்பட்ட எத்தனையோ கேள்விகளில் இதுவும் ஒண்ணு... அவ்வளவுதானே! நீங்க தமிழ் இலக்கியத்தை விருப்பப் பாடமாக எடுத்த மாணவர் என்பதால், பக்தி இலக்கியம் மற்றும் அதைச் சார்ந்த சமய நம்பிக்கைகள் உங்களுக்குத் தெரிஞ்சிருக்காங்கிறதை மதிப்பிடுவதற்காக இந்தக் கேள்வியைக் கேட்டிருக்கலாம். சரி விடுங்க... இதுக்கு பதில் சொல்லாததால் மார்க் ஒன்றும் பெரிதாகக் குறையாது...’’ என்று சொல்லி அவரைத் தேற்றினேன். பின்னர், ஒரு மாதம் கழித்துத் தேர்வு முடிவுகள் வெளியாகி *Interview*-ல் அவர் எதிர்பார்த்த 180 மார்க் வராமல் 150 மார்க் வந்ததால், அவருக்கு *IAS* கிடைக்க வேண்டியது மிஸ்ஸாகி *IRS* கிடைத்தபோது, 30 மார்க்கும் திருமூலரால் கிடைக்காமல் போனதாக வருத்தப்பட்டது வேறு விஷயம். அவருக்கு *IAS* கிடைக்கத் தவறியதற்கு திருமூலர் மட்டுமே காரணம் அல்ல என்று இப்போதும் தேற்றிக்கொண்டிருக்கிறேன்.

- விகடன் இயர்புக், 2020

80

ஒரு பயிற்றுநரின் பயணம்-4

2014-ம் ஆண்டு *AICSCC Model Personality Test*-ல் போர்டு ஒன்றுக்கு *Chairman*ஆக வந்திருந்த உதயச்சந்திரன் சாரை அவர் பக்கத்தில் அமர்ந்து கவனித்துக் கற்றுக்கொண்டது இன்னொரு இனிமையான அனுபவம். அதன் பிறகு அவரோடு கல்வித்துறையில் ஒன்றரை ஆண்டுகாலம் பணியாற்றுகையில், *Talent Spotting Expert* ஆன அவர் உருவாக்கித் தந்த *Talent Spotting Tool*, சிந்துகவிக்கும் பயன்படுத்தப்பட்டது. அந்த *Tool*-ஐப் பயன்படுத்தி, தேர்வர்களின் ஆளுமைத் திறனை மதிப்பிட வழங்கும் *Scoring pattern* தொழில் ரகசியங்களில் ஒன்று என்பதால் அதுமட்டும் கடும் மந்தனம் *(Strictly Confidential)*.

2015-ம் ஆண்டு *AICSCC Model Personality Test*-க்கு என்னை *Board* உறுப்பினராக அழைத்த அப்போதைய முதன்மைச் செயலாளர் திரு. ஞானதேசிகன் ஐ.ஏ.எஸ் அவர்கள், எனக்கு அனுப்பிய *DO letter (Do Letter - Demi Official letter)*; உயர் அலுவலர் மற்ற அலுவலருக்கு அவரின் பெயரை விளித்து

எழுதும் கடிதம். தமிழில் 'பகுதி அலுவல்சார் கடிதம்' எனலாம். நான் அகம் மகிழ்ந்து பாதுகாக்கும் அரசு ஆவணம்.

இன்னும் நிறைய இன்டர்வியூ அனுபவங்களை ஆவணப்படுத்த வேண்டியுள்ளது. இப்போதைக்கு நேரம் இல்லாததால் சிந்து கவியின் அலைபேசி அழைப்பு அசைபோட வைத்த இன்டர்வியூ சிந்தனைகளுக்கு இப்போதைக்கு முற்றுப்புள்ளி. ஆனால், 'இப்போதைக்கு' முற்றுப்புள்ளி கிடையாது.

வ.உ.சிதம்பரம்

2019-ம் ஆண்டில் தூத்துக்குடியில் நடைபெற்ற புத்தகத் திருவிழாவில் UPSC தேர்வில் கேட்கப்பட்ட தமிழ் இலக்கியம் தொடர்பான கேள்விகளை நினைவுகூர்ந்து 'அரியணையில் அழகு தமிழ்' என்ற தலைப்பில் உரையாற்றினேன். அப்போது, அது வ.உ.சி மண் என்பதால் Tamil Helmsman பற்றிய கேள்வியைக் குறிப்பிட்டேன். கூட்டத்தில் யாரும் பதில் சொல்லவில்லை என்றாலும், நான் பேசி முடித்ததும் பள்ளி ஆசிரியர் ஒருவர் வந்து 'Helmsman' என்ற வார்த்தைக்கு Spelling என்ன என்று கேட்டு, ஒரு கையேட்டில் குறித்துக் கொண்டதோடு, 'கப்பலோட்டிய தமிழர்' என்பதற்கான ஆங்கில வார்த்தைதான் Tamil Helmsman என்பது தெரியாமல் போய்விட்டதே' என்று மிகவும் வருத்தப்பட்டதோடு, இதைக் கட்டாயம் என் மாணவர்களுக்குக் கற்றுக்கொடுப்பேன்' என்று சொல்லிவிட்டுப் போனார்.

தெரியாத புதிய செய்திகளையும் வார்த்தைகளையும் குறித்து வைத்து, கற்றுக்கொண்டு அதை மாணவர்களுக்குக் கற்றுக்கொடுப்பதுதானே ஆசிரியரின் வேலை. அதைத்தானே நானும் செய்து வருகிறேன். 'அறிதோறும் அறியாமை கண்டற்று.'

– விகடன் இயர்புக், *2020*

81

சில கலைச்சொல் விளக்கங்கள்

இந்திய அரசமைப்பைப் பற்றித் தமிழில் எழுதப்படும் நூல்களில் பயன்படுத்தப்படும் கலைச்சொற்கள் பலவாறாக உள்ளன.

நூல் எழுதும் பேராசிரியர்களின் வயதுக்கேற்ப அவர்கள் பயன்படுத்தும் கலைச்சொற்களிலும் வேறுபாடுகள் காணப்படுகின்றன. உதாரணமாக, 60 வயதுக்கு மேற்பட்ட மூத்த பேராசிரியர் ஒருவர் எழுதும் கட்டுரையிலோ உருவாக்கும் கேள்வியிலோ, அவர் படிக்கும் காலத்தில் புழக்கத்திலிருந்த வடமொழிச் சொற்களான ‘சாசனம்’, ‘ஷரத்து’,‘சமஸ்டி அரசு’ போன்ற சொற்கள் இடம்பெறுகின்றன.

‘ஷரத்து’ என்பதை ‘உறுப்பு’ என்றும், ‘சமஸ்டி அரசு’ என்பதை ‘கூட்டாட்சி’ என்றும் பாடப் புத்தகங்களில் எழுதும் வழக்கம் பல ஆண்டுகளுக்கு முன்பே வந்துவிட்டது.

சில நேரங்களில் பத்திரிகைத் தமிழுக்கும், பாடநூல் தமிழுக்கும் இடையே கலைச்சொல் பயன்பாட்டில் வேறுபாடு காணப்படுவதுண்டு. சான்றாக மாநிலங்களில் உள்ள மாநில அரசைக் கலைத்து குடியரசுத் தலைவர் ஆட்சியை அமல்படுத்துவது தொடர்பான 356-வது உறுப்பை பத்திரிகைத் தமிழில் ‘356-வது பிரிவு’ என்றே குறிப்பிடக் காண்கிறோம்.

அதேபோல் ‘Directive Principles of State Policy’ என்பதை ‘அரசு வழிகாட்டு நெறிகள்’ என்றும், ‘அரசு வழிகாட்டு நெறிமுறைக் கோட்பாடுகள்’ என்றும் மொழிபெயர்க்கக்

காண்கிறோம். அரசியல் அறிவியலில் 'State' என்ற சொல், 'அரசு' என்பதைக் குறிக்கும். எனவே, இந்திய அரசைக் குறிக்க, 'State' என்ற சொல் பயன்படுத்தப்படும்போது, 'Head of the State' என்பது குடியரசுத் தலைவரைக் குறிக்கும். இந்தப் பொருள் தெரியாமல், 'State' என்ற சொல் மாநிலத்தை மட்டுமே குறிக்கும் எனக் கருதி 'Head of the State' என்ற கேள்விக்கு 'ஆளுநர்' என்று தவறாக பதிலளிக்கும் மாணவர்களும் உண்டு. மொழிபெயர்ப்பின் நுட்பம் உணராமல் தவறாகக் கொள்குறி வினா எடுத்த பேராசிரியர்களும் உண்டு.

சட்டசபை சார்ந்த கலைச்சொற்களில் 'Whip' என்ற ஆங்கிலச் சொல்லுக்கு இணையாக, பரவலாகப் பயன் படுத்தப்படும் சொல் 'கொறடா' என்பதாகும். இதற்கு ஒப்பான சொல்லாக 'ஏவுநர்' என்ற சொல்லைத் தனித்தமிழ் ஆர்வலர்கள் பயன்படுத்துகின்றனர்.

- *விகடன் இயர்புக், 2022*

82

ஜெயசீலன் சால்பின் வரைத்து

பிறந்த நாளில் ஒருவரை வாழ்த்தும்போது அவரின் நற்பண்புகளை எடுத்துச்சொல்லி வாழ்த்த வேண்டும். முடிந்தால் ஒவ்வோர் ஆண்டும் ஒவ்வொரு நற்பண்பை எடுத்துச்சொல்லி வாழ்த்தலாம் (வாழ்த்தப்படுபவரிடம் அத்தனை நற்பண்புகள் இருக்கின்றபட்சத்தில்.. ) என்று சொல்வார்கள். அப்படி வாழ்த்துகின்றபோது அந்த நற்பண்பை / விழுமியத்தை படிப்பவர்களும் வளர்த்துக் கொள்ள ஏதுவாகும் என்பார்கள்.

இது Zoom காலம். இப்போது வகுப்புகளை Zoom-ல் எடுக்கிறோம். 100 பேர் வகுப்பைக் கேட்கிறார்கள். ஆனால், வகுப்பு முடிகிறபோது chat box-ல் Thank you/நன்றி என்று சொல்லிச் செல்பவர்கள் 20 பேருக்கும் குறைவான பேர்களே. இதைத்தான் 'உதவி வரைத்தன்று உதவி, உதவி செயப்பட்டார் சால்பின் வரைத்து' என்று சொன்னார் வள்ளுவர்.

இருபது மாணவர்கள் என்னிடம் படித்த காலத்தில் ஜெயசீலனுக்கு என்று நான் எந்தச் சிறப்புக் கவனமும் செலுத்தியதில்லை. மற்றவர்களைப்போலவே அவர் ஆர்வத்துக்கு ஏற்ப ஆற்றுப்படுத்தினேன். ஆனால், அவரின் செய்நன்றி மறவாச் சீர்மை பல நேரங்களில் என்னை நெகிழ வைத்திருக்கிறது - வைக்கிறது. ஓர் ஆட்சியராக அவர் பெற்று வரும் வெற்றி என்னைப் பெரிதும் மகிழவைக்கிறது.

இனிய பிறந்தநாள் வாழ்த்துகள் ஜெயசீலன்.

— வைகறை வாசகன், 05-12-2020

83

கவிதைச் சித்தருக்குக் 'கவிக்கோ விருது'

தமிழ்நாட்டில் கவிஞர்களுக்கு / எழுத்தாளுமைகளுக்கு வழங்கப்படும் தனியார் விருதுகளில் மூன்று முக்கியமான விருதுகள் எனில் அவை.. கவிக்கோ விருது, கவிஞர் திருநாள் விருது, காவியக் கவிஞர் வாலி விருது. வேறு பல விருதுகள் இருப்பினும் இந்த விருதுகள் மரபுக்கவிதை, புதுக்கவிதை, நவீன கவிதை, கவியரங்கக் கவிதை, திரையிசைப் பாடல் எனக் கவிதையின் வேறுபட்ட தளங்களில் பயணிக்கும் கவிஞர்களைத் தேடிப் படித்து, நாடி பிடித்து வழங்கப்படுவதை விருதுப் பட்டியலை ஊன்றிப் படிப்போர் உணர்ந்து கொள்ளலாம்.

வேறு பல தனியார் விருதுகள் உண்டு. அவற்றுள் சில ஒரு கூண்டுக்குள் கூவும் படைப்பாளிகளுக்கானவை அல்லது வெகுஜன ரசனையைப் புறந்தள்ளி நடப்பதில் புளகாங்கிதமடையும் புத்தி கொழுத்தவர்களாகத் தங்களைப் புற உலகுக்குக் காட்டிக்கொள்பவர்களுக்கானவை. விதிவிலக்காக அந்த விருதுபெற்றவர்களிலும் நல்ல படைப்பாளிகள் சிலர் உண்டு (அப்பாடி... முடிந்தவரை திட்டி... சின்ன பாதுகாப்பு வளையத்தையும் போட்டாச்சு..). பல்குழுவும் பாழ்செய்யும் உட்பகையும் கொண்டதாகத் தமிழ் இலக்கியச் சமூகம் இருக்கும் வரை என்னைப் போன்ற வாசகர்கள் இப்படித்தான் எழுதுவோம்.

கவிஞர் ஜெயந்தா 2022-ம் ஆண்டுக்கான கவிக்கோ விருதுபெறுகிறார். கவிக்கோ விருது முத்தமிழறிஞர் கலைஞர் தொடங்கி சுரதா, மீரா, மு.மேத்தா, இன்குலாப்,

நா.காமராசன், தமிழன்பன், புவியரசு என மூத்த கவிஞர்கள் பலரும் பெற்றது என்பது குறிப்பிடத்தக்கது. நீலமணி, தேவதேவன், தேவதச்சன் போன்ற நவீன கவிஞர்களுக்கும் புலமைப்பித்தன், முத்துலிங்கம், அறிவுமதி, பழநிபாரதி போன்ற திரைக் கவிஞர்களுக்கும் வழங்கப்பட்டுள்ளது என்பது குறிப்பிடத்தக்கது.

இதைப்போலவே கவிப்பேரரசு வைரமுத்து அவர்களால் வழங்கப்படும் கவிஞர் திருநாள் விருதும் கலாப்ரியா, விக்கிரமாதித்யன், நெல்லை ஜெயந்தா உள்ளிட்ட பலருக்கும் வழங்கப்பட்டுள்ளது. காவியக் கவிஞர் வாலி விருது வழங்கும் விழாவை ஆண்டுதோறும் கவிஞர் நெல்லை ஜெயந்தாவே நடத்துகிறார். அந்த விருதும் ஆண்டுதோறும் ஓர் எழுத்தாளுமைக்கும் ஒரு திரையாளுமைக்கும் வழங்கப் படுகிறது. வண்ண நிலவன், பாலகுமாரன், பாக்யராஜ், ஆர்.சுந்தர்ராஜன், விக்கிரமாதித்யன் உள்ளிட்ட பலர் காவியக் கவிஞர் வாலி விருது பெற்றுள்ளனர்.

"ஜெயந்தா சிறந்த கவிஞன். ஆனால், நான் அவனைப் பெரும்பாலும் நேரடியாகப் பாராட்டியதில்லை. நிறைய கிண்டல் செய்திருக்கிறேன். அதற்கான உரிமையையும் அவனேதான் எனக்குத் தந்தான். என்னை அவன் 48 வருடமாக அறிவான். அவனை நான் சுமார் 43 வருடமாக அறிவேன். என்னடா இது பெரிய கவிஞரை அவன் இவன் என்று ஏகவசனத்தில் எழுதுகிறானே என்று யாரும் எண்ணிவிட வேண்டாம். அதுவே பழக்கமாகிவிட்டது. அவன்... எனக்குத் தமிழ் இலக்கிய ஆர்வம் ஊட்டியவன்; என் முதல் தமிழ் ஆசான்; என் வாசிப்புப் பழக்கத்துக்கு வாசல் திறந்தவன்; என் உயரங்களைத் தீர்மானித்தவன்; என் உயரம் கண்டு தித்திப்பவன்.

முத்தமிழ் அறிஞர் கலைஞர், கவிக்கோ அப்துல் ரகுமான், கவிவேந்தர் மேத்தா, கவிப்பேரரசு வைரமுத்து, காவியக் கவிஞர் வாலி, பாவலர் அறிவுமதி என ஜெயந்தாவின் கவித் திறனை வியக்காதவர் இல்லை. படிமம், குறியீடு, சிலேடை, எதுகை, மோனை, இயைபு, இயல்பு, வார்த்தை சித்துகள் எனப் பலவும் ஜெயந்தாவின் கவிதையில் வரிசை கட்டி நின்று இளங் கவிஞர்களுக்குத் தமிழார்வம் ஊட்டும்; ஜெயந்தா மேடை ஏறினால் கவியரங்குகள் களை கட்டும். 'கவிதை சத்தம் போடக்கூடாது' என்று

விக்கிரமாதித்யன் அண்ணாச்சி சொன்னாலும் ஜெயந்தாவின் கவியரங்கக் கவிதைகளுக்கு அரங்குகளில் எழும் கரவொலி சத்தமாகவே இருக்கும். அதை மீறும் கரவொலி பெறுவது சக கவிஞர்களுக்குச் சவாலாகவே இருக்கும். 'தென்றலோடு சில தினங்கள்,' 'திணை மயக்கம்,' 'நீ நனைத்த பனித்துளிகள்,' 'தொட்டிலோசை' எனும் ஜெயந்தாவின் கவிதைத் தொகுப்புகளை வாசிப்பவர்கள் தமிழ் மீது தாளாக் காதலில் விழுவதை யாரும் தடுக்க முடியாது. வாசித்தவர்கள் வரிக்கு வரி பாராட்டியிருக்கிறார்கள். ஜெயந்தாவின் பல வரிகள் இன்றும் பட்டிமன்ற பேச்சாளர்கள் பலருக்குப் பலத்த கரவொலியோடு வரிகட்டத் தேவையில்லா வருமானத்தையும் தருகின்றன.

ஜெயந்தாவின் படைப்பாற்றல் குறித்து நிறைய எழுதலாம். தனி நூலே எழுத வேண்டும் எனத் தணியாத ஆர்வம் எனக்கு உண்டு. ஜெயந்தாவின் 'தொட்டிலோசை' எனக்கு மிகவும் பிடிக்கும். ஏனெனில், அது ஜெயந்தாவின் அம்மா லெட்சுமி அவர்களை முன்நிறுத்துவது. அவர்தான் எனக்கும் அம்மா. ஜெயந்தாவின் வெற்றிக்குப் பின் நிற்கும் அவர் இல்லத்தரசி உமா, எனக்கு இன்னோர் அம்மா.. குழப்பம் வேண்டாம்... ஜெயந்தாவின் உடன்பிறந்த தம்பிதான் இந்தப் பதிவை எழுதிய - வைகறை வாசகன் என்னும் சங்கர சரவணனாகிய நான்."

நாள்: 21.02.24
(உலக தாய்மொழி தினம்).

84

நெல்லை ஜெயந்தா கவிதைகள்

நெல்லை ஜெயந்தாவுக்குக் 'கவிக்கோ' விருது கிடைத்தது குறித்து வைவா எழுதிய வாழ்த்து மடல் படித்தோம். மகிழ்ச்சி. வாழ்த்துகள். ஆனால், 'வள்ளி' படத்தில் முகத்தையே காட்டாமல் ரஜினிக்கு ஜோடியாக ஒருவரை நடிக்க வைத்ததுபோல கவிஞரின் கவிதைகள் எதையுமே மேற்கோள் காட்டாமல் வாழ்த்து மடல் வரைவது என்ன நியாயம்? என்று கேட்டார் நாற்பத்தெட்டு வயது நண்பர் ஒருவர். "Jeyantha kadhal kavithai ezhuthi irunthal sollunga" என்று ரோமன் எழுத்துரு தமிழில் common ஆகக் கேட்டது 2k kid ஒன்று.

ஜெயந்தா நல்ல கவிஞர் என்று காட்ட, அவரின் சில கவிதைகளே போதுமானவை. ஆனால், அவற்றை மேற்கோள் காட்டி எழுதும் நான் ஒருவேளை ஓர் அறிஞனோ என்ற லேசான சந்தேகம் வரவைத்து சிலரையாவது ஏமாற்றலாம் என்ற நப்பாசையில் கொஞ்சம் சிரமப்பட்டு இந்தப் பதிவை எழுதுகிறேன்.

கவிதைக்குப் பல வரையறைகள்: 'உள்ளத்து உள்ளது கவிதை- இன்ப உருவெடுப்பது கவிதை' என்றார் கவிமணி. 'கவிதை சொல்கிற விஷயத்தில் இல்லை; சொல்கிற விதத்தில் இருக்கிறது' என்கிறார் யீட்ஸ். 'கவிதை என்பது சொற்செட்டும் அர்த்த அடர்த்தியும் கொண்டது' என்கிறார் ஒருவர். 'வார்த்தைகள் நடந்தால் வசனம் - நடனமாடினால் கவிதை' என்றார் வலம்புரிஜான். கவிதை எனில் அது உவமை, உருவகம், சிலேடை, படிமம், குறியீடு, முரண், அங்கதம், தொன்மம் போன்ற பல உத்திகளால் கட்டமைக்கப்பட வேண்டும் என்பர். கவிதை, அதை வாசிப்பவர் உள்ளத்தில் ஆழ்ந்த சோகத்தை (Catharsis) ஏற்படுத்த வேண்டும் என்று தனது கவிதையியல் (Poetics) நூலில் அரிஸ்டாட்டில் எழுதியிருப்பதாகச் சொல்கிறது ChatGPT. நிற்க.

ஜெயந்தா கவிதைகளுக்கு வருவோம். தேர்தல் பற்றிய ஒரு கவிதை.

'நாவில் சொட்டு மருந்து மழலைகளுக்கு
நகத்தில் சொட்டு மை மக்களுக்கு

நெல்லை ஜெயந்தா

இரண்டுமே
போலியோ.'

இந்தக் கவிதையில் 'போலியோ' என்ற கடைசிச் சொல்லில் வெளிப்படும் சிலேடைதான் இந்தக் கவிதையின் ஜீவன்.. எனினும் நாவில், நகத்தில், சொட்டு மை, சொட்டு மருந்து, மழலை, மக்கள் என்று வரும் அளவொத்த மோனைச் சொற்களிலும் கவனமாக இருப்பார் ஜெயந்தா. சொட்டு மருந்து, சொட்டு மை எனும் சொற்றொடர்களில் சொட்டு என்ற ஒரே பெயருடைய மருந்துக்கும் மைக்கும் அவர் பயன்படுத்துவது, 'அகவன் மகளே! அகவன் மகளே' எனத் தொடங்கும் குறுந்தொகைப் பாடலில் நன்னெடுங் குன்றம், நன்னெடுங் கூந்தல் என இரு சொற்றொடர்களில் 'நன்னெடும்' என்னும் ஒரே பெயரடையைப் பெய்து எழுதிய தமிழ் மகள் ஔவையின் சங்க மரபை நினைவூட்டி மகிழ்ச்சி ஊட்டுகிறது.

முதியோர் இல்லங்கள் குறித்த அவர் கவிதை.., 'மனிதக் காட்சி சாலைகள்' 'மூச்சுவிடும் முதுமக்கள் தாழிகள்' எனப் பற்பல படிமங்களால் பளிச்சிட்டு, 'ஒரே ஆறுதல்.. பால் குடித்த விலங்குகள் எப்போதாவது வந்து பார்த்துவிட்டுப் போகும்' என்று அரிஸ்டாட்டில் கூறும் *catharsis* எனும் ஆழ்ந்த சோகத்தை எழுப்பி நிறையும்.

'திருப்பூர் என்றதும் / திரும்பத் திரும்ப/ நம் நினைவுக்கு வருபவை/ சாயப் பட்டறைகள்... ஆம் கொடியை ஏந்தி குமரன் சாய / பட்ட / அறைகள்' இது அவர் எழுதிய மற்றொரு சிலேடைச் சிலிர்ப்பு.

'புத்தகங்களை மேலிருந்து கீழாக வாசிக்கிறோம்.. அவை நம்மை கீழே இருந்து மேலே தூக்கிவிடுகின்றன" இதுவும் அவர் எழுதியதுதான். *Quotation*-க்கும் கவிதைக்கும் ஆறு வித்தியாசங்கள் சொல்ல முடியுமா? என்று நவீன கவிதை எழுதுவதாகச் சொல்லிக்கொள்ளும் அரைகுறை அறிவுஜீவி யாரும் கிண்டலாகக் கேட்டால்.. பல நவீன

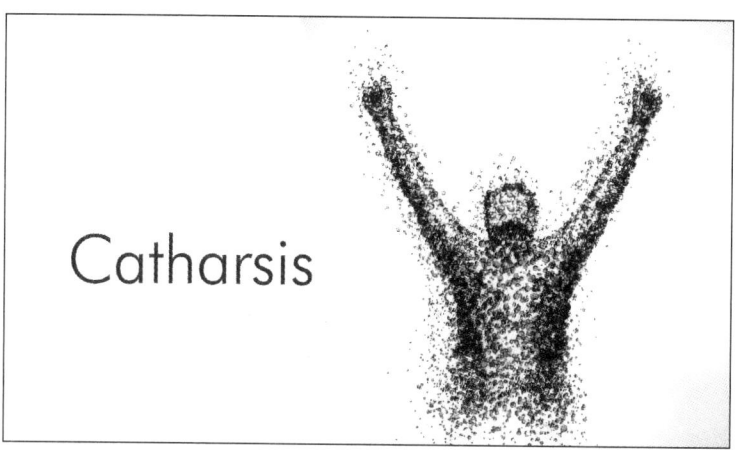

கவிதைகள் *Quotation* ஆகத் தகுதியற்றவை. ஆனால், ஜெயந்தா கவிதைகள் *Quotations*ஆ எனத் தெரியவில்லை. ஆனால், *Quote* பண்ணினால் மக்கள் ரசிக்கிறார்கள் என்று சொல்லலாம். விகடன் 'தடம்' இலக்கிய இதழ் நேர்காணலில் ஓசை ஒழுங்கற்ற தற்காலக் கவிதைகள் குறித்துக் கருத்துத் தெரிவிக்கையில் கவிப்பேரரசு வைரமுத்து அவர்கள் "நீங்கள் எழுதிய கவிதையை நீங்களே மீண்டும் சொல்லத் திணறினால்.. அதை மற்றவர்கள் எப்படிச் சொல்ல முடியும்? எனில் மக்களிடம் அது எங்ஙனம் சென்று சேரும்?" என்று எழுப்பிய வினா மனங்கொள்ளத்தக்கது.

ஒருமுறை... முத்தமிழறிஞர் கலைஞரின் எழுத்துகள் குறித்து எழுத்தாளர் ஜெயமோகன் வழக்கம்போல் வசை பாடி ஏதோ எழுத.. அதற்குப் பதில் தரும் வண்ணம் ஜெயந்தா கலைஞர் பற்றி எழுதிய **'தமிழில் எழுதலாம்; ஆனால், இவர் தமிழாரில் எழுதினார்'** என்ற கவிதை கலைஞரைக் கவர்ந்த கவிதைகளுள் ஒன்று.

இன்னும் நிறைய உள்ளன. இன்னொரு பதிவில் எழுதுகிறேன். (இந்த போஸ்ட்டிலும் ஜெயந்தாவின் *Kadhal kavithai yen podalai* ன்னு அந்த 2K தம்பி கேட்பான்... முதலில் நீ தமிழில் கேள்வி அடிக்கக் கற்றுக்கொள்.. அதன் பின் காதல் கவிதை.. கத்தரிக்காய் கவிதை எல்லாம் பார்க்கலாம் என்று பதில் சொல்ல வேண்டும். எப்படியும் தாடியோடுதான் திரியப்போகிறாய்)

– வைகறை வாசகன், 22.02.2024

85

ஓர் ஆட்சியரின் அனுபவங்கள்

கேரளாவில் பணியாற்றியவரும் 'மோகமுள்', 'பாரதி', 'பெரியார்' போன்ற திரைப்படங்களை இயக்கியவரும் ஓய்வுபெற்ற மூத்த ஐ.ஏ.எஸ். அதிகாரியுமான திரு. ஞானராஜசேகரன் அவர்கள் அவரது பணி அனுபவங்களை மிகவும் சுவையாக அவரது முகநூல் பக்கத்தில் பகிர்ந்து வருகிறார்.

நான் இதுவரை மூன்று பகிர்வுகளை வாசித்தேன். அவை 1) அமைச்சர்களாக இருந்த அப்பா - மகன் இருவரிடமும் அவர் பணியாற்றிய அனுபவம் குறித்தது, 2) வாங்கிய கடனைத் திருப்பிச் செலுத்துவதில் கேரளவாசிகளின் கண்ணியம் மற்றும் வேலையில்லாப் பட்டதாரிகளின் உளவியல் பற்றியது, 3) முன்னாள் கேரள முதல்வர் கருணாகரன் அவர்களின் சொந்த மாவட்டமான திருச்சூரில் அவர் பணியாற்றியது மற்றும் அமரர் கருணாகரன் அவர்களோடு அவரது பணி அனுபவங்கள் குறித்தது.

அவரது பதிவுகள், மிகத் தெளிவான நடையில் அரிய தகவல்கள் பல நிறைந்தவையாக உள்ளன. ஆனால், அந்தப்

ஞானராஜசேகரன் இ.ஆ.ப. அவர்களுடன்...

பதிவைப் படித்துவிட்டு கமென்ட் போடும் சிலர், "நீங்கள் கேரளாவில் இருந்ததால்.. இப்படியெல்லாம் சிறப்பாகப் பணியாற்ற முடிந்திருக்கிறது. தமிழ்நாட்டில் மட்டும் இருந்திருந்தால் உங்கள் கதி அதோ கதிதான்.. வேலையை ராஜினாமா செய்திருப்பீர்கள்" என்றெல்லாம் புலம்பி உள்ளனர். அத்தகைய புலம்பல் தமிழ்நாட்டில் நல்ல பல அதிகாரிகள் சிறப்பாகச் செயல்பட்டு வருவதையும் தமிழ்நாட்டு முதல்வர்கள் அவர்களுக்குச் சுதந்திரமளித்து செயல்பட வைத்ததையும்/ வைத்துக்கொண்டிருப்பதையும் நன்கு அறிந்தவர்களுக்கு எரிச்சல் ஊட்டுகிறது.

தமிழ்நாடு, தமிழ்நாட்டு அரசியல் தலைவர்கள், தமிழ்நாட்டு அதிகாரிகள் எந்த மாநிலத் தலைவர்களுக்கும் எந்த மாநில அதிகாரிகளுக்கும் எந்தவிதத்திலும் குறைந்தவர்கள் இல்லை. தமிழ்நாட்டின் சமூக பொருளாதார குறியீடுகளை ஆராய்பவர்கள் இதை உணர முடியும். யாரும் தங்கள் சொந்த வீட்டில் எத்தனை பிரச்னைகள் இருந்தாலும் "என் வீட்டைப்போலக் கேவலமான வீட்டைப் பார்க்க முடியாது" என்று சொல்லமாட்டார்கள். ஆனால், "என் சொந்த மாநிலமான தமிழ்நாடு போல மோசமான மாநிலம் இல்லை" என்று பேசுபவர்கள் எப்போது உண்மைகளை உணர்வார்கள் என்று தெரியவில்லை.

ஒப்பீட்டளவில் தமிழ்நாடு பிற மாநிலங்களை விடவும் சிறப்பாகச் செயல்பட்டுக்கொண்டிருக்கின்றது. தமிழ்நாட்டு முதல்வர்கள் பலரும் ஐ.ஏ.எஸ் அதிகாரிகளை அதுவும் குறிப்பாக நேர்மையாகச் செயல்படும் அதிகாரிகளை மிகவும் சுதந்திரமாகச் செயல்படவிட்டதற்குப் பற்பல உதாரணங்கள் உண்டு. காமராஜர்-பசுபதி ஐ.ஏ.எஸ், கலைஞர்- குகன் ஐ.ஏ.எஸ், எம்ஜிஆர்-லெஷ்மிநாரயணன் ஐ.ஏ.எஸ். என்று எல்லா முதல்வர்கள் காலத்திலும் - மீண்டும் அழுத்திச் சொல்கிறேன் எல்லா முதல்வர்கள் காலத்திலும் - தற்போதைய காலம் வரை இருக்கிறது. இது நேரடியாக நான் அதிகாரிகளிடம் உரையாடி அறிந்த உண்மை. இது எதிர்காலத்திலும் இருக்கும். எல்லா அரசியல் தலைவர்களுக்கும் நம்பகமான நேர்மையான, புத்திசாலியான அதிகாரிகள் சிலரோ பலரோ தேவைப்படுவார்கள். தமிழ்நாட்டு அரசியல் தலைவர்கள் - நேர்மையான அதிகாரிகள் உறவு பற்றி அவசியம் நல்ல புத்தகம் ஒன்று விரைவில் வரவேண்டும் என விரும்புகிறேன். பணி ஓய்வுபெற்ற மூத்த நேர்மையான ஐ.ஏ.எஸ். அதிகாரிகள் யாராவது அதுகுறித்து எழுதலாம்.

அவர்கள் தங்கள் அனுபவங்களை எழுதுவதற்கு முன்பு - திரு. ஞானராஜசேகரன் அவர்களின் அனுபவப் பகிர்வுகளை அவசியம் வாசிக்க வேண்டும். ஒரு நல்ல அதிகாரி முதல்வரை சேர்ந்தொழுகுதல் அல்லது அமைச்சரைச் சேர்ந்தொழுகுதல் பற்றிய பகிர்வை எப்படி எழுத வேண்டும் என்பதற்கு ஞான ராஜசேகரன் அவர்களது பகிர்வுகள் நல்லதொரு கலங்கரை விளக்கம்; முதன்மையான முன் உதாரணம். *Thanks a lot to Gnanarajasekaran sir for making me to spent my morning reading hour of this day more fruitful.*

- வைகறை வாசகன், 25.02.2024

86

வரப்புகளோடு சண்டைகள் எதற்கு?

புதுமைப்பித்தன்

விருதுநகரில் 'கரிசல் இலக்கியக் கழகம் மற்றும் அறக்கட்டளை' உருவாக்கப்பட்ட செய்தி அன்புத் தம்பியும் விருதை மாவட்ட ஆட்சித் தலைவருமான ஜெயசீலனால் பகிரப்பட்டது. கரிசல் இலக்கியப் பரப்பின் வரைபடம் 'கரிசல் கதைகள்' நூலில் இருக்கும். அதைப் பாடநூல் கழகம் ஹார்பர் கோலின்ஸ் நிறுவனத்தோடு இணைந்து 'Along with the Sun' என்ற தலைப்பில் ஆங்கிலத்திலும் வெளியிட்டுள்ளது. கடந்த வாரம் சென்னை இலக்கியத் திருவிழாவில் நாயக வழிபாடு (Hero worship), ரசிகர் மன்ற நடத்தை (Fan Club Behaviour) குறித்துப் பேசும்போது, அவற்றால் இலக்கிய வாசிப்பில் பெருகும் குறுங்குழு மனப்பாங்கு இறுதியில் பல்குழுவும் பாழ்செய்யும் உட்பகையுமாகத் தமிழ் இலக்கியச் சூழலில் நிலைபெறுகிறதோ எனும் கவலை எனக்கு உண்டு என்று பேசியிருந்தேன்.

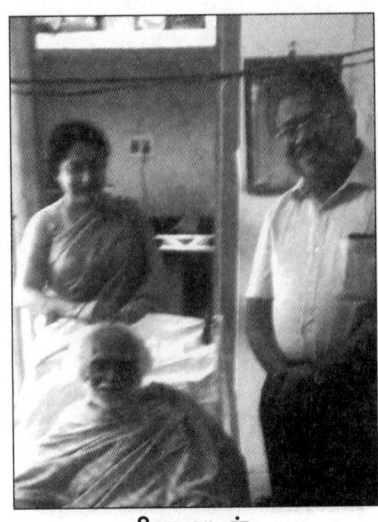
கி.ரா-வுடன்...

கன்னட மொழி எட்டு ஞானபீட விருதுகளைப் பெற்றுள்ள போது தமிழ் 2 விருதுகளோடு தேங்கி நிற்பதற்குப் பல காரணங்கள் இருக்கலாம். ஆனால், அவற்றுள் தலையாய காரணம் நம் இலக்கிய அமைப்புகளிடையே நிலவும் பாழ்செய்யும் உட்பகையும் ஒன்று என்பதை மறுப்பதற்கில்லை. திருக்குறள் அமைப்புகள், கம்பன் கழகங்கள், அரசியல் பின்னணியோடு அழுத்தக் குழுக்களாக வளர்ந்துள்ள அரசியல் கட்சி சார் எழுத்தாளர் சங்கங்கள், கலை இலக்கியப் பெருமன்றம், குறிப்பிட்ட எழுத்தாளுமைகள் சார்பாக வளர்ந்தோங்கி ஆண்டுதோறும் லட்சக்கணக்கான ரூபாய் பணத்தை விருதாக வழங்கும் பேரவைகள், இலக்கிய வட்டங்கள், மன்றங்கள், கழகங்கள், அறக்கட்டளைகள் போன்றவை சில விஷயங்களைத் தவறாது செய்ய வேண்டியது நல்லது என நினைக்கிறேன்.

1) அமைப்பு இயங்கும் பகுதியைச் சார்ந்த மூத்த படைப்பாளிகள், படைப்புகள் குறித்துத் தமக்குள்ளேயே பழங்கதை மகிமை பேசாமல், தமிழ்நாட்டின் பிற பகுதிகளில் உள்ள அமைப்புகளைச் சார்ந்தவர்களை அழைத்து வந்து பேசவைக்க வேண்டும். கி.ரா-வும் கு.அழகிரிசாமியும் ஒரே கிராமத்தைச் சேர்ந்த எழுத்தாளர்களாக இருக்கலாம். ஆனால் அவர்கள் ஓர் ஊருக்கோ ஒரு குழுவுக்கோ சொந்தமானவர்கள் அல்லர்; உலகுக்குச் சொந்தமானவர்கள். 2) மண்ணின் மைந்தர்களான படைப்பாளிகளின் படைப்புகள் அந்த மண்ணின் இளைய தலைமுறைக்கு வாசிப்பின் வாசல்களைத் திறக்க ஏதுவாக இருக்கும். 3) குறிப்பாக விருதுகள் எவையேனும் வழங்கப்படும்போது குறுகிய ஊர், இன, சாதி, மத அடிப்படைகளைக் கடந்து பரந்துபட்ட நோக்கில் வழங்கப்பட வேண்டும். இன்னும் சொல்லப்போனால் ஆண்டுக்கு 2 விருது வழங்கினால் ஒரு விருது தமிழ்நாட்டின்

வேறு பகுதியைச் சார்ந்தவருக்கு என வரையறுக்கலாம். 4) விருதுகள் வழங்கும்போது - மூத்த படைப்பாளிகளோடு இளைய படைப்பாளிகளையும் இனம் கண்டு வழங்க வேண்டும். 5) இலக்கிய விழாக்கள் நடக்கின்றபோது 50% மண்சார் இலக்கியம், 25% மரபார்ந்த தமிழ் இலக்கியம், 25% பிற பகுதி சார்ந்த தமிழ் இலக்கியங்கள் என இலக்கியங்களை இளைய தலைமுறைக்கு அறிமுகப்படுத்துவதுபோல பேச்சு, கட்டுரை, கவிதை, வினாடி- வினா போட்டிகள் நடத்தலாம்.

இந்தப் பதிவில்... சுயஜாதி விமர்சனம் செய்த பாரதி, புதுமைப்பித்தன் போன்றோரையும், எழுத்தாளர்களை வளர்த்த எழுத்தாளரான கி.ரா-வையும், புதுமைப்பித்தன் எழுத்துகள் மீது பேரார்வம் கொண்டு பரப்பிய சுந்தர ராமசாமி, சலபதி போன்றவர்களையும் 'வீரவணக்கம் வேண்டாம்' என்று கட்டுரை வரைந்த தி.க.சி அவர்களையும் "ஞானபீட விருதை விடவும் எனக்குத் தரப்பட்ட முரசொலி விருது முக்கியமானது" என்று சொன்ன ஜெயகாந்தனின் இலக்கிய முதிர்ச்சியையும், "வைரமுத்து, கவிதை - பாடல் இரண்டிலும் சிறந்து விளங்குகிறார்; அதை சிலர் ஏற்க மறுப்பார்களேயானால் அதற்கு இரண்டு காரணங்களைத்தான் என்னால் அனுமானிக்க முடியும். ஒன்று.. ஒருவரே அப்படி சிறந்து விளங்க முடியாது என்னும் முன்கூட்டிய தீர்மானம் அல்லது ஒருவரே அப்படி விளங்குகிறாரே என்ற பொறாமை" என்று

சொன்ன சுஜாதாவையும், சிலப்பதிகார வேட்டுவ வரியின் தொன்மையின் தொடர்ச்சியைத் தனது 'ஆகாசத்தின் உத்தரவு' சிறுகதை வாயிலாக இயல்பாக படைத்துக்காட்டும் எழுத்தாளர் இமையத்தையும், தமிழ்ச் சிறுகதையின் மூன்றுவிதமான போக்குகளுக்கு - புதுமைப்பித்தனே முன்னோடி என்பதை ஆய்ந்து, விகடன் 'தடம்' இதழில் கட்டுரை எழுதிய ஜெயமோகனையும் ஒரு வாசகனாக நான் ரசிக்கிறேன் என்று எழுதி நிறைவு செய்கிறேன். (நான் ரசிக்கும் எழுத்தாளர் பட்டியல் / படைப்புகள் மிக நெடிது. -சிறிது சிறிதாக வரும் நாட்களில் பகிர்கிறேன்). ஆனால், இவர்கள் எழுதிய / எழுதும் எல்லாக் கருத்துகளோடும் நான் உடன்பட மாட்டேன். அப்படி உடன்பட வேண்டிய அவசியமும் இல்லை. (நீங்களும் 'உடன்பட மாட்டேன்' எனக் கூவுவது கேட்கின்றது.)

— வைகறை வாசகன், 07.03.2024.

87

வாசிப்பின் வாசல்கள் -1

இளம் வாசகர்கள் பலரும் தங்களுக்கு வாசிப்பின் வாசலைத் திறந்துவிட சில நூல்களைப் பரிந்துரைக்கச் சொல்லிக் கேட்டுள்ளனர். அவர்களுக்கு ஒரு பட்டியல் தர உத்தேசம். இது முதல் பட்டியல். இதுபோல் இன்னும் மூன்று பட்டியல்கள் தருகிறேன். இந்தப் பட்டியலில் நூல்கள் எவையும் எந்த வரிசையிலும் இல்லாமல் *Random* ஆகவே இடம்பெற்றுள்ளன. இவை முழுக்க முழுக்க என் விருப்பப்படி அமைந்தவை. புதிய வாசகர்களின் பருவம், பயிற்சி, முயற்சி ஆகியவற்றுக்கு ஏற்பச் சில நூல்கள் பிடிக்கலாம். சில நூல்கள் பிடிக்காமலும் போகலாம். நூல்களைத் தேடிப் படித்தவர்கள் அதுகுறித்துப் பின்னூட்டம் இடுங்கள். நான் கல்லூரியில் பயின்ற காலத்தில் எழுத்தாளர் பாலகுமாரன் இப்படி ஒரு பரிந்துரைப் பட்டியல் வெளியிட்டிருந்தார். அவற்றுள் பல நூல்களை நான் வாசித்தேன்.

1) அறியப்படாத தமிழகம் - தொ.பரமசிவன்

2) ஒரு மனிதன் ஒரு வீடு ஒரு உலகம் - ஜெயகாந்தன்

3) கரிசல் கதைகள் - கி.ரா.

4) தமிழாற்றுப்படை - வைரமுத்து

5) மாதொரு பாகன் - பெருமாள் முருகன்

6) அறம் - ஜெயமோகன்

7) நினைவலைகள் - நெ.து.சுந்தர வடிவேலு

8) மகாகவி பாரதியார் - வ.ராமசாமி (பாடநூல் கழகம்)

9) படிப்பது சுகமே - வெ.இறையன்பு

10) மாபெரும் தமிழ்க்கனவு - A book on Anna

11) தமிழ் நெடுஞ்சாலை - ஆர்.பாலகிருஷ்ணன்

12) ஆகட்டும் பார்க்கலாம் - A book on Kamaraj

13) எதற்காக எழுதுகிறார்கள் - (சந்தியா பதிப்பகம்)

14) மாபெரும் சபைதனில் - உதயச்சந்திரன்

15) இந்தியஆட்சிப் பணியும் என் படங்களும் நானும் - ஞான ராஜசேகரன்

16) புதுமைப்பித்தன் சிறுகதைகள் - (சீர் வெளியீடு)

17) கற்றதும் பெற்றதும் - சுஜாதா

18) இந்திய இலக்கியச் சிற்பிகள் வரிசை (சுரா, கலைஞர், சுஜாதா)

19) செகாவ் வாழ்கிறார் - எஸ்.ராமகிருஷ்ணன்

20) ஆயிஷா, டார்வின் ஸ்கூல் - இரா.நடராசன்

21) வாழும் வள்ளுவம் - வா.செ.குழந்தைசாமி

22) ஆலாபனை, பால் வீதி - கவிக்கோ அப்துல் ரகுமான்

23) பாரதி காலமும் கருத்தும் - தொ.மு.சி. ரகுநாதன் (பாடநூல் கழகம்)

24) பாரதிக்குப் பின் தமிழ் உரைநடை - வல்லிக்கண்ணன்

25) தமிழ் தலித் சிறுகதைகள் - (சாகித்ய அகாதெமி)

26) மோகமுள் - தி.ஜானகிராமன்

27) கோபல்ல கிராமம் - கி.ரா.

28) பொன்னியின் செல்வன் - கல்கி

29) அம்பை சிறுகதைகள்

30) அ.முத்துலிங்கம் சிறுகதைகள்

31) இமையம் சிறுகதைகள்

32) குரு பீடம் - ஜெயகாந்தன்

33) தமிழ் இலக்கிய வரலாறு - மு.வ.

34) வேள்பாரி - சு.வெங்கடேசன்

35) திணைமயக்கம், தொட்டிலோசை - ஜெயந்தா

36) கள்ளிக்காட்டு இதிகாசம் - வைரமுத்து

37) மீதமிருக்கும் சொற்கள் - அ.வெண்ணிலா

38) பத்துப்பாட்டு - (பாடநூல் கழகம்)

39) விகடன் மேடை

40) விகடன் தடம் நேர்காணல்கள்.

88

வாசிப்பின் வாசல்கள்-2

நேற்றைய எனது பதிவுக்குப் பின்னூட்டம் தந்தவர்களுக்கு நன்றி. இளம் வாசகர்கள் எந்த வரிசையில் படித்துச் சென்றால் வாசிப்பின் மீது பிடிப்பு ஏற்படும் என்பதை உணர்த்துவதுபோலச் சரியான வரிசையைப் பரிந்துரைக்க வேண்டும் என்பது ஒரு பின்னூட்டம். புனைவு (Fiction), புனைவிலி (Non Fiction) என பிரித்துக்கொண்டு பட்டியலைத் தொடர வேண்டும் என்பது பிறிதொரு பின்னூட்டம். பட்டியல் தொடர்கிறது. *As usual this list is also in random.* வரிசை அறிந்து வாசிப்பது குறித்து நாளை விளக்கமாக எழுதுகிறேன்.

இன்று நான் குறிப்பிட்டுள்ள நூல்கள் பலவும் தமிழ் இலக்கிய வகுப்புகள் எடுப்பதற்காக நான் படித்தபோது பிடித்துப் போனவை. சில நூல்கள் எதிரெதிர் முகாம்களைச் சார்ந்தவர்கள் எழுதியவை. சில பொழுதுபோக்குக்காக வாசித்தபோது பிடித்துப் போனவை. நம் ரசனைக்கேற்ப நாம் படிக்கிறோம் - ரசிக்கிறோம். நான் என்ன வாசிக்க

வேண்டும் என்பதை நான்தான் தீர்மானிக்க வேண்டும். இன்னோர் எழுத்தாளர் அதைத் தீர்மானிக்கவே கூடாது. ஒரு வாசகனாக எனக்குள்ள உரிமை அது. எனவேதான், மீண்டும் அடிக்கோடிட்டுச் சொல்கிறேன்... என் பரிந்துரைப் பட்டியலில் உள்ளவற்றில் உங்களுக்குப் பிடித்தவற்றை மட்டும் தெரிவுசெய்து நீங்கள் படிக்கலாம்.

41) இந்தியத் தத்துவ ஞானம் - கி. லெட்சுமணன்

42) வைக்கம் போராட்டம் - பழ.அதியமான்

43) தலைமைச் செயலகம் - சுஜாதா

44) மருத்துவத் தொழில்நுட்பங்கள் - கு.கணேசன்

45) கையளவு களஞ்சியம் - சங்கர சரவணன்

46) படிப்படியாய் படி - இரா. ஆனந்த குமார்

47) கு.அழகிரிசாமி கதைகள்

48) தமிழ் சினிமாவின் கதை - அறந்தை நாராயணன்

49) சிகரம் - இசைக்கவி ரமணன்

50) வந்தார்கள் வென்றார்கள் - மதன்

51) தமிழக வரலாறு: மக்களும் பண்பாடும் - கே.கே.பிள்ளை

52) சிந்துவெளிப் பண்பாட்டின் திராவிட அடித்தளம் - ஆர்.பாலகிருஷ்ணன்

53) டாலர் தேசம் - பா.ராகவன்

54) சூடாமணி சிறுகதைகள்

55) பெரியோர்களே தாய்மார்களே - ப.திருமாவேலன்

56) கலைஞர் 100 - விகடனும் கலைஞரும் (விகடன் பிரசுரம்)

57) எங்கே பிராமணன் - சோ

58) பதினெட்டாவது அட்சக்கோடு - அசோகமித்ரன்

59) என் சரித்திரம் - உ.வே.சா.

60) சத்திய சோதனை - மகாத்மா காந்தி

61) கணையாழியின் கடைசிப் பக்கங்கள் - சுஜாதா

62) கண்டுணர்ந்த இந்தியா - ஜவகர்லால் நேரு (அலைகள் வெளியீட்டகம்)

63) ஒரு மனிதனின் கதை - சிவசங்கரி

64) சில நேரங்களில் சில மனிதர்கள் - ஜெயகாந்தன்

65) பிம்பச் சிறை - எம்.எஸ்.எஸ். பாண்டியன் (தமிழில் பூ.கொ.சரவணன்)

66) அந்தக் காலத்தில் காஃபி இல்லை - ஆ.இரா.வேங்கடா சலபதி

67) சிற்பியே உன்னை செதுக்குகிறேன் - வைரமுத்து

68) ரப்பர் - ஜெயமோகன்

67) விரிவும் ஆழமும் தேடி - சுந்தர ராமசாமி

68) பாரதி நினைவுகள் - யதுகிரி அம்மாள்

69) சிலப்பதிகாரத் தமிழகம் - சாமி சிதம்பரனார்

70) கம்பர் காட்டும் கும்பகருணன் - புலவர் அருணகிரி

71) புதிய நோக்கில் தமிழிலக்கிய வரலாறு - தமிழண்ணல்

72) வணக்கம் வள்ளுவ - ஈரோடு தமிழன்பன்

73) ஊசிகள் - மீரா

74) புதுக்கவிதையின் தோற்றமும் வளர்ச்சியும் - இரா. வல்லிக்கண்ணன்

75) தமிழின்பம் - ரா.பி.சே.

76) புதுக்கவிதைப் போராட்டம் - மு.மேத்தா

77) சிலப்பதிகாரத் திறனாய்வு - ம.பொ.சி.

78) நாட்டுப்புறவியல் - சு.சக்திவேல்

79) ஒப்பியல் இலக்கியம் - கலாநிதி கைலாசபதி

80) தமிழ்ச்சிறுகதையின் தோற்றமும் வளர்ச்சியும் - கா.சிவத்தம்பி

- வைகறை வாசகன், 12.03.2024

89

வாசிப்பின் வாசல்கள் -3

நான் ஆறாம் வகுப்பு படித்தபோது விடுமுறை நாட்களில் கோகுலம், அம்புலிமாமா, சிறுவர் மலர் போன்ற சிறுவர் இதழ்கள் வாசிக்கத் தொடங்கி, நடுநிலைப்பள்ளி ஆண்டு இறுதி விடுமுறை நாட்களில் தெனாலி ராமன், மரியாதை ராமன், அக்பர் - பீர்பால் கதைகளையும் பத்தாம் வகுப்பு விடுமுறையில் சுமார் 200-க்கும் மேற்பட்ட கிரைம் நாவல்கள், பட்டி- விக்கிரமாதித்தன் கதைகள், பொன்னியின் செல்வன், மனோரமா இயர்புக் போன்றவற்றையும் வாசித்துள்ளேன். பதினொன்றாம் வகுப்பு விடுமுறையில் பன்னிரண்டாம் வகுப்புப் பாடங்களையும் பன்னிரண்டாம் வகுப்பு விடுமுறையில் நுழைவுத் தேர்வுக்கும் படிக்கவேண்டி இருந்ததால் வேறு கதைகள் ஏதும் படிக்கவில்லை.

1990-களில் கல்லூரி நாட்களில் வைரமுத்து, வாலி, சுஜாதா, பாலகுமாரன், புதுமைப்பித்தன், விக்கிரமாதித்யன், பாரதி, பாரதிதாசன், கம்பன் (பேச்சுப் போட்டிகளுக்காக) வாசித்தேன். கல்லூரியில் சீனியர் செங்கதிர் சார், ஜெயமோகன், சாரு நிவேதிதா, பிரம்மராஜன், பிரமிள், ஞானக்கூத்தன், சுந்தர ராமசாமி, தி.ஜா, ல.ச.ரா போன்றோரின் படைப்புகளை

அறிமுகம் செய்தார். குமரவேல் சார் ஜெயகாந்தன், கண்ணதாசன் படைப்புகளை நான் படிக்கக் காரணமாக இருந்தார். பெரு மதியழகன் சார் வீட்டு நூலகத்திலிருந்து பெரியார், அண்ணா, கலைஞர் படைப்புகள் விரைவாக அறிமுகமாயின.

இதன்வழி அறியப்படும் நீதி யாதெனின், எந்நூலை யார் பரிந்துரைத்தாலும் படித்து மகிழ்க.. பிடித்தால் தொடர்க... கஷ்டப்பட்டு எதையும் படிக்க வேண்டாம். இஷ்டப்பட்டு எதைப் படிக்க முடியுமோ அதை மட்டும் படியுங்கள். பரிந்துரைப் பட்டியல் தொடர்கிறது.

81) பெண் ஏன் அடிமையானாள்? - தந்தை பெரியார்

82) நான் கண்ட அரசியல் - கவிஞர் கண்ணதாசன்

83) மாஜி கடவுள்கள் - அறிஞர் அண்ணா

84) தீ பரவட்டும் - அறிஞர் அண்ணா

85) அர்த்தமுள்ள இந்து மதம் - கவிஞர் கண்ணதாசன்

86) ஏ தாழ்ந்த தமிழகமே - அறிஞர் அண்ணா

87) மெர்க்குரி பூக்கள் - பாலகுமாரன்

88) ஔரங்கசீப் - இந்திரா பார்த்தசாரதி

89) ஆதலினால் காதல் செய்வீர் - சுஜாதா

90) குறள் வானம் - சுப.வீரபாண்டியன்

91) அன்று வேறு கிழமை - ஞானக்கூத்தன்

92) பிரமிள் கவிதைகள்

93) ஆத்மாநாம் கவிதைகள்

94) சித்திரபாரதி - ரா.அ.பத்மநாபன்
95) காவல் கோட்டம் - சு. வெங்கடேசன்
96) தோப்பில் முகமது மீரான் சிறுகதைகள்
97) தமிழர் நாட்டுப் பாடல்கள் - நா.வானமாமலை
98) நகுலன் கவிதைகள்
99) வண்ணதாசன் கவிதைகள்
100) திறனாய்வுக்கலை - தி.சு.நடராசன்

இரண்டு விஷயங்கள்... என்னதான் நீங்கள் பாரபட்ச மின்றிப் படித்தாலும் ஒரு கோட்பாடோ அல்லது ஒரு சில படைப்பாளிகளோ உங்களை ஆக்கிரமித்து உங்களுக்கு ஆதர்ஷமாக ஆகிப்போவதை யாரும் தடுக்க முடியாது. இதில் குறிப்பிட்ட எல்லா நூல்களையும் இளைய தலைமுறை முழு நூலாக வாங்கித்தான் படிக்க வேண்டும் என்று இல்லை. சிலவற்றைத் துண்டு துண்டாக இணையத்தில் அவ்வப்போது வாசிக்கலாம்.

– வைகறை வாசகன், *12.03.2024*

90

வாசிப்பின் வாசல்கள் -4

நேற்றைய பதிவைப் படித்துவிட்டு எனது மாணவர் அருண்குமார், உங்கள் வாசிப்புப் பழக்கத்தை வளர்த்ததில் உங்கள் வீட்டு உறுப்பினர்களுக்கும் பள்ளி ஆசிரியர்களுக்கும் பங்கு இருந்திருக்கும் அல்லவா என்று கேட்டுள்ளார். உண்மைதான்.. மிக முக்கியமான பங்குண்டு.

நடுநிலைப் பள்ளியில் நான் படித்தபோது எனது தமிழாசிரியர் நம்பி அவர்கள் நன்னூல், பாரதி பாடல்கள், திருக்குறள் போன்றவற்றை நான் ஊன்றிப் படிக்கக் காரணமாக இருந்தார். ஒருநாள் என் வீட்டுப்பாட நோட்டில் நான் எழுதி இருந்த குறட்பாக்களில் மலிந்து கிடந்த பிழைகளை எண்ணி, எண்ணி அவர் பிரம்பால் அடிக்க திருக்குறளைப் பிழையின்றி 'அடி' பிறழாமல் பயில வேண்டும் என எண்ணித் துணிந்தேன். (ஓ... இதுதான் அடி உவதவுவது போலவா...!)

நான் படிப்பதற்குச் சிறார் இதழ்களை என் உறவினர் வீட்டிலிருந்து இரவல் வாங்கித் தந்து நான் அவையத்து முந்தி இருப்பதற்காக தான் ஆற்ற வேண்டிய கடமையை செவ்வனே செய்தவர் என் தந்தையார் சங்கரன் அவர்கள்.

என் அன்னை லெஷ்மி அம்மாள், மூத்த சகோதரர் நெல்லை ஜெயந்தாவும் கவிதை வாசனை என் மீது படக் காரணமாக இருந்தனர்.

நான் பள்ளிப் பருவத்தில் படித்த முதல் கிரைம் நாவல் விவேக் துப்பறிந்த ‘முடிந்தால் உயிரோடு’. அதை வாங்கித் தந்தவன் எனது சின்ன அண்ணன் செல்வகுமார் (சுருக்கமாக குமார் அண்ணன்). எனது வாசிப்பின் வாசலைத் திறந்துவைத்ததில் ராஜேஷ்குமார், பட்டுக்கோட்டை பிரபாகர் இருவரது நாவல்களுக்கும் பங்குண்டு. இதை சமீபத்தில் இருவரிடமும் அலைபேசியில் பேசியபோது பகிர்ந்து மகிழ்ந்தேன். அவர்களும் மகிழ்ந்தனர்.

எனது பொது அறிவுக்கு வாசல் திறந்த முதல் இயர் புக்கை வாங்கித் தந்த பெருமையும் குமார் அண்ணனுக்கே... (எனக்கு ‘அடியும்’ உதவியது அண்ணனும் உதவியது (னான்) பின்னாளில் பத்தாண்டுகள் விகடன் இயர் புக்கிற்கு நான் கௌரவ ஆசிரியராக இருந்ததால் இது குறிப்பிட்டுச் சொல்ல வேண்டிய ஒன்று.

ஜெயந்தா அண்ணன் ராமநாதபுரத்தில் பணியாற்றிய போது நடத்திய வாடகை நூலகத்திலிருந்த நூல்கள் அனைத்தையும் எனது பத்தாம் வகுப்பு விடுமுறையில் படித்துக் குவித்தேன்.

1980-களின் பிற்பகுதியில் ஏதோ ஒரு நிகழ்வை ஒட்டிக் குங்குமம் சினிமா சிறப்பிதழ்களைத் தொடர்ந்து வெளியிட்டது. தேர்ந்த திரைப்பட ரசிகரான அப்பாவுக்காக ஜெயந்தா அண்ணன் வாங்கி வந்த சினிமா சிறப்பிதழ்கள் சினிமா பற்றிய - குறிப்பாகப் பழைய சினிமாக்கள் குறித்த எனது அறிவைப் பலமடங்கு வளர்த்தன. இதுதான்

 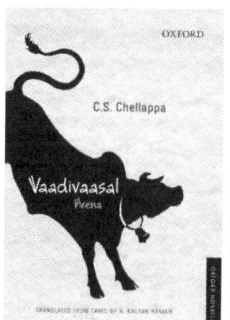 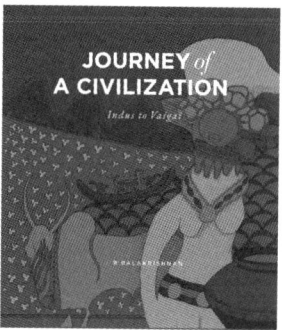

ஏழாண்டுகளாகத் திரையுலக மார்க்கண்டேயர் சிவகுமார் அண்ணனோடு எனது நட்பைப் பெரிதும் பலப்படுத்தி உள்ளது. அறந்தை நாராயணன், தியோடர் பாஸ்கரன், அம்ஷன் குமார், ஞானராஜசேகரன் போன்றோர் எழுதுகிற நூல்களில் பொழுதுபோக்காக நான் தஞ்சமடைகிறேன்.

இன்றும் என் வாசிப்புப் பழக்கத்தைப் பெரிதும் ஊக்குவிக்கும் என் மனைவி, மகனுக்கு நன்றி சொல்லாமல் இன்றைய பதிவு முழுமைபெறாது. பட்டியல் சில ஆங்கில நூல்களோடு தொடர்கிறது.

101) Kural - Commentary by Prof.P.Sundaram (Penguin & TNTBESC)

102) The Kural -Thomas Hitochi Pruksima (Penguin & TNTBESC)

103) Gandhi's Travels in TamilNadu-A.Ramasamy (OBS & TNTBESC)

104) Journey of a Civilization, Indus to Vaigai -R.Balakrishnan

105) Vaadivaasal - C.S.Chellappa (OUP & TNTBESC)

106) India After Gandhi - Ramachandra Guha

107) Swadeshi Steam - (A book on V.O.Chidamparanar) - A.R.Venkatachalapathy (Penguin)

108) Sweet and Salt of Tamil - Tho.Pramasivan (TNTBESC & Navayana)

109) A Man, A Movement- Book on Kalaignar from Frontline

110) Dravidian Model - Kalaiyarasan & Vijaya Baskar

- வைகறை வாசகன், 13.04.2024

91

வாசிப்பின் வாசல்கள் -5

தமிழ்நாடு பாடநூல் மற்றும் கல்வியியல் பணிகள் கழகம் வெளியிட்டுள்ள தமிழ்ப் பாடநூல்கள் பள்ளி மாணவர்கள், போட்டித் தேர்வு ஆர்வலர்கள் படிக்க வேண்டிய நூல்கள் என்பது அனைவரும் அறிந்ததே. அனைத்துத் தரப்பு தமிழ் ஆர்வலர்களுக்குமானவை இவை என்பதை வாசித்தால் உணர்வீர்கள். இவையும் இன்றைய இளைஞர்களுக்கு வாசிப்பின் வாசல்களைத் திறக்கும்.

'சட்டமுறைமை' கண்ணையன் தட்சிணாமூர்த்தி

கண்ணையன் தட்சிணாமூர்த்தி சாருடன் ஏழு வருடப் பழக்கம். தமிழ்நாடு பாடநூல் கழகம் தந்த வாய்ப்பு. அகில இந்திய வானொலியில் பணியாற்றியவர். திருச்சியைச் சேர்ந்தவர். பரந்துபட்ட இலக்கிய அறிமுகம் கொண்டவர். கறாரான விமர்சகர்.

ஃபாலிநரிமன் எழுதிய *'India's legal system'* என்ற நூலை பாடநூல் கழகத்துக்காக 'இந்திய சட்டமுறைமை' என

மொழிபெயர்த்துள்ளார். இது தவிர முகுந்த் துபே எழுதிய 'இந்திய அயல் உறவுக் கொள்கை' என்ற நூலையும் ஃபக்கீர் மோகன் சேனாபதி எழுதிய ஒடிய நாவல் ஒன்றை 'காணி நிலம்' என்ற தலைப்பிலும் பாடநூல் கழகத்துக்காக மொழிபெயர்த்துத் தந்துள்ளார். பள்ளிப் பாடநூலுக்கான அத்தியாயங்கள் பலவற்றையும் மொழிபெயர்த்துள்ளார். இந்திய சட்டமுறைமை மொழிபெயர்க்கப்பட்ட போது அதில் இடம்பெற்ற சொற்களுக்கு இவர் எழுதித் தந்த *justification* மட்டுமே ஒரு *judgement* போல் சிறப்பாக இருந்தது.

Tiruchi-based writer wins Sahitya Akademi Translation Award

Kannaiyan Dakshnamurthy won the award for *Karungunram*, his Tamil translation of Arunachal Pradesh-based author Mamang Dai's *The Black Hill*

தமிழ்ப் படைப்புகள் குறித்த விவாதத்தில் மாதத்துக்கு இருமுறை இணைய வழியில் ஈடுபடும் வாய்ப்பைத் தமிழ்நாடு அரசு எங்களுக்கு வழங்கியுள்ளது. படைப்புகள் குறித்த விமர்சனங்களை நான் நகைச்சுவையாக சொல்லும்போது தனது அழுத்தமான சிரிப்பால் அங்கீகரிப்பார். அவரது அங்கீகாரம் மிகவும் முக்கியமானது என்பதை நாங்கள் அறிவோம். அவருக்கு சாகித்ய அகாதெமி விருது 'கருங்குன்றம்' என்ற நாவலின் மொழிபெயர்ப்புக்காகக் கிடைத்துள்ளது பெரு மகிழ்ச்சி தருகிறது.

தமிழ் இலக்கியத்தோடு, பொருளாதாரம், சட்டம் ஆகிய துறைகளிலும் பட்டம் பெற்றவர். கறாரான விமர்சகரான அவரைப் பற்றிய இந்தப் பதிவுக்கு, 'கருங்குன்றம்' கண்ணையன் தட்சிணாமூர்த்தி என்று தலைப்பிடுவதை விட 'சட்டமுறைமை' கண்ணையன் தட்சிணாமூர்த்தி என்ற தலைப்பு பொருத்தம் எனக் கருதினேன்.

தமிழ்நாடு பாடநூல் கழக மொழிபெயர்ப்பு முகாமில் மேலாண் இயக்குநர் திருமதி இரா.கஜலட்சுமி இ.ஆ.ப. உடன் சங்கர சரவணன், பென்னேசுரன் மற்றும் தட்சிணாமூர்த்தி

சமீபத்திய இணையக் கூட்டம் ஒன்றில்... ஒரு புத்தகம் பற்றிய விவாதம்... அவர் சொன்னார்.. "சார் நான் படித்துப் பார்த்தேன்.. தலைப்புக்கும் உள்ளடக்கத்துக்கும் பெரிதாகத் தொடர்பில்லை. பசுமாடு பற்றி படித்துவிட்டுப் போன பள்ளி மாணவன் 'தென்னை மரம்' பற்றிய கட்டுரை கேட்கப்பட்டவுடன்... பசுமாடு பற்றி முழுக்க எழுதிவிட்டு.. இந்த பசுமாட்டை தென்னை மரத்தில் கட்டுவார்கள் என்று எழுதியதுபோல் உள்ளது. இன்னும் சொல்வதானால் அதைவிட மோசம்" என்றார் ."இன்னும் மோசமென்றால்.." பசுமரத்தை தென்னை மாட்டில் கட்டிய மாதிரி.. என்று சொல்லலாமா சார்?" என்றேன். வழக்கமான வெடிச்சிரிப்புடன் அங்கீகரித்தார். இதுபோல் நிறைய சம்பவங்கள் உண்டு. இளம் எழுத்தாளர்களையும் குழந்தைகளுக்கான புதிய கதைகளையும் பெரிதும் ஆதரிப்பவர். அவர் வாழ்க வளமுடன்.

- வைகறை வாசகன், 14.03.2024

92

வாசிப்பின் வாசல்கள் -6

தொடர்ந்து இதை வாசித்து இங்கும் இன்ஸ்டாகிராமிலும் *(sankarasaravanan_2k3k)* அலைபேசியிலும் பின்னூட்டம் தருபவர்களுக்கு நன்றி. வாசிப்பில் வர்ணாசிரமம் பாராட்டத் தேவையில்லை (வர்ணாசிரமமே தேவையில்லை) என்ற கருத்துக்கு நல்ல வரவேற்பு இருக்கிறது. நண்பரும் பத்திரிகையாளருமான செல்வப் புவியரசு, எழுத்தாளர் ராஜேஷ்குமார் ஆசிரியராகப் பணியாற்றிய பின் கிரைம் நாவல்கள் எழுத வந்ததையும் அவற்றின் வழியே அறிவியலை இளைய தலைமுறைக்கு கற்பித்ததையும் கருத்தில்கொண்டு ‘முதலாசிரியர்’ என்று அவரைப் பற்றி எழுதியதையும் நினைவுகூர்ந்தார். அ.மு. எழுதிய ‘புவியீர்ப்பு வரி’ சிறுகதை அருமை என்றார் அலர்மேல் மங்கை. கல்லூரி நண்பன் நாகலிங்கம் *Freedom at Midnight* உனக்குப் பிடித்த புத்தகமாயிற்றே, அது எப்படி விட்டுப்போனது

என்றான். நரன், கரன்கார்க்கி படைப்புகள் பற்றி எப்போது எழுதுவீர்கள் என்றார் இலக்கிய முகவர் ஒருவர். கால்டுவெல் குறித்து கவிஞர் வைரமுத்து பேசிய ஒரு வாக்கியத்தில் -ஒரு சரிதை வைரலாகி வருவதால் தமிழாற்றுப்படையில் கால்டுவெல், வள்ளுவர், ஜெயகாந்தன், அப்துல் ரகுமான் ஆகியோர் குறித்துப் படித்ததாகச் சொன்னார் ஆசிரியர் சுரேஷ். 'யானை டாக்டர்' படிக்க வேண்டும் என்று நீண்ட நாட்களாக நினைத்துக்கொண்டிருந்தேன். உன் கட்டுரை கண்டதும் பதினொன்றாம் வகுப்பு - தமிழ்ப் பாடநூலை பதிவிறக்கம் செய்து அதில் அந்தக் கதையைப் படித்தேன் என்றார் கால்நடை மருத்துவக் கல்லூரி சீனியர் செந்தில்நாதன் சார். அன்புத் தம்பியும் விருதுநகர் மாவட்ட ஆட்சியருமான ஜெயசீலன், "சார்! Balanced ஆன பட்டியல். விடாமல் தொடர்ந்து எழுதுங்கள்" என்றார். "சார், மாபெரும் சபைதனில், தமிழ்நெடுஞ்சாலை இரண்டும் வாங்கிவிட்டேன். விரைவில் படித்துவிடுகிறேன்" என்றார் DRO உமா. அவரவர் வாசிப்பு - அவரவர் உரிமை. பரந்துபட்ட நூல்களைப் பரிந்துரைப்பது என் கடமை.

– *வைகறை வாசகன், 15.03.2024*

93

வாசிப்பின் வாசல்கள்-7

2017-ம் ஆண்டு திரு உதயச்சந்திரன் சார் கல்வித் துறைச் செயலாளராக இருந்தபோது பாடத்திட்டத்தில் அவசியமாக இடம்பெறவேண்டிய தமிழ் அறிஞர்களின் பங்களிப்பு குறித்துப் பேசியிருக்கிறோம். அப்போது, நான் என்னிடமிருந்த அரிய நூல் ஒன்றை எடுத்துக்கொண்டு சென்று காட்டினேன். அந்த நூலின் தலைப்பு 'செம்மொழிச் சிற்பிகள்.' தொகுப்பாசிரியர் அஜயன் பாலா. 2010-ல் கோவையில் நடைபெற்ற செம்மொழி மாநாட்டை முன்னிட்டு வெளியிடப்பட்ட பிரமாண்டமான வண்ணப் புத்தகம். அப்போதே அந்த நூலின் விலை ரூ. 5,000. சார் மிகவும் ரசித்துப் பார்த்தார். *Tamil Scholars*-க்கு *Hall of Fame* ஒன்று கொண்டு வந்தால் எப்படி இருக்கும்? என்றார். அருமையாக இருக்கும் என்றேன். 'தமிழ் வளர்த்த சான்றோர்கள்' குறித்தும் குன்றக்குடி பெரிய பெருமாள் குறித்த நூல் குறித்தும் தினமணி 'செம்மொழிக் கோவை'யில் இடம்பெற்றோர் குறித்தும் விரிவாகப் பேசினோம்.

Hall of fame exhibits work of Tamil scholars

Ragu.Raman@timesgroup.com

A Prathap

ON DISPLAY: Visitors look at images of Tamil scholars exhibited in the Hall of Fame at Anna Centenary Library on Thursday

Chennai: Tamil language's first novelist Mayuram Vedanayagam Pillai, Italian Jesuit priest Constantine Joseph Beschi (Veeramamunivar) and Sri Lankan Tamil scholar K Sivathambi are among the 180-plus Tamil scholars featured in the Anna Centenary Library's Hall of Fame. A QR code providing additional information about them has been displayed along with the scholars' work.

Many scholars who have made significant contributions but are not well-known to the public also feature in the hall.

"C W Thamotharampillai was the first person to publish Kurunthogai, one of the eight anthologies in Sangam literature. Many of us know the contributions of U Ve Swaminatha Iyer, but very few know about Thamotharampillai. We have highlighted scholars like him and their important work here," said K Elambahavath, director of public libraries.

Sri Lankan Tamil scholar Arumuga Navalar has launched a campaign against poet-saint Vallalar's Thiru Arutpa calling it Marutpa in the late 19th century. Both Arumuga Navalar and Vallalar feature in different categories in the hall.

The directorate of public libraries has selected the scholars who have contributed to the Tamil print history, music, and drama.

"We have collected real-life photographs from books, libraries, and scholars to have their paintings in this exhibition. Collecting their handwritten notes and displaying their signatures was very challenging," said P Saravanan, Tamil Nadu Textbook and Educational Services Corporation.

The exhibition also displayed Sakitya Akademi award winners from Tamil Nadu and Jnanpith award winners. A team of artists have painted portraits of scholars.

"Tamil scholars from different fields have not been exhibited at a single place before this," said P Valli Nayagam, an artist who contributed to the paintings displayed here.

S Kamatchi, chief librarian of ACL, said they are planning to link the scholar's work to the QR code soon.

பின்னர், 2021-ல் தமிழ்நாட்டில் புதிய அரசு பதவி ஏற்ற பின்பு கொண்டுவரப்பட்ட பல அறிவிப்புகளில் ஒன்று... தமிழ் அறிஞர்களுக்கான *Hall of Fame* ஒன்று அமைப்பது என்பது. வாழும் அறிஞர்கள்/படைப்பாளிகளில் யார் யாரைத் தெரிவு செய்வது என்ற வினா எழுந்தபோது ஞானபீட விருதாளர்கள், சாகித்ய அகாடமி படைப்பாளிகள் ஆகியோருக்கும் இடமளிப்பது என்று முடிவாயிற்று. 'செந்தமிழ்ச் சிற்பிகள்' அரங்கம் எனப் பெயர் சூட்டப்பட்டு மாண்புமிகு தமிழ்நாடு முதலமைச்சர் அவர்களால் திறக்கப் பட்டது.

உ.வே.சா, மறைமலையடிகள், வீரமாமுனிவர், வள்ளலார், கால்டுவெல், ஜி.யூ.போப், திரு.வி.க, பெரியசாமி தூரன், பா.வே.மாணிக்க நாயகர், கல்கி, ராஜாஜி, ம.பொ.சி, டி.கே.சி. வ.உ.சி, தி.க.சி, தொ.மு.சி, (எத்தனை 'சி'க்கள்,) தி.ஜா, அசோகமித்ரன், இந்திரா பார்த்தசாரதி, மீரா, அப்துல் ரகுமான், மு.மேத்தா, ஈரோடு தமிழன்பன், ராஜம் கிருஷ்ணன், அம்பை, இமையம், சோ.தருமன், எஸ்ரா, சு.வெ எனப் பலரும் அரங்கில் அழகான ஓவியங்களாக உள்ளனர்.

அரங்கத்தை இரு பெருமக்கள் வெவ்வேறு நாட்களில் பார்வையிட்டபோது அருகிலிருந்தேன். பள்ளிக்கல்வித் துறை அமைச்சர் அவர்கள் பார்வையிட்டபோது, *thematic approach* குறித்து பாராட்டினார். (மொழி ஞாயிறு தேவநேயப்

பாவாணர் - பாவலரேறு பெருஞ்சித்திரனார், பாரதியார்-பாரதிதாசன் - சுரதா, பெரியார் - அண்ணா - கலைஞர், கண்ணதான் - பட்டுக்கோட்டை கல்யாண சுந்தரம்-வைரமுத்து என்பதுபோல) அவர்கள் பங்களிப்பு செய்த இயக்கம், வகைமை வாரியான வரிசை அவர்களை எளிதில் நினைவுகொள்ள உதவுகிறது. சிலர் ஏற்றாலும் ஏற்காவிட்டாலும் அரசு இயந்திரம் ஞானபீட விருது பெற்றவர்கள் என்ற அடிப்படையில் ஜெயகாந்தனையும் அகிலனையும் அருகருகில்தான் வைக்கும். ஓவியத்துக்குக் கீழே இருவரின் குறிப்புகள் தந்திருப்பதோடு கூடுதல் குறிப்புகளை *QR code (Thanks to Udhay Sir.* பாடப்புத்தகத்திலேயே *QR code* போடச்செய்தவர்.) ஆகவும் தந்ததை அமைச்சர் அவர்கள் பாராட்டினார்.

இலக்கிய முகவர்கள் பாராட்டு விழாவுக்காக அண்மையில் அண்ணா நூற்றாண்டு நூலகம் வந்த கவிப்பேரரசு வைரமுத்து அவர்கள் ஓவியப் பங்களிப்பு செய்த பள்ளி ஓவிய ஆசிரியர் வள்ளிநாயகத்திடம் 'செம்மொழி சிற்பிகள் அரங்கம் ஓவியத் திலகம் வள்ளிநாயகத்தின் வாழ்நாள் சாதனை' எனப் பாராட்டு எழுதிப் பகிர்ந்ததோடு தன் ஓவியத்தைத் தன்னை விடவும் அழகாக வரைந்திருப்பதாக நகச்சொல்லி நல்வாழ்த்து கூறினார்.

அண்மையில் தமிழ்நாட்டுப் பள்ளி மாணவர்களுக்கு அண்ணா நூற்றாண்டு நூலகத்தில் நடத்திய வினாடி வினாவில், இந்த அரங்கத்தில் இருக்கும் அறிஞர்கள்/ படைப்பாளிகள் பலரின் ஓவியங்களைத் திரையில் காட்டி அவர்களைப் பற்றி வினாக்களை நான் தொடுத்தபோது ஆளுமைகளைச் சரியாக அடையாளம் கண்டு அவர்கள் படைப்புகள் / பங்களிப்பு பற்றி மிகச்சரியாக விடை சொன்னார்கள் மாணவக் கண்மணிகள். வாசிக்கவும் உறுதி பூண்டனர். இளைஞர் இலக்கியத் திருவிழாவுக்கு வந்த கல்லூரி மாணவ - மாணவிகளும் அரங்கைச் சுற்றிப் பார்த்து, கண்டு களித்து, கற்றுத் தேர்ந்தனர். செந்தமிழ்ச் சிற்பிகள் அரங்கம் - வாசிப்பின் வாசல்களில் தலையாயது. *Don't miss it. Thanks to Mr. Rahu Ram who covered it in today's Times of India.*

- வைகறை வாசகன், *15.03.2024*

94

வாசிப்பின் வாசல்கள்-8

வாசிப்பே ஒரு கலைதான். இருப்பினும் பல்வேறு கலைகள் குறித்து நாம் வாசிக்கத்தக்க நல்ல பல நூல்கள் உள்ளன. கலைஞரின் பல்வேறு நூல்களில் அதிகம் கவனம் பெறாத, ஆனால் என்னை மிகவும் கவர்ந்த நூல் 'பேசும் கலை வளர்ப்போம்' எனும் குறு நூல். நாற்பது ரூபாய்க்குக் கிடைக்கிறது. ஒருவர் ஒரு நூலை எழுத வேண்டும் எனில் அதற்கான தகுதி வேண்டும் என்பார்கள். பேசும் கலை பற்றி எழுத நிரம்ப தகுதியடைவர் கலைஞர். அவசியம் படித்துப் பாருங்கள். பேச்சாளராக விரும்புவோர்க்கு வழிகாட்டும் நூல் அது.

இசைக்கலை பற்றிய நூல்கள் பல உண்டு. எனக்கு அவை புரிந்ததில்லை. மீண்டும் மீண்டும் முயற்சி செய்து

பார்த்துள்ளேன்... ம்ஹூம் தேறவில்லை.. 'நுண்ணிய நூல் பல கற்பினும் மற்றும்தன் உண்மை அறிவே மிகும்' எனும் வள்ளுவர் வாக்கால் அமைதி அடைந்து விபுலானந்தரின் யாழ் நூல், ஆபிரகாம் பண்டிதரின் கருணாமிர்த சாகரம் ஆகிய இரண்டு நூல்களிடமும் என் தோல்வியை பகிரங்கமாக ஒப்புக்கொண்ட பின்னர் ந.மம்மது எழுதிய நூல்கள் கைக்குக் கிடைத்தன. சிலப்பதிகாரத் தமிழிசை, கர்னாடக சங்கீதம் ஆகியவற்றோடு இசைஞானி, இசைப்புயல் போன்றோரின் திரையிசைப் பாடலோடு இணைத்து அவர் இசை கற்பித்தபோது, இசையின் இலக்கணம் கொஞ்சம் புரிந்தது. வாமனன் நூலும், ஷாஜியின் இசைக் கட்டுரைகளும் ரசிக்கத்தக்கவை.

மற்றபடி இசைக்கும் எனக்கும் உள்ள உறவு கவியரசர் கண்ணதாசன், பட்டுக்கோட்டையார், மருதகாசி பாடல்களை ரசிப்பது, காவியக் கவிஞர் வாலியின் 'நானும் இந்த நூற்றாண்டும்' நூல்வழி அறியலாகும் செய்திகளை உள்வாங்கியது, கவிப்பேரரசு வைரமுத்துவின் 'ஆயிரம் பாடல்கள்' நூலோடும் 'முப்பதாண்டு முத்துக்கள்' ஒலிப் பேழையோடும் உறவாடுவது எனத் தொடர்கிறது. இவை ஆலங்குடி வெள்ளைச்சாமியின் வலையொளியை அடிக்கடி பார்க்கத் தூண்டுகின்றன. அண்ணன் ஜெயந்தாவின் 'வாலிப வாலி' நண்பர் யுகபாரதியின் 'பின்பாட்டு' போன்ற வற்றையும் வாசித்திருக்கிறேன்.

ஓவியக்கலை பற்றிய நூல்களில் குறிப்பிட்டுச் சொல்ல வேண்டியது நடிகர் சிவகுமார் அண்ணன் எழுதிய 'சித்திரச் சோலை' எனும் நூல். அவர் முறைப்படி ஓவியம் பயின்ற

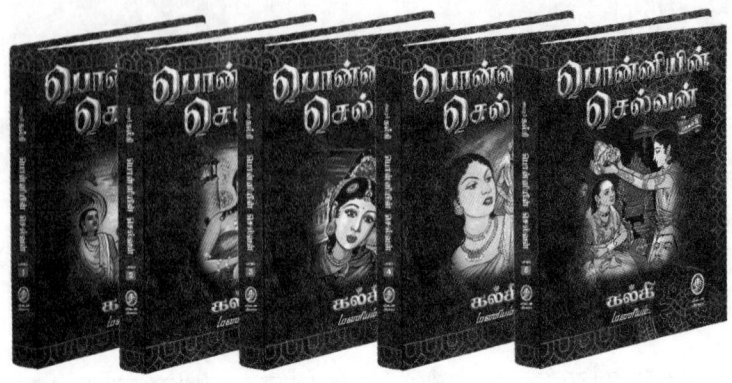

ட்ராட்ஸ்கி மருது

ஓவியர். அதுகுறித்து எழுதவும் தெரியும்.. சக ஓவியர்களைப் பாராட்டும் மனதும் உண்டு என்பது அந்த நூலுக்கான பலம். ட்ராட்ஸ்கி மருது அவர்களின் 'வாளோர் ஆடும் அமலை' நம் கண் முன்னே தமிழ் மன்னர்களைக் கொண்டு வந்து நிறுத்துகிறது.

மணியம் தீட்டிய ஓவியங்களிலிருந்து 'பொன்னியின் செல்வன்' நாவலைப் பிரிப்பது, வானிலிருந்து நீலத்தைப் பிரிப்பதுபோல கடினமானது. திரு. கார்த்திக் ஆங்கிலத்தில் மொழிபெயர்த்து திருமதி மினி கிருஷ்ணன் எடிட் செய்த 'பொன்னியின் செல்வன்' நூல் திரு. மணியம் செல்வன் தீட்டிய அட்டைப்பட ஓவியங் களுடன் தமிழ்நாடு பாடநூல் கழகக் கூட்டு வெளியீடாக வந்துள்ளது.

கட்டடக்கலை என்று வரும்போது, நாம் மறக்காமல் படிக்க வேண்டியது குடவாயில் பாலசுப்பிரமணியம் அவர்கள் எழுதிய நூல்களை.

– வைகறை வாசகன், 15.03.2024

95

வாசிப்பின் வாசல்கள் -9

உங்கள் வாசிப்புக்கு அதுவும் குறிப்பாக நூல் வாசிப்புக்கு வாசல் திறக்கும் காரணிகள் குறித்துச் சற்று விரிவாக ஆராய்வோம். 1) உங்கள் இலக்கிய ஆர்வம் 2) மொழி ஆர்வம் 3) மொழிப்பற்று 4) குடும்பத்தின் வாசிப்புச் சூழல் 5) நண்பர்களின் பரிந்துரைகள் 6) பத்திரிகை வாசிப்பு 7) ஆசிரியர்களின் வழிகாட்டல் 8) எழுத்தாளுமைகள் மீதான ஈர்ப்பு 9) யூடியூப் வழிகாட்டல்கள் 10) இலக்கிய ரசனை 11) இலக்கியப் போட்டிகளில் பங்கேற்பு 12) நூல் வெளியீட்டு விழாக்களில் பங்கேற்பு 13) புத்தகத் திருவிழாக்கள் 14) இலக்கிய விழாக்கள் 15) கல்லூரித் தமிழ் மன்றங்கள் 16) திரையிசைப் பாடல் வரிகள் மீதான ஈர்ப்பு 17) இலக்கிய குருநாதர்களின் தாக்கம் 18) போட்டித் தேர்வு தயாரிப்பு 19) நூலகங்களுக்குச் செல்லுதல் 20) இலக்கிய ஆளுமைகள் குறித்த பரிச்சயம்.

– வைகறை வாசகன், 16.03.2024

96

வாசிப்பின் வாசல்கள் -10

இன்று காலை திருச்சியில் சுமதி & ராசி புத்தக நிலையங்களில் தமிழ்நாடு பாடநூல் கழக வெளியீடுகளுக்கான விற்பனை மையத்தை மாண்புமிகு கல்வி அமைச்சர் அவர்கள் தொடங்கிவைத்தார்கள். பாடநூல் கழக மேலாண்மை இயக்குநர் அவர்களோடு நான், பாடநூல் கழகத்தில் என்னுடன் பணியாற்றும் பாரதிதாசன், ராகுலன், சரவணன் ஆகியோர் பங்கேற்றோம்.

பாடநூல் கழக நூல்களில் Best sellers பட்டியல்

1) கீழடி, பொருநை நூல்கள்

2) தென்னிந்திய வரலாறு - நீலகண்ட சாஸ்திரி

3) தென்னிந்தியாவைப் பற்றிய வெளிநாட்டவர் குறிப்புகள் - நீலகண்ட சாஸ்திரி

4) சங்க இலக்கியம் (பத்துப்பாட்டு - எளிய உரையுடன்)

5) நாளைய தலைமுறைக்கு நாட்டுடமை நூல்கள் வரிசை

6) தமிழ் இலக்கியங்களின் ஆங்கில மொழிபெயர்ப்புகள் (சுமார் 50 தலைப்புகளிலான நூல்கள்)

7) இளந்தளிர் இலக்கியத் திட்ட நூல்கள்

8) வ.உ.சி நூல் திரட்டு

9) போட்டித் தேர்வு நூல்கள்

10) முத்தமிழறிஞர் மொழிபெயர்ப்புத் திட்ட நூல்கள்

நண்பர்கள் சோம. வீரப்பன், துளசிதாசன், அமர்நாத், மருத்துவர் திருப்பதி ஆகியோரோடு உரையாடினேன்.

- வைகறை வாசகன், 16.03.2024
(நேரம் காலை 10.30 மணி)

97

வாசிப்பின் வாசல்கள்-11

நண்பர் ஒருவர் சொன்னார்... வாசிப்பின் வாசல்கள் நன்றாக உள்ளது. நீங்கள் பரிந்துரைக்கும் நூல்களை எல்லாம் படிக்க முடியுமா? என்று தெரியவில்லை.. ஆனால், உங்கள் பதிவுகளை எல்லாம் படித்துவிடுகிறேன் என்று. என் முக்கியமான பரிந்துரையே அதுதான். எந்நூலை யார் பரிந்துரைப்பினும் அதை உங்களுக்குப் பிடித்தால் மட்டுமே படிக்க முடியும்.

இருபது ஆண்டுகளுக்கு முன் ஒருமுறை நண்பன் ஒருவன் முதல்முறையாக நூலகத்துக்கு வந்த அன்று... படு சீரியசான கவிஞர் ஒருவரின் நூலொன்றைப் பரிந்துரைந்து எடுத்துக்கொடுத்தேன். அதில் ஓடியவன்தான்.. ‘அன்று வேறுகிழமை’ என்பது அந்த நூல். அதன்பின் திங்கள் *to* ஞாயிறு ஏழு கிழமைகளில் எந்தக் கிழமையும் நூலகம் வர மறுத்துவிட்டான் அந்த நண்பன்.

அவனை *convince* செய்ய வந்த மற்றொரு நண்பர், நான் பரிந்துரைத்த அந்த நூல் வேறு தளத்தில் இயங்குவது என்று சொல்ல... நான் *ground floor*-லேயே இருந்துக்கிறேன். இல்லையென்றால் அவர் இயங்குவது எந்தத் தளமென்று சொல்லுங்கள் அதுக்கு நாலைந்து தளத்துக்கு மேலே எனக்குத் தெரிஞ்சவங்க யாராவது இருக்கிறாங்களான்னு பார்க்கிறேன் என்றான். இப்போதும் அவன் நல்ல நூல்களைப் படிக்கும் நகைச்சுவை உணர்வு மிளிரும் வாசகனாகவே இருக்கிறான்.

– வைகறை வாசகன், *16.03.2024*

98

வாசிப்பின் வாசல்கள்-12

சமீபத்தில் ஒருநாள் எனது மாணவன் ஒருவன் (வழக்கமான) *2k kids* போல ஹெட்ஃபோன் மாட்டிக்கொண்டு அலைபேசி பார்த்துக்கொண்டிருந்தான். திடீரென ஒரு சிரிப்பு. *2k kids* ரசிக்கும் நகைச்சுவைத் துணுக்கு எப்படி இருக்கிறது என்பதை அறியும் ஆவலோடு அவனிடம் அலைபேசியை வாங்கினேன். தினேஷ் என்பவருக்கு புது எண்ணிலிருந்து *phone* வருகிறது. அவர் மனைவி *phone*-ஐ எடுக்கிறார். அருகிலிருக்கும் தினேஷ், அது நண்பனின் குரல் எனத் தெரிந்துகொண்டு, தான் குளித்துக் கொண்டு இருப்பதாகக் கூறி *phone call*-ஐ முடித்துவிடச் சொல்கிறார். உரையாடலைக் கேளுங்கள்..

தினேஷ் மனைவி: "அவர் குளிச்சுக்கிட்டு இருக்கிறார். நீங்க..?"

எதிர்முனை: "நான் காலையிலேயே குளிச்சுட்டேங்க!!"

இந்த டைமிங் சென்ஸ் எப்போதும் நகைச்சுவைக்கு அவசியம். பழம் பாடல்களில் வஞ்சப் புகழ்ச்சி அணி, நாகை காத்தான் சத்திரம் குறித்த பாடல் உட்பட பல

பாடல்களில் காளமேகத்தின் சிலேடை, புதுமைப்பித்தன், கல்கி, பெரியார், அண்ணா, கலைஞர், சாவி, சோ, சுஜாதா போன்றோரின் நடையில்/கேள்வி-பதில்களில் நாம் ரசிக்கத் தக்கதாக இருப்பது அங்கதமே.

புதுக்கவிஞர்கள் பலரும் அங்கத உத்தியை அழகாகக் கையாண்டவர்களே. நீலமணியின் 'காளி' பற்றிய கவிதை. விமர்சனத்தில் அங்கதம் வெகு சகஜம். மு.மேத்தா கவிதை குறித்து வெங்கட் சாமிநாதன், இரங்கல் செய்தியில்கூட சிலர் அங்கதத்தைக் கையாண்டுள்ளனர். அரசியல் அங்கதங்கள் தனி வகைமை. அதுகுறித்து விரிவாக எழுதலாம். அங்கதம் இல்லாத அரசியல் விமர்சனம் சிறகில்லாத பறவை எனலாம். ஆர்.பாலகிருஷ்ணன் எழுதிய புலிகேசி கவிதைகளை வாசித்துள்ளீர்களா?

எள்ளல், பேதமை, மடன், இளமை என நகையின் நிலைக்களன்களைக் கண்டு சொல்கிறார் தொல்காப்பியர். அ.முத்துலிங்கம் அவர்கள் எழுத்தாளர் தேவிபாரதியைச் சந்திக்கச் சென்ற நிகழ்வை சமீபத்தில் பகிர்ந்திருந்தார். சிரித்து.. சிரித்து.. வாசித்தேன். பல சிறுகதை எழுத்தாளர்களுக்கும் அது கைவந்த கலை.

சில அங்கதங்கள் சிலருக்கு எரிச்சலூட்டும். கிண்டல் செய்யப்படுபவரும் சேர்ந்து சிரிப்பதுதான் அங்கதத்துக்கான அழகான அளவுகோல். அங்கதமும் நகைச்சுவையும் நம்மை வாசிப்பு உலகுக்குள் வரவேற்கும் வரவேற்பு வளையங்கள்.

பட்டியல் பெரிது. எல்லாவற்றையும் நான் பகிரவில்லை. நீங்கள் பகிரலாம்.

– வைகறை வாசகன், *16.03.2024*

99

வாசிப்பின் வாசல்கள்-13

எனக்கு வாசிப்பின் வாசல்களைத் திறந்துவிட்டதில் *Quiz* நூல்களுக்கு முதன்மையான பங்குண்டு. சித்தார்த்த பாசுவின் *'Master Mind India'*, மொத்தம் ஐந்து தொகுதிகள். முதல் மூன்று தொகுதிகள் ஒரு நூலாகவும், 4,5-ம் தொகுதிகளைத் தனி நூலாகவும் பென்குயின் வெளியிட்டுள்ளது. எனக்குப் பல செய்திகளைக் கற்பித்த நூல் அது. 2022-ல் பிராங்க்பர்ட் புத்தகத் திருவிழாவில் *500 Quizes / 10,000 Questions* என்றொரு அருமையான *Quiz* நூல். ஹார்பர் கோலின்ஸ் வெளியீடு. முதல் நாள் கேட்டபோது விற்பனைக்கல்ல என்று மறுத்தார்கள். புத்தகத் திருவிழாவின் கடைசி நாளன்று இலவசமாகவே கொடுத்தார்கள். அரிய தலைப்புகளில் *Quiz* வினாக்கள் கொண்ட நூல் அது. படிக்க... படிக்க இனித்தது/ இனிக்கிறது. பல *Quiz* உத்திகளைக் கற்பித்தது/ கற்பிக்கிறது.

நான் கடந்த முப்பது வருடங்களாக *Quiz* நடத்தியும் *Quiz* குறிப்புகள் எடுத்தும் / *Quiz* கேள்விகள் *Craft* செய்தும்

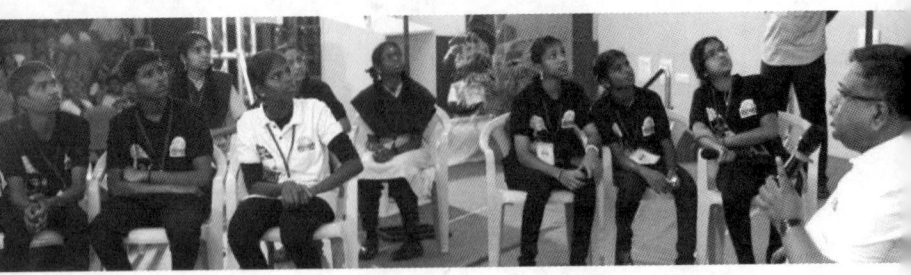

வருகிறேன். அதற்கு வாயில் திறந்த நூல்கள் பல. நல்ல Quiz வினா ஒன்றை craft செய்வது கவிதை எழுதுவதை விடக்கடினமானது என்று சொல்வேன்.

வாட்ஸ்அப் வருவதற்கு முன்பே SMS-ல் Think Tank Quiz (TTQ) என்ற பெயரில் ஒரு Quiz நடத்தினேன். வாட்ஸ்அப்பில் வள்ளுவர் குரல் குடும்பம் (Voice of Valluvar-VoV) என்ற குழுவில் அறிதோறும் Horrible அறியாமை என பொருள்படும் AHA Quiz ஒன்று நடத்தினேன். பள்ளிகள், கல்லூரிகள், பத்திரிகை, தொலைக்காட்சி எனப் பலவற்றின் வாயிலாகவும் நூற்றுக்கும் மேற்பட்ட Quiz நிகழ்ச்சிகள் நடத்திவிட்டேன். அறிதலே ஆனந்தம்; அதைப் பகிர்தல் அதை விடவும் ஆனந்தம்.

என்னை இற்றைப்படுத்த (For updating) நான் படித்த, நான் பார்த்த, நான் நடத்திய / நடத்தும் Quizகள் உதவியுள்ளன.

'அறிவு என்பது ஆணியைப்போல் அறையப்படாமல் பூவைப்போலத் தூவப்பட வேண்டும்' என்பார் கவிஞர் வைரமுத்து. அதற்கு Quiz ஒரு வழி. Quiz வாசிப்புக்கான முதன்மையான நுழைவு வாயில்களில் ஒன்று.

— வைகறை வாசகன், 17.03.2024

100

வாசிப்பின் வாசல்கள்-14

நேற்று முன்தினம் (சனிக்கிழமை) எனக்குக் கிடைத்த அனுபவங்களே இன்றைய பதிவுக்கான பேசுபொருள். சனிக்கிழமை திருச்சியில் நடைபெற்ற அரசு விழாவில் பங்கேற்றுவிட்டு வரும் வழியில் நண்பர் துளசிதாசன் அவர்கள் முதல்வராகப் பணியாற்றும் பள்ளி நூலகத்தைப் பார்வையிட வாய்ப்பு கிடைத்தது. மிகச் சிறப்பாக இருந்தது நூலகம்.

மாணவர்களும், இன்றைய இளைய தலைமுறையும் நூலகம் செல்வதன் நற்பலன்களை எந்த அளவுக்கு உணர்ந்துள்ளனர் எனத் தெரியவில்லை. நூலகம் செல்வதால் விளையும் இரண்டு நன்மைகளை மட்டும் நான் சுட்டிக்காட்ட விழைகிறேன். ஒரு நூலகத்துக்குள் நுழைந்து மூன்று மணி நேரம் இருந்தீர்கள் எனில் அந்த மூன்று மணி நேரத்தையும் புத்தகத்தோடு மட்டுமே நீங்கள் செலவிட்டு ஆகவேண்டும். *This is much more worth spending of time than spending 3 hrs*

in a cinema theatre. இரண்டாவது நன்மை... படிப்பதில் உங்களுக்குப் போரடித்தால் நீங்கள் புத்தக அலமாரியிலுள்ள புத்தகங்களை நோட்டமிடலாம் *(Exploring Books).* இதன் வாயிலாக, பல புத்தகங்கள், அவற்றின் ஆசிரியர்கள், உள்ளடக்கம் மற்றும் அவற்றை வெளியிட்ட பதிப்பகங்களை நீங்கள் அறிந்து கொள்ளலாம். சிறந்த புத்தகம் அதற்கான வாசகனாக உங்களைத் தேர்வு செய்துகொள்ளும்.

நண்பர் துளசிதாசன் பணியாற்றும் பள்ளி நூலகத்தில் ஒரு புத்தக அலமாரியின் ஓர் அடுக்கில் இருந்த சுமார் 40 நூல்கள் எனது அரை மணி நேரத்தை வாங்கி, தங்களை ஆனந்தத்தோடு அறிமுகப்படுத்திக்கொண்டன. அனைத்தும் இதழியல் குறித்த புத்தகங்கள்.

இதழியல்/ தமிழ் இதழ்கள்/ தமிழ் இதழாளர் குறித்த நூல்களில் சில என்னிடம் இருப்பவை/ படித்தவை. சில நான் பார்த்திராதவை. பெ.சு.மணி, சி.பா.ஆதித்தனார், ரா.அ.பத்மநாபன், அ.மா.சாமி, பா.இறையரசன், குளத்தூரான், க.திரவியம் போன்றோர் எழுதிய நூல்களைக் கண்டேன். தமிழில் இதுவரை வந்த இதழியல் குறித்த சுமார் 200 நூல்களின் நூலடைவை சரவணன் என்பவர் ஒரு குறுநூலாகத் தயாரித்துள்ளார். பாராட்ட வேண்டிய பணி.

உயிர்மைப் பதிப்பகம் சுஜாதாவின் கணையாழி - கடைசிப் பக்கங்கள் தொகுப்பை (1965 -1998) கெட்டி அட்டையில் சுமார் 550 பக்கங்களில் வெளியிட்டுள்ளது. ஏற்கெனவே படித்த நூல்தான். யாரோ ஒருவருக்குக் கொடுத்து, திரும்ப வரவில்லை. எனவே, அந்த நூலைக் கண்டவுடன் பழைய நண்பர் ஒருவரை மீண்டும் கண்டதுபோல மகிழ்ச்சி. சுமார் இருபது ஆண்டுகளுக்கு முன் பிரபல வார இதழில் வெளியான 'பாமரன் கடிதங்கள்' வெகு துணிச்சலான விமர்சனங்கள். பிரபலங்களின் படைப்பு மற்றும் படைப்புக்

கொள்கை குறித்து அங்கதம் மேலோங்க எழுதப்பட்ட அவரது கடிதங்களுக்குக் கல்லூரியில் பெரும் வாசகர் கூட்டமே இருந்தது. இதழ்களில் வெளியான படைப்புகள் குறித்து எண்ணும்போது, 'பாமரன் கடிதங்கள்' நினைவுக்கு வருவதைத் தவிர்க்க முடியவில்லை.

அங்கிருந்த நூல்களில் ஜெயகாந்தன் பவளவிழா மலர் என்னைப் பெரிதும் கவர்ந்தது. அங்கிருந்த நூல்கள் இரண்டு நாட்கள் அங்கேயே தங்கி, அங்குள்ள புத்தக அலமாரியில் நூல்களைத் தோண்டித் துருவி படிக்க வேண்டும் என்ற ஆர்வத்தை மேலோங்கச் செய்தன. நூலகத்துக்கு அழைத்துச் சென்ற ஆசிரியை ரூபா அவர்களுக்கு நன்றி.

சென்னை அண்ணா நூற்றாண்டு நூலகத்தில் இப்போது நூல்களை வீட்டுக்கு வழங்குகிறார்கள். எடுத்துச் சென்று படியுங்கள். நூலகங்கள் - வாசிப்புக்கான தலையாய வாசல்கள்.

- வைகறை வாசகன், 18.03.2024

101

வாசிப்பின் வாசல்கள்-15

2017-ல் பாடநூல்கள் தயாரிப்புப் பணியில் பணியாற்ற வாய்ப்பு கிடைத்தபோது பல புதிய நூல்கள் குறித்து தெரிந்துகொண்டேன். அது புதிய வாசிப்பு வாசல்களைத் திறந்துவிட்டது. பலரோடு பேசும்போது அவர்கள் தங்களுக்குப் பிடித்த நூல்கள் எனப் பரிந்துரைத்த பல நூல்களில் சிலவற்றை நான் படித்தபோது அவை எனக்கும் பிடித்த நூல்களாயின. பாடத்திட்ட செயலாளர் உதயச்சந்திரன் சார் ஐம்பதுக்கும் மேற்பட்ட நூல்களைப் பரிந்துரைத்தார்கள். அவற்றைப் பற்றிய குறிப்புகளை அவர் எழுதிய 'மாபெரும் சபைதனில்' நூலில் விரிவாகக் காணலாம். உதய் சார் பரிந்துரைத்த பின் நான் வாங்கி வாசித்து, எனக்கும் பிடித்துப்போன நூல்கள் சுமார் பதினைந்து இருக்கும். அவற்றுள் மிக முக்கியமானவை 'காவல் கோட்டம்', 'கரிசல் கடிதாசிகள்', யதுகிரி அம்மாள் எழுதிய பாரதி பற்றிய நூல். பாடநூல் கழகம் பதிப்பித்த நூல்களில் கருப்பையா என்பவர் எழுதிய 'பிரெஞ்சு புரட்சி' ஊடகவியலாளர் திருமாவேலன் சாருக்குப் பிடித்த நூல். பாடநூல் கழக நூல்களில் ஒன்றான 'புகுமுக வகுப்பு உலக வரலாறு' (நூலாசிரியர்

-நா.பக்தவத்சலு) இளம்பகவத் சாருக்குப் பிடித்தமான நூல். நண்பர் அருள் முருகன் அவர்கள் வாயிலாக செ.வை.சண்முகம் மற்றும் நுஃமான் ஆகியோர் எழுதிய தமிழ் மொழி இலக்கண நூல்கள் பரிச்சயமாயின. அண்மையில் ஊடகவியலாளர் சமஸ் அவர்கள் சோழர்கள் பற்றி எழுதியபோது அவர் பயன் கொண்ட நூல்களில் பாடநூல் கழகம் வெளியிட்ட தென்னிந்தியா மற்றும் சோழர் குறித்த நூல்கள் முதன்மையானவை (நீலகண்ட சாஸ்திரி, கே.கே.பிள்ளை மற்றும் பாலசுப்பிரமணியன் ஆகியோர் எழுதியவை). இரண்டு நாட்களுக்கு முன் இளம்பகவத் சாரோடு உரையாடிக் கொண்டிருந்தபோது, பாடநூல் கழகம் - நவயானா கூட்டு வெளியீடாக வந்துள்ள தொ.ப.வின் அறியப்படாத தமிழகத்தின் ஆங்கில வடிவமான 'Sweet and Salt of Tamil' என்ற நூல் தமிழ்நாட்டுக்கு வரும் IAS probationer அனைவரும் படிக்க வேண்டிய அவசியமான நூல் என்றார். இன்னார் பரிந்துரைந்து நான் படித்து, பயன் கொண்ட நூல் இது என்று எழுதுவதற்கு நிறைய நூல்கள் பற்றிய தகவல்கள் இருக்கின்றன. வாசிப்பின் வாசல்கள் தொடர்ந்து திறக்கப்படும்.

- வைகறை வாசகன், 18.03.24

102

வாசிப்பின் வாசல்கள்-16

நிகழ்வுக்கேற்ப வாசித்தல் *(Occasion Study)* என்றொரு கருத்தாக்கம். அதாவது சுதந்திர தினம், மக்களவைத் தேர்தல், பாரதியார் நினைவு நூற்றாண்டு, வைக்கம் நூற்றாண்டு, பராசக்தி திரைப்பட பவளவிழா, மெட்ராஸ் தினம், உலக கொசுக்கள் தினம், உலக இட்லி தினம், உலக புலி தினம், பூமி தினம், தேசிய அறிவியல் தினம், ஆஸ்திரேலியன் ஓபன், உலகக்கோப்பை கால்பந்து, ஒலிம்பிக்ஸ், பன்னாட்டுப் புத்தகத் திருவிழாக்கள், ஆஸ்கர் விருதுகள், நோபல் பரிசு அறிவிப்புகள் என்று ஆண்டு முழுக்க ஏதேனும் வந்துகொண்டே இருக்கும். அப்படி வருகின்ற நிகழ்வுகளின் போது, அது குறித்த செய்திகள், தலையங்கங்கள், செய்திக்கட்டுரைகள், விழாமலர்கள், நிகழ்வு தொடர்பான அடிப்படைகளை விளக்கும் புத்தகங்கள் / இணையதளங்கள் / வலைப்பூக்கள் போன்றவற்றை வாசித்தறிதல் வேண்டும். வாய்ப்பு இருந்தால் அந்த நிகழ்வுகளோடு தொடர்புடையவர்களோடு உரை யாடலாம்.

நேற்று முழுநாளும் மக்களவைத் தேர்தல் குறித்த விழிப்புணர்வு வினாடி-வினாவை விருதுநகரில் சிறப்பாக நடத்தினேன். மாவட்ட ஆட்சியரும் என் மாண்புமிக்க

மாணவர்களில் ஒருவருமான டாக்டர் வீ.ப.ஜெயசீலன் அவர்கள் (சபை நாகரிகம்.. இளைஞர் இனமுறையர் என்று எண்ணாமல் நின்ற ஒளியோடு ஒழுகவேண்டும் என்னும் வள்ளுவர் வாக்கு மற்றும் MCC) தலைமையிலான மாவட்ட நிர்வாகம், கல்லூரி மாணவர் களுக்கான மாநில அளவிலான இந்த வினாடி வினா நிகழ்வைச் சிறப்பாக ஏற்பாடு செய்திருந்தது.

cVIGIL

நிகழ்வைக் காலையில் தொடங்கிவைத்து உரையாற்றிச் சென்ற ஆட்சியர், பின்னர் வேட்புமனு திரும்பப் பெறும் நாளான நேற்று தன் சட்டப்பூர்வமான கடமைகளைச் செவ்வனே ஆற்றிவிட்டு மீண்டும் மாலை வந்து நிகழ்ச்சியின் நிறைவுச் சுற்றை நேரில் கண்டு களித்ததோடு, மாணவர்களை உற்சாகப்படுத்தி, பலருக்கும் பரிசளித்து, சான்றிதழ் வழங்கி, பலரோடும் பொறுமையாகப் படம் எடுத்து நிகழ்ச்சியைச் சிறப்பித்தார்.

நூற்றுக்கணக்கான மாணவர்கள், ஐம்பதுக்கும் மேற்பட்ட அணிகள், இரண்டு வடிகட்டும் எழுத்துத் தேர்வுகளுக்குப்பின் விருதுநகர் மருத்துவக் கல்லூரி கலையரங்க மேடையில் நடந்த இரண்டு அரையிறுதி மற்றும் ஒரு நிறைவுச்சுற்று என எட்டு மணி நேர அறிவுக் கொண்டாட்டம்.

18 வயது நிரம்பிய புதிய வாக்காளர் ஒருவர் படிவம் -6 ஐ நிரப்பி பதிவு செய்துகொள்ள ஆண்டுக்கு 4 வாய்ப்பு (ஜனவரி-1, ஏப்ரல்-1, ஜூலை-1, அக்டோபர்-1) உண்டு என்பது குறித்தும் ஆய்வுக்குரிய வாக்கு (Tendered vote), எதிர்க்கப்பட்ட வாக்கு (Challenged vote), பதிலி வாக்கு (Proxy Vote) எனப் பலவற்றைக் குறித்தும் மாணவர்கள் தெளிவாக அறிந்திருந்தது மகிழ்ச்சி தந்தது. சியாம் சரண் நேகி, சந்திராணி முர்மு, இந்திரஜித் குப்தா, சுகுமார் சென் உட்பட பலரது படத்தைக் காட்டியபோது அவர்களைச் சரியாக அடையாளம் கண்டு தேர்தல் வரலாற்றில் அவர்களின் இடம் குறித்து, தெளிந்த பதில்கள் வந்தன. (கட்சிப் பெயர்கள் / தலைவர்கள் பெயர்கள் சொல்லக்கூடாது). சாந்தினி சவுக், லடாக் குறித்து பெயர் சொன்னதும் சரியான பதில் சொல்லினர்.

C-Vigil, VVPAT, SVEEP, EPIC, NOTA, ECIL, BEL, BLO, MCC, MAF, EVM, Ballot unit, Control unit, Mock Poll என்றும்; வாக்குப் பதிவு அலுவலர் *-1, 2, 3* தொடங்கி அரசமைப்புத் திருத்தங்கள் *-61, 69, 91* மற்றும் *Right to Vote,* என் வாக்கு விற்பனைக்கு அல்ல, தேர்தலில் பணம் வழங்குவதைத் தடுக்கும் சட்டப்பிரிவு, மக்களவையில் தாய்மொழியில் உரையாற்ற வழிவகை செய்யும் *Article -120 (1)* போன்றவை குறித்தும்; போதுமான அளவு விழிப்புஉணர்வு உள்ளது. *Constitutional provisions of Election, People's Representation Act -1951, Conduct of Election Rules-1961* பற்றிய பல கேள்விக்குச் சரியான பதில்கள் வந்தன. *49-O, 49-P, 49-J* ஆகியவை குறித்து நல்ல விழிப்புஉணர்வு. தேசியக் கட்சி, மாநிலக்கட்சி வரையறைகள், வேட்பாளர் ஒருவர் எப்போது காப்பு வைப்புத் தொகையை இழப்பார் போன்ற கேள்விகளுக்குச் சரியாக பதில் வந்தது.

தேர்தல் படிவங்கள் குறித்த எந்தக் கேள்வி கேட்டாலும் ஒரு மாணவி சிறப்பாக பதிலளித்தார். மாற்றுத் திறனாளிகளுக்கும் அஞ்சல் வாக்கு உண்டு என்பதை அறிக. நாலு வாக்காளர்களில் ஒருவர் வாக்களிப்பதில்லை என்பதை நிகழ்ச்சி அறிமுகத்தின்போது சுட்டிக்காட்டினார் மாவட்ட ஆட்சியர். உண்மைதான் *17*-வது லோக்சபா தேர்தலில் வாக்குப் பதிவு *67%* மட்டுமே. நகரங்களில் வாழும் இளைஞர்கள் மடியின்றி ஊக்கமுடன்

வந்து வாக்களித்தால் இடுக்கண் வராமல் தடுக்கலாம். முதல் லோக்சபா தேர்தல் 6 மாத காலம் நடந்தது. அடுத்த *long duration Loksabha Election* எது தெரியுமா? தெரிந்து கொள்ளுங்கள்.

இந்த 18-வது மக்களவைத் தேர்தலில் *first time voters, senior citizens* என்று பல புள்ளிவிவரங்கள் பரிமாறப்பட்டன. இன்றைய இந்தியாவில் நூறு வயதைக் கடந்த வாக்களர்கள் மட்டும் 2 லட்சம் பேர் என அறிந்தபோது, மகிழ்ச்சியாக இருந்தது. அங்கே வந்திருந்தவர்களில் *eligiblity* வந்தும் இன்னும் *voter* ஆகப் பதிவு செய்யாதோர் எத்தனை பேர் எனக் கேட்டபோது, 20 பேர் கைதூக்கியது கொஞ்சம் வருத்தமாக இருந்தது. அவர்களை விழிப்படையச் செய்வது தான் இதுபோன்ற வினாடி வினாக்களின் நோக்கம்.

தேர்தல் குறித்தும் தேர்தல் அனுபவங்கள் குறித்தும் சீனியர் சிவில் சர்வன்ட்ஸ் உட்பட பலரும் எழுதிய தமிழ், ஆங்கில நூல்கள் பரிந்துரைக்கப்பட்டது. ஒரு வாரமாக அவ்வப்போது *Zoom*-ல் உரையாடி *Question Crafting*-ல் உதவிய விருதுநகர் ஆசிரியர் - அலுவலர் குழுவுக்கு நன்றி.

ஆடியன்ஸில் இருந்து சிறப்பாகப் பதிலளித்த 20 பேருக்குப் புத்தகப் பரிசும் வெற்றி பெற்ற அணிகளுக்குக் காசோலையில் பணப்பரிசும் அளிக்கப்பட்டது. எதிர்கால வாக்காளர்களான பள்ளி மாணவர்கள் பலரும் பங்கேற்றனர். *Proxy vote, Election Campaign* என்ற சொற்களுக்குத் தனித்தமிழ்ச் சொற்களை பங்கேற்ற அணிகள் பதிலி வாக்கு, தேர்தல் பரப்புரை என்று சரியாகச் சொன்னபோது அரங்கம் கரவொலியால் அதிர்ந்தது. பிரதிநிதி என்பதற்குத் தனித்தமிழ்ச் சொல் என்னவென்று உங்களுக்குத் தெரியுமா?

- வைகறை வாசகன், 31-03-24

103

பயிலரங்குக்கு 10 கட்டளைகள்

மே மாதம் பயிற்சிப் பட்டறைகள், பயிலரங்குகளுக்குக் குறைவில்லாத காலம். குழந்தைகள், மாணவர்கள், இளைஞர்கள், ஊழியர்கள், ஆசிரியர்கள், பெற்றோர்கள் என யாரும் பயிலரங்கிலிருந்து எளிதில் தப்பிவிட இயலாது. நானும் நண்பர்களின் நச்சரிப்பால் (நச்சுதல்-விரும்புதல், நச்சரிப்பு - விரும்பத்தால் தரப்படும் அன்பழைப்பு) ஓரிரு நிகழ்ச்சிக்கு ஒப்புக்கொண்டுள்ளேன். பத்துக் கட்டளை பகிர்வோம்.

1. கோடைக்கால பயிலரங்குகள் வருடாந்திர சடங்குகள் அல்ல. சலித்துப்போன முகங்கள், புளித்துப்போன கருத்துகள், தேய்ந்துபோன பயிற்றுநர்கள் பயிலரங்கை ஓய்ந்துபோனதாக ஆக்கிவிடக்கூடும். ஓராண்டு வந்த முகங்கள் அடுத்த பத்து ஆண்டுகளுக்கு தலைகாட்டக்கூடாது.

2. தலைமை விருந்தினர்கள் / பயிற்றுநர்கள் புதியனவற்றைப் பார்த்து, கேட்டுப் படித்து வந்து பகிரவேண்டும். அவர்கள்

இற்றைப்படுத்தப்பட்ட (updated) புத்தனுபவங்களைப் பெற்றுவந்து பகிர்பவர்களாக இருக்க வேண்டும்.

3. ஆசிரியர்கள், ஊழியர்கள், மாணவர்கள் இவர்களுக்கென ஊக்கப் பயிற்சிக்குக் கருப்பொருள் தரும் பன்னாட்டு நூலாசிரியர் குழாம் வேறு; வேறு எனும் உண்மை உணர்க.

4. பிரபல நூலாசிரியர்களான Parker Palmer, Todd Whitakar, Rafe Esquith போன்றோர் எழுதிய நூல்கள் குழந்தைகளை ஊக்கப்படுத்தும் ஆசிரியர்களுக்கு உதவுபவை. அதிலும் Eric Jensen என்பவருடைய நூல் அரசுப் பள்ளி ஆசிரியர்களுக்கு அதிகம் பயன்படும் என்று சொன்னார் ஐரோப்பிய நண்பர் ஒருவர்.

5. ஊழியர்களுக்கு ஊக்கப் பயிற்சியோடு திறன் பயிற்சியும் தேவையெனில் Daniel Pink, Angela Duckworth மற்றும் நாம் நன்கறிந்த Stephen Covey, Dale Carnegie, Daniel Goleman போன்றோர் எழுதிய நூல்கள் பயன்படும்.

6. Carl Newport எழுதிய How to become a straight student மாணவர்களுக்கும் பெற்றோர்களுக்கும் பயன்படும். Helicopter Parenting-ல் நம்பிக்கை கொண்டவர்கள் John Medina வின் 'Brain Rules for Babies' மற்றும் Thomas Phelan எழுதிய 1-2-3 Magic (2 முதல் 12 வயது குழந்தைகளிடம் பொறுப்புணர்வை வளர்க்க வழிகாட்டும் நூல்) ஆகியவற்றை முயற்சி செய்க.

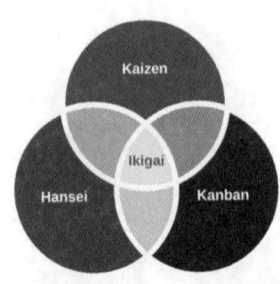

7. சுய முன்னேற்றத்துக்கான ஜப்பானிய 6 வழிகாட்டு நெறிகளான Kaizen (நாள்தோறும் நல்வளர்ச்சி), Ikigai (இருப்புக்கான காரணம்), Kintsagi (உடைந்ததை ஒழுங்குசெய்தல்), Wabi-Sabi (குறைமறையாமை), Shuhari (அடங்கி அத்துமீறல்), Shinrin (வனக்குளியல்) ஆகியவற்றை ஆழக்கற்று அறிமுகப்படுத்துங்கள்.

8. உலக அறிவெல்லாம் சுட்டிக்காட்டிவிட்டு உலகப் பொதுமுறையைச் சுட்டாமல் விடலாமா? ஏக்கற்றல் எனும் கோட்பாடு. உடையார்முன் இல்லார்போல் எனும் குறளில் வரும் ஏக்கற்றார் எனும் சொல்லுக்குப் பொருள் பணிவுடன் கற்பவர் என்பதல்ல.. ஏக்கத்துடன் (ஆர்வத்துடன்) கற்பவர் என்கிறார் வ.சுப.மாணிக்கனார். அதுவும் கடன் கிடைக்குமா? என்று ஏங்கி நிற்பவன் போன்ற ஏக்கம்... அந்த ஏக்கம் பயில்வோரிடமிருந்தால் எந்தப் பயிற்சியும் வெற்றிதான்.

9. பயிற்சியின் பொருண்மையும் காலவரையறையும் பொருந்தி வரவேண்டும். Avoid tight schedule. குறள் முழுதும் கற்பிப்பதற்கு நாளொன்றுக்கு ஒதுக்கும் நேரத்தைப் பொருத்து 2 வாரத்திலும் கற்பிக்கலாம்; 2 மாதத்திலும் கற்பிக்கலாம். இரண்டே வாரத்தில் திணிப்பதை விட ஒரு காலாண்டுக்கு இரு வாரம் வீதம் ஓராண்டு கற்பித்தல் சிறப்பான பலன் தரும்.

10. பயிலரங்குகள்- மலை பிரசங்கங்களாக மாறாமல், படவுரைகளால் நிரம்பி படுத்துறங்கத் தூண்டக்கூடியனவாக இல்லாமல் Pre session activities, interactive sessions, individual interactions, variety of refreshments, post session activities, recreations, good accommodations, good food, sight seeings, feedbacks from all stakeholders என முழுமையாக அமைய வேண்டும்.

சொல்லுதல் யார்க்கும் எளிய... கோடைக்கால பயிலரங்குகள் சிறக்க வாழ்த்துகள்.

- வைகறை வாசகன், 28.04.2024

104

பொன்மாலைப் பொழுது-125

அண்ணா நூற்றாண்டு நூலகத்தில் 04.05.2024 அன்று 'பொன்மாலைப் பொழுது' 125-வது நிகழ்வு. மேனாள் உயர்நீதிமன்ற நீதிபதியும் மொழிபெயர்ப்பாளருமான திருமிகு பிரபா ஸ்ரீதேவன் அவர்கள் பங்கேற்றார். நேர்காணலும் வாசகர்களுடனான உரையாடலுமாகச் சிறப்பாக இருந்தது நிகழ்ச்சி.

வழக்கு ஒன்றில் 'Female descendants' என்ற சொல்லை அவர் உய்த்துணர்ந்து (interpretation) வழங்கிய தீர்ப்பை, மேல் முறையீட்டில் உச்ச நீதிமன்றமும் வழிமொழிந்த அனுபவம் பகிர்ந்தார். Economic Value of Home Maker குறித்து அவர் வழங்கிய முன்னுதாரணத் தீர்ப்பு குறித்து எடுத்துரைத்தார். வெளியே பணிக்குச் செல்வதில் ஆண்-பெண் சமத்துவம் வந்துவிட்டது. வீட்டு வேலையைப் பகிர்வதில் அத்தகைய சமத்துவம் எப்போது வரும் என வினா எழுப்பினார்.

நீதித் துறையின் மீது சமீப காலமாக நம்பிக்கை குறைந்து வருகிறதா? என்ற கேள்விக்கு அளித்த பதிலில், இப்போதல்ல.. 1950களிலேயே அவ்வாறு குரல் எழுந்தது என்பதைச் சரியாக எடுத்துக்காட்டி - எல்லாத் துறைகளையும் போலவே நீதித் துறையும் - அங்கும் நாம்தான் இருக்கிறோம், நம்மிடமுள்ள

நற்குணங்களும் கசடுகளும் அங்கும் தென்படும் – உண்மையில் மக்கள் நீதித் துறையில் நம்பிக்கை இழந்துவருவார்கள் எனில் வழக்குகள் எண்ணிக்கை குறைந்து கொண்டல்லவா வரவேண்டும்.. ஆனால், கூடிக்கொண்டே வருகிறதே என்றதோடு, நல்லவர்கள் எப்போதும் நம்பிக்கை இழக்காமல் இருப்பதே நாட்டுக்கு நல்லது என்றார். தான் வழங்கிய தீர்ப்புகளை, சான்றுகளை ஆராய்ந்து மனசாட்சிப்படி வழங்கியதாகவும், மேல் முறையீட்டில் வேறு விதமாக தீர்ப்பு வந்தால் அதுபற்றி தான் கவலை கொண்டதில்லை என்றும் தெரிவித்ததோடு, உச்ச நீதிமன்ற தீர்ப்பே இறுதியானது எனக்கொள்ளக் காரணம் அதுவே சரியானது என்பதால் அல்ல அதற்கு மேல் வேறு நீதிமன்றம் இல்லை என்பதால்தான் என்றவர், உச்ச நீதிமன்றத்திலும் ஒரு நீதிபதி அளித்த தீர்ப்பை மேல் முறையீட்டு ஆயங்கள் (*Benches*) மாற்றி வழங்கி இருப்பதை எடுத்துக்காட்டினார்.

மொழிபெயர்ப்பாளராகத் தனது அனுபவங்களையும் விரிவாகப் பேசினார். இலக்கிய மொழிபெயர்ப்பில் தமிழ்நாடு பாடநூல் கழகம் வழியாக தமிழ்நாடு அரசு ஆற்றி வரும் பணி குறித்துப் பாராட்டி மகிழ்ச்சி தெரிவித்தார். உ.வே.சா, இமையம், தோப்பில் முகமது மீரான், எஸ்.ரா, ஆர்.சூடாமணி போன்றோரின் நூல்களை, தான் மொழிபெயர்க்கும் தருணங்களில் பெற்ற மகிழ்ச்சி, கதைத் தலைப்புகள், கதாபாத்திரத்தின் வயது, உணர்வு ஆகியவற்றை மொழியாக்கம் செய்வதில் உள்ள சவால்களை மிக மிக நயமாகவும் பொருத்தமான எடுத்துக்காட்டுகளுடனும்

வாசகர்கள் உணரும்படி விளக்கினார். தொடக்கத்தில் தான் ஓரிரு கதைகள் எழுதி பிரசுரமானதாகவும், பின்னர் நீதித் துறையில் கட்சிக்காரர்களின் கதைகளைக் கேட்கத் தொடங்கிய பின்னர் தான் கதை எழுதுவதை நிறுத்தி விட்டதாகவும் நகைச்சுவையுடன் குறிப்பிட்டார்.

தனிப்பட்ட முறையிலும் அவருடன் சிறிது நேரம் உரையாடினேன். நிகழ்ச்சி முழுமையும் நான் அமர்ந்து கேட்டதற்கு மகிழ்ச்சி தெரிவித்தார். நான் கால்நடை மருத்துவத் துறை என்பதால், தான் வளர்த்த செல்லப் பிராணி பற்றிய அனுபவத்தைப் பகிர்ந்தார். பிரிவுத்துயரைத் தவிர்க்க இயலாததால் தான் செல்லப் பிராணி வளர்ப்பதையே நிறுத்திவிட்டதாகத் தெரிவித்தார். கால்நடை மருத்துவர்கள் பெரும்பாலும் செல்லப் பிராணிகள் வளர்ப்பதில்லை என்றும் அதற்கான காரணத்தையும் நான் கூறியபோது "It is really interesting" என்று வியப்பு பொங்க கேட்டவர், கிளம்பும்போதும், அத்தகவலை மீண்டும் நினைவுகூர்ந்தார். தற்போது மொழிபெயர்த்து வரும் இரண்டு நூல்கள் பற்றிய விரிவான பல தகவல்களைத் தனி உரையாடலில் என்னிடம் பகிர்ந்தவர், அரங்கில் அதே கேள்விக்கான பதிலை மிகச் சுருக்கமாகச் சொல்லி, அதன் விவரங்கள் அவருக்குத் தெரியும் என்று என்னை நோக்கி கைகாட்டி முடித்துக் கொண்டது அம்மையாரின் அவையறிதல் திறனுக்கோர் அடையாளம். கடைக்கொட்க செய்தக்கது... எனும் குறள், என் நினைவுக்கு வந்தது. (இது அவையறிதல் அதிகாரத்தில் வரும் குறள் அல்ல).

அண்ணா நூற்றாண்டு நூலக தலைமை நூலகர் திருமிகு காமாட்சி அவர்களும் ஓவியர் வள்ளிநாயகம் அவர்களும் செந்தமிழ் சிற்பிகள் அரங்கத்தைச் சுற்றிக்காட்டியபோது அங்கிருந்த தமிழறிஞர்கள் மற்றும் படைப்பாளிகளுடனானத் தன் அனுபவங்களைப் பகிர்ந்தார்.

மறக்க முடியாத நல்ல நிகழ்வு. முழு நிகழ்வையும் ACL YouTube சேனலில் காண்க.

'பணியுமாம் என்றும் பெருமை' என்பதற்கு நல்ல உதாரணம் நீதியரசர் பிரபா ஸ்ரீதேவன் அம்மையார்.

- வைகறை வாசகன், 05.05.2024

105

தமிழும் தமிழ்சார்ந்த இடங்களும்

யு எஸ் ஏ (USA) -விலிருந்து வெளிவரும் 'தென்றல்' என்ற இதழிலும் அதன் இணையதளமான www.tamilonline.com-லும் 2021-ம் ஆண்டு ஜூலை மாதம் எனது விரிவான நேர்காணல் வெளியானது. எனது இருபதாண்டு தமிழ் கற்றல், கற்பித்தல் அனுபவங்கள் குறித்து வெளியான ஒரே முழு முதல் நேர்காணல் அது. அதற்கு முன்பும் பின்பும் விகடன், The Hindu, Indian Express, Times of India, தினமணி, இந்து தமிழ்த்திசை, உங்கள் நூலகம், All About Book Publishing போன்ற பல்வேறு இதழ்களில் வெளியான பல்வேறு கட்டுரைகளில் / செய்திக் கட்டுரைகளில் கட்டுரைத் தலைப்பை ஒட்டி கேட்கப்பட்ட ஓரிரு கேள்விகளுக்கு அதிகபட்சம் நாலைந்து கேள்விகளுக்கு சுருக்கமாகப் பதிலளித்துள்ளேன்.

தமிழ் மற்றும் தமிழ் சார்ந்த இடங்களில் நான் பணியாற்றக் கிடைத்த விரிவான வாய்ப்புகளை *www.tamilonline.com* தான் தனது நேர்காணலில் சிறப்பாக ஆவணப்படுத்தி யிருந்தது. நிறுவனம் சார்ந்த நேர்காணலாக இல்லாமல் ஆளுமை குறித்த நேர்காணல் அது. அந்த நேர்காணல் கொரோனா கால பயத்தில் ஆவணப்படுத்தும் ஆர்வத்தில் தந்தது. இன்றும் சங்கர சரவணன் என்று தமிழில் எனது பெயரை இட்டு கூகுள்

தேடுபொறியில் தேடுவோர்க்கு முதலில் சிக்குவது இந்த நேர்காணல்தான் என்பதால் நேர்கண்ட நண்பர் அரவிந்த் சாமிநாதனுக்கும் அவரை அறிமுகம் செய்வித்த நண்பர் அருட்பா சரவணனுக்கும் நன்றி சொல்ல வேண்டும்.

அந்த நேர்காணலில் ஐ.ஏ.எஸ் தேர்வில் வெற்றிபெற்ற எனது மாணவர்களான ஆனந்த குமார், ஜெயசீலன், மதுபாலன் ஆகியோரோடு நான் இருக்கும் புகைப்படம் வெளியாகி இருந்தது. ஐ.ஏ.எஸ் தேர்வில் வெற்றிபெற்ற எனது மாணவிகள் சண்முகப்பிரியா, அலர்மேல் மங்கை போன்றவர்கள் குறித்து நான் அந்த நேர்காணலில் பேசியிருந்தாலும் அவர்களோடு நான் இருக்கும் புகைப்படம் ஏதுமில்லை. ஆனால், 'அறம்' படத்துக்கு விகடன் விருதளித்த விழாவில் நயன்தாரா அவர்களோடு நான் உரையாடும் படம் இருந்தது. இதைக் கூர்ந்து கவனித்த என் மாணவி ஒருவர், நிழல் பெண் கலெக்டர் இங்கே! நிஜ பெண் கலெக்டர்கள் எங்கே எனக் கேட்டிருந்தார்.

சண்முகப்பரியா 2010-ல் ஐ.ஏ.எஸ் தேர்வில் வெற்றி பெற்றவர். தற்போது ஐ.ஏ.எஸ் அதிகாரிகளுக்குப் பயிற்சி அளித்து வருவதும் 'லபாஸ்னா' என்ற சுருக்கப் பெயரில்

அழைக்கப்படுவதுமான லால் பகதூர் சாஸ்திரி நேஷனல் அகாடமியில் துணை இயக்குநராக உள்ளார். கடந்த சனிக்கிழமை தமிழ்நாடு பாடநூல் கழகம் வந்து லபாஸ்னா நூலகத்தில் பாடநூல் கழக வெளியீடுகள், குடிமைப் பணியாளர்கள் Vs Principle of anonymity, ஐ.ஏ.எஸ் தேர்வில் தமிழ்நாட்டின் தற்போதைய தேர்ச்சி நிலை, பிற மாநிலங்களில் அரசு நூலகங்கள், சென்னை பன்னாட்டுப் புத்தகத் திருவிழா, Frankfurt, Bologna புத்தகத் திருவிழாக்களில் பங்கேற்ற என் அனுபவங்கள், Teaching Tamil to Non native Speakers என பல விஷயங்கள் குறித்து சுமார் ஒரு மணி நேரத்துக்கு மேல் உரையாடிவிட்டுக் கிளம்பினார்.

நானும் கிளம்பவேண்டியிருந்ததால் போர்டிகோ வரை சென்று அவரை வழியனுப்பும் தருணத்தில் எனது மாணவிகளோடு நான் புகைப்படம் எடுக்காதது குறித்து எழுப்பப்பட்ட வரலாற்று முக்கியத்துவம் வாய்ந்த கேள்வி நினைவுக்கு வர, அவசர அவசரமாக சண்முகப்ரியாவோடு ஒரு புகைப்படம் எடுத்துக்கொண்டேன். அவர் வெற்றி யடைந்து, என் வகுப்புகள் குறித்து random thoughts எனும் தனது வலைப்பூவில் எழுதி, 14 ஆண்டுகளுக்குப் பின் எடுக்கப்பட்ட படம் இது. நான் 2009, 2010 ஆண்டுகளில் SMS வாயிலாக நடத்திய TTQ எனும் Think Tank Quizகள் பலவற்றில் பங்கேற்று, விரைவாக விடையளித்து வெற்றிபெற்றவர் சண்முகப்ரியா என்பதும் குறிப்பிடத்தக்கது.

- வைகறை வாசகன், 15.05.2024

106

கல்லூரிக் கனவு - 2024

2021-ம் ஆண்டு முதல் ப்ளஸ் டூ தேர்வு முடிவுகள் வந்தவுடன் மாவட்டம்தோறும் கல்லூரிக் கனவு எனும் நிகழ்வைத் தமிழ்நாடு அரசு நடத்திவருகிறது.

தமிழ்நாடு பள்ளிக்கல்வித் துறை, தமிழ்நாடு திறன் மேம்பாட்டுக் கழகம் ஆகியவை மாவட்ட நிர்வாகத்தோடு இணைந்து இந்த நிகழ்ச்சியை நடத்துகின்றன. இதற்கான கையேடு ஒன்றையும் ஆண்டுதோறும் பாடநூல் கழகம் தயாரித்து வழங்குகிறது.

செங்கல்பட்டு மாவட்டத்தில் நடைபெற்ற 'கல்லூரிக் கனவு -2024' நிகழ்வில் சில நாட்களுக்கு முன் பங்கேற்றேன். மாவட்ட ஆட்சியர், கோ-ஆப்டெக்ஸ் மேலாண்மை இயக்குநரும் அன்புத் தம்பியுமான டாக்டர் ஆனந்த குமார் ஐஏஎஸ், கல்வியாளர் திரு. நெடுஞ்செழியன் உள்ளிட்ட வேறு பல வல்லுநர்களுடன் நான் பங்கேற்ற நிகழ்வு இது.

'A expert is one who knows more and more about less and less' என்று ஆங்கிலத்திலுள்ள பொன்மொழியைச் சுட்டிக்காட்டி துறை வல்லுநர்கள்தான் அவர்களது துறையின் ஆழ, அகலங்களை நன்கு அறிந்தவர்கள் என்பதால் அவர்களின் வழிகாட்டல் அவசியம் என்று எடுத்துரைத்தேன்.

போட்டித் தேர்வுகளில் வெல்வது எப்படி என்பது குறித்து ஆனந்த குமார் வழிகாட்டினார். ஆனந்த குமார் வழக்கம் போல் 'சாகும்போதும் தமிழ் படித்துச் சாகவேண்டும்...' எனத் தொடங்கும் ஈழத்துக் கவிதையை (பண்டிதர் சச்சிதானந்தன் அவர்களின் கவிதை) கூறி உரையைத் தொடங்கியபோது மாணவ-மாணவியரின் கரவொலியால் அரங்கம் அதிர்ந்தது. அரசுப் பள்ளி மாணவர்களின் ஆழ்ந்த தமிழுணர்வைப் புரிந்துகொள்ள முடிந்தது.

கல்வியாளர் நெடுஞ்செழியன் பல்வேறு விதமான படிப்புகள், அவற்றைப் படித்து வென்ற சாதனையாளர்கள் பலர் குறித்த ஊக்கமூட்டும் பலதரப்பட்ட செய்திகளைச் சொன்னார். பிளஸ் டூ முடித்தவர்களுக்கு 90 விதமான நுழைவுத் தேர்வுகளை எழுத வாய்ப்பிருப்பதைச் சொன்னார். மேலும் அவர் world's biggest teacher என்று அறிமுகப்படுத்திய ஹார்வேர்டு பல்கலைக்கழக கணினி அறிவியல் ஆசிரியர் டேவிட் மேலன் (David Malan) குறித்து நீங்கள் அவசியம் யூடியூப் வாயிலாக அறிந்துகொள்ள வேண்டும்.

- வைகறை வாசகன், 21.05.2024

107

செம்மொழிச் சிற்பிகள் - என்னுரை

செம்மொழிச் சிற்பிகள் குறித்து அண்ணா நூற்றாண்டு நூலகத்தில் 'பொன்மாலைப் பொழுது' நிகழ்வில் கடந்த சனிக்கிழமை உரையாற்றினேன். 126-வது நிகழ்வு. ஆறாண்டுகளாக நடந்துவரும் தொடர் நிகழ்வு இது.

செம்மொழிச் சிற்பிகள் அரங்கில் ஓவியங்களாலும், குறிப்புகளாலும் பெருமைப்படுத்தப்பட்டுள்ள 180 ஆளுமைகளில் பாடநூல்கள், பாடநூல் கழக பிற வெளியீடுகள் ஆகியவற்றில் இடம்பெற்ற சுமார் 50 தமிழ் ஆளுமைகளை 2k kidsக்கு அறிமுகம் செய்யும் வண்ணம் அவர்கள் குறித்த சுவையான தகவல்கள், சம்பவங்கள் கூறி உரையாற்றினேன். விளம்பரத் தட்டியில் ஏன் வெறும் 20 பேர் என்பதற்கான வேடிக்கையான விளக்கம் என் உரையில் உண்டு.

நேரில் நிகழ்ச்சிக்கு வந்து கேள்வி கேட்ட மாணவ -மாணவிகளுக்கு நன்றி. Youtube-ல் கேட்டுவிட்டு நடிகர் சிவகுமார் அண்ணன், இயக்குர் ஞானராஜசேகரன் சார், பேராசிரியை இன்சுவை மேடம் உள்ளிட்ட பலரிடமிருந்து பாராட்டும் வாழ்த்தும் கிடைத்தது. சூடாமணி கதைகளைக்

கொண்டு அவர் இயக்கிய ஐந்து உணர்வுகள் படம் பற்றி குறிப்பிட்டுப் பேசியதற்கு நன்றி சொன்னார்.

தற்போதுள்ள பள்ளி தமிழ்ப் பாடநூல்களில் பாரதியின் 'காற்று' புதுக்கவிதை, இதழாளர் பாரதி எனும் கட்டுரைப் பரலி சு.நெல்லையப்பருக்கு பாரதி எழுதிய கடிதம் போன்றவை உண்டு. வ.ரா எழுதிய மகாகவி பாரதியார், தொ.மு.சி எழுதிய 'பாரதி காலமும் கருத்தும்' உள்ளிட்ட பல நூல்களை பாடநூல் கழகம் வெளியிட்டுள்ளது. உ.வே.சா கட்டுரைகள், பாரதிக்குப் பின் தமிழ் உரைநடை, அண்ணா குறித்த *A grand Tamil Dream*, கலைஞரின் குறளோவியம், இமையத்தின் 'நான் இப்போது உயிரோடு இருக்கிறேன்', தி.ஜா-வின் செம்பருத்தி, கி.ரா. தொகுத்த கரிசல் கதைகள், எஸ்,ரா-வின் கதாவிலாசம், நா.பா-வின் குறிஞ்சி மலர் போன்ற 50-க்கும் மேற்பட்ட நூல்கள் ஆங்கிலத்தில் பாடநூல் கழகத்தால் கொண்டுவரப்பட்டுள்ளன.

மேலும், பள்ளிப்பாட நூல்களில் தமிழ் அறிஞர்கள் குறித்த பாடங்களும், பாரதிதாசன், சுரதா, பட்டுக்கோட்டை

" பொன்மாலைப் பொழுது - நிகழ்வு 126 "

கல்யாண சுந்தரம், கண்ணதாசன், அப்துல் ரகுமான், ஈரோடு தமிழன்பன், மேத்தா, வைரமுத்து, நா.முத்துக்குமார் படைப்புகள் உண்டு. புதுமைப்பித்தன், சி.சு.செல்லப்பா, பிரமிள், ஜெயகாந்தன், கி.ரா, பிரபஞ்சன், சுந்தர ராமசாமி, ஜெயமோகன் உள்ளிட்ட பலரின் படைப்புகளும் உண்டு.

ராஜம் கிருஷ்ணன், சூடாமணி, அம்பை படைப்புகள் குறித்தும் பேசினேன். பாடநூல் கழகத்தின் மொழி பெயர்ப்புகள், சென்னை பன்னாட்டுப் புத்தகத் திருவிழா வாயிலாக 200-க்கும் மேற்பட்ட தமிழ்ப் படைப்புகளை உலக மொழிகளுக்கு எடுத்துச்செல்ல மானியம் வழங்கப்பட்டுள்ளது. இவை குறித்து விரிவாக அறிய விழைவோர் யூடியூப்பில் பொன்மாலைப் பொழுது-126 எனும் குறிசொல் கொண்டு தேடி என் உரையைக் கேட்கலாம்.

உரை நிகழ்த்தி 3 நாள் முடிந்த நிலையில் 800-க்கும் மேற்பட்டோர் பார்த்துள்ளனர். "பரவாயில்லை uncle.. Fair number of views" என்கிறார் பக்கத்து வீட்டில் வசிக்கும் பத்து வயது சிறுமி.

– வைகறை வாசகன், 22.05.2024

108

முதல் பகல் முதல் பணக்கடல் வரை

UPSC / *TNPSC போட்டித் தேர்வு ஆர்வலர்களுக்கு வழிகாட்டும் வகையில் விகடன் நிறுவனம் கோவையில் நடத்திய நிகழ்ச்சி ஒன்றில் பங்கேற்கச் சென்றிருந்தேன். நிகழ்ச்சி அரைநாள் என்பதால் பிற்பகலில் விஜயா பதிப்பகம், பின் எழுத்தாளர் நாஞ்சில் நாடன், அடுத்து நான் ஒன்பதாம் வகுப்பு படித்த காலத்திலேயே தனது துப்பறியும் நாவல்களால் எனது வாசிப்பின் வாசல்களை திறந்துவிட்ட எழுத்தாளர் ராஜேஷ்குமார் ஆகியோரை சந்திக்க எண்ணினேன்.*

விஜயா பதிப்பகம் வேலாயுதம் அண்ணாச்சி மதுரைக்கும் நாஞ்சில் நாடன் அவர்கள் ஈரோடுக்கும் சென்றுவிட்டதாக தகவல் கிடைத்தது. இதனால், எழுத்தாளர் ராஜேஷ் குமார் அவர்களோடு இரண்டு மணி நேரம் செலவு செய்தேன். Nice Nostalgic Memories. நான் ராஜேஷ்குமார் நாவல்களைப் படிக்கத் தொடங்கியது ஒன்பதாம் வகுப்பு காலாண்டு விடுமுறையில் (1989). நான் படித்த அவரது முதல்

நாவல், 'முடிந்தால் உயிரோடு'. கதை இன்றும் பசுமையாக நினைவிருக்கிறது.

1968 முதல் எழுதி வருகிறார். 56 ஆண்டுகளில் 1,500 நாவல்கள். இப்போதும் இணையத்தில் அவருக்கு 30 லட்சம் வாசகர்கள். E-book, Audio book என்று கலக்கி வருகிறார். கைப்பட அடித்தல் திருத்தல் இன்றி முத்து முத்தான கையெழுத்தில் எழுதுகிறார். எழுபத்தைந்து வயதிலும் சிறிதும் கைநடுக்கமின்றி அவர் எழுதிவரும் 'பணக்கடல்' எனும் நாவலின் கையெழுத்துப் பிரதியைக் காட்டினார். ராஜேஷ்குமார் அவர்களின் பள்ளிப் பருவத்தில் விவேகானந்தர் இல்லத்தில் இலவச மின்சாரம் தந்து, இலவச டியூஷனும் வழங்கி இருக்கிறார்கள். அதற்கான நன்றிக்கடன் - விவேக் எனும் பெயரில் அவர் உருவாக்கிய துப்பறியும் பாத்திரம். 1981-ல் 'தாய்' வார இதழில் 'உலராத ரத்தம்' எனும் தொடர்கதையில் விவேக் அறிமுகம். தொடக்கத்தில் அந்தக் கதாபாத்திரத்துக்கு விவேகானந்தன் என்று பெயர் சூட்டி, பெயர் விரிவாக இருப்பதை உணர்ந்து, அச்சுக்கு அனுப்பும் முன், பெயரை விவேக் என்று சுருக்கி இருக்கிறார். கலைமாமணி விருது உட்பட பல விருதுகள் பெற்றுள்ளார். மூன்று பேர் இவர் நாவல்களை ஆய்வு செய்து டாக்டர் பட்டம் பெற்றுள்ளனர். வாசகர் மீது மிகுந்த மரியாதை. ஐந்தாம் வகுப்பு படித்தவர்கள் முதல் ஐஐடி படித்தவர்கள் வரை பரந்திருக்கிறார்கள் இவரது வாசகர்கள்.

"உங்களுக்கு அதிக பெண் வாசகிகள் உண்டல்லவா? அதற்குக் காரணம் 'அஞ்சாதே அஞ்சு' போன்ற கதைகள்; இல்லையா?" என்றேன். அதைவிட முக்கியமானது 'முதல் பகல்' என்ற தொடர்கதை என்று குறிப்பிட்டு அந்தக் கதையைச் சொல்லத் தொடங்கினார்.

- வைகறை வாசகன், 26.05.2024

109

ஆயிரம் அஞ்சல் அட்டைகள்

தமிழ்நாடு அரசு சார்பாக ஃபிராங்க்பர்ட் புத்தகத் திருவிழாவுக்குச் சென்றபோது, அங்கே பல ஐரோப்பிய நாட்டு இலக்கிய முகவர்கள், உங்கள் ஊரில் துப்பறியும் கதைகள், பேய்க்கதைகள் போன்றவை இருக்கின்றனவா? அவை பற்றி சொல்ல முடியுமா? என்று கேட்டார்கள். ஆர்தர் கானன் டாயிலின் ஷெர்லாக் ஹோம்ஸ், அகதா கிறிஸ்டியின் ஹெர்குல் பாய்ரே (*Hercul Poirot*) ஆகிய கதாபாத்திரங்கள் இன்று உலகம் முழுவதும் பிரபலம்.

ராஜேஷ்குமார் (*Rajesh Kumar*) அவர்கள் முதற் பகல் கதையைச் சொல்லி முடித்தார். அந்தக் கதையின் கிளைமாக்ஸை மாற்றச்சொல்லி சுமார் ஆயிரம் வாசகிகளிடமிருந்து அந்தத் தொடர் வெளியான வார இதழுக்கு அஞ்சல் அட்டைகள் வந்ததையும் குறிப்பிட்டார். பெண்களை வர்ணிக்கும்போது கண், முகம், உடை, சிகை அலங்காரம் எனத் துளியும் ஆபாசமின்றி, எல்லை மீறாமல் எழுதியதும் தனக்குப் பெண் வாசகர்கள் பெருகக் காரணம் என்று தெரிவித்ததோடு, அதற்கு மூத்த எழுத்தாளர் லஷ்மி அவர்களின் வழிகாட்டலே காரணம் என நினைவுகூர்ந்தார்.

எங்கள் சந்திப்பு முடியும் நேரத்தில் வந்து சேர்ந்த என் மனைவியும் அவரது தோழியும் தங்கள் கல்லூரிக் காலத்தில் வாசித்த அவரது நாவல்கள் பற்றிய தங்கள் நினைவுகளைப் பகிர்ந்தனர்.

அவரது கதை 'நந்தினி 440 வோல்ட்' (Split personality - சுமார் 30 வருடங்களுக்கு முன் எழுதப்பட்டது), 'இந்துஜா -2000' (இந்தியா-ஜப்பான் கூட்டுத்தயாரிப்பு கப்பல் பற்றியது) என் அறிவியல் ஆர்வத்தைத் தூண்டியவை என்றேன். ஸ்காட்லாண்ட்யார்டு போலீஸோடு இணைந்து ஒரு கதையில் விவேக் துப்பறிந்தபோதுதான் எனது பள்ளிப் பருவத்தில் ஸ்காட்லாண்ட்யார்டு அறிமுகமானது. கதைகளுக்குப் பெயர் சூட்டும் விதத்தில் அவரின் தமிழறிவும் எழுத்து விளையாட்டும் கவனிக்கத்தக்கது. சில சான்றுகள் - 'கற்றது டைமண்ட் களவு', 'கொலை வள்ளல்', 'நாலும் தெரிந்து கொல்', 'மாண்டவன் கட்டளை', 'ஹலோ, டெட் மார்னிங்...'

கிரைம் கதை என்றால் என்ன மலிவா? இதிகாசங்கள், காப்பியங்களில் இல்லாத கிரைமா? எனத் தொடங்கினார்... திரௌபதி துகிலுரியப்படுதல் (பாலியல் வன்முறை), சகுனி (பெரிய வில்லன்), மகாபாரதத்தில் சூதாட்டம், ராவணன் சீதையைக் கவர்ந்து சென்றது (first woman kidnapping), சிலம்பில்

வழக்காடும் காட்சி (Court seen) இப்படிப் பல சொல்லலாம் என்றார். அவற்றைப் புனிதம் எனக் கொண்டாடுகிறோம். நேர்மை வெல்லும் என்ற கருத்தையும் இன்னும் பல அறிவியல், சமூகச் செய்திகளையும் குறைந்தபட்சக் கல்வி அறிவு உடையவர்களுக்கும், வாசிப்பின் தொடக்க நிலையில் இருப்பவருக்கும் கொண்டு சேர்க்கும் கிரைம் எழுத்தாளர்களை, Professional Jealousy (தொழில் பொறாமை) காரணங்களால் சிலர் மதிப்பதில்லை என்றார். நல்ல தருக்கமுள்ள வாதம்.

கொரோனா காலத்தில் ஒரு செயலி, 20 தமிழ் எழுத்தாளர்களின் கதைகளை வாங்கி வெளியிட ஒரே மாதத்தில் ஒரு லட்சம் வாசகர்கள் இவர் கதையைப் படித்துவிட வெறும் ஏழாயிரம் பேர்களால் மட்டுமே படிக்கப்பட்ட நவீன எழுத்தாளர் ஒருவர் அந்த செயலி நிறுவனத்தோடு சண்டைக்குப் போய்விட்ட நிகழ்வைச் சொன்னார்.

இன்னும் நிறைய சொன்னார். நேரம் கிடைக்கும்போது பகிர்கிறேன்.

— *வைகறை வாசகன், 27.05.2024*

110

நான் சந்தித்த ஒரே விமர்சகர் - இந்திரன்

தமிழ் இலக்கிய ஆர்வலன் என்ற அடிப்படையில் தமிழ் இலக்கிய விமர்சகர்கள் என்று பலராலும் பரிந்துரைக்கப்பட்ட ரசிகமணி டி.கே.சி, கா.நா.சு, சி.சு. செல்லப்பா, சுந்தர ராமசாமி, வெங்கட் சாமிநாதன், தி.க.சி, வல்லிக்கண்ணன் எனப் பல விமர்சகர்களின் நூல்களை வாசித்துள்ளேன். அவர்கள் அங்கதத்தோடு அல்லது அறிவுஜீவித்தனம் என்ற அடிப்படையில் அல்லது தாங்கள் நம்பிய அரசியல் சித்தாந்தப் பார்வையில் முன் வைத்த பல கருத்துகளை, தகவல்களை, சுவையான வாக்கியங்களை ரசித்துள்ளேன். தமிழ் இலக்கிய மாணவர்களுக்குப் பயன்படும் வகையில் எனது வகுப்புகளில் அவர்களது வாக்கியங்களை மேற்கோள் காட்டியும் உள்ளேன். ஆனால், அவர்கள் யாரையும் நான் நேரில் சந்தித்ததில்லை. அவர்களைக் காகிதத்தில் மட்டுமே காண, காலம் என்னை அனுமதித்தது.

நான் சந்தித்த ஒரே கலை இலக்கிய விமர்சகர் இந்திரன். அவரை நான் இரண்டு முறை சந்தித்துள்ளேன். பாடநூல் கழகத்தில் ஒருமுறை, பாலகிருஷ்ணன் சார் நூல் வெளியீட்டு விழாவில் ஒருமுறை. இனியும் சந்திப்பேன்.

அவரின் தனித்தன்மைகள் பல. இலக்கியம் மட்டுமின்றிச் சிற்பம், ஓவியம் போன்றவற்றையும் விமர்சிக்கும் பரந்துபட்ட பார்வை, ஆழமாகப் பல ஆங்கில நூல்களை வாசித்து இருந்தாலும் வாசிப்பாணவம் (வித்யாகர்வம்) துளியுமில்லா எளிவந்த தன்மை, தமிழ் அழகியல் குறித்த தனித்த நோக்கு, இலக்கியத்தில் ‘ஜனரஞ்சகம்’ என்பது நாலெழுத்துச்சொல் (*Four letter word*) என்று மூளைக் கொழுப்புகொண்ட சிலர் கட்டி எழுப்பியிருந்த கோட்டையைக் கட்டுடைத்த துணிவு என விவரித்துக்கொண்டே செல்லலாம்.

ஆப்பிரிக்க இலக்கியங்களைத் தமிழுக்குக் கொண்டுவந்தது, தமிழ் ஓவியர்களது ஓவியங்களை பிரான்ஸில் அறிமுகம் செய்தது, இளம் எழுத்தாளர்களைத் தொடர்ந்து ஊக்குவிப்பது, நேர்படப் பேசும் தனது உயிர்மை நேர்காணல் (2024) வாயிலாக சிறு பத்திரிகைகளின் சிறுமை குறித்துப் பேசியது என நீள்கின்றன அவரின் கலை இலக்கியச் செயல்பாடுகள்.

அவரைப் புரிந்துகொள்ள விழையும் இளம் வாசகர்கள் அவர் எழுதிய நூல்களை வாசிப்பதோடு ‘கடவுளுக்கு முன் பிறந்தவன்’ என்ற தலைப்பில் வெளியாகியுள்ள அவரைப் பற்றிய ஆவணப் படத்தையும் பார்க்க வேண்டியது அவசியம்.

– வைகறை வாசகன், *28.05.2024*

111

சிறுகதைச் சீமாட்டி மன்றோவின் மாட்சி

ஆலிஸ் மன்றோவுக்கு ஓர் இரங்கல் குறிப்பு எழுத நினைத்து, இருபதுக்கும் மேற்பட்ட நாட்கள் ஓடிவிட்டன. நான் வெளிநாட்டுப் படைப்பாளிகளைத் தேடித்தேடி வாசிப்பவனில்லை. ஆனால், நோபல் பரிசு போலப் பெரிய பரிசு யாராவது வாங்கிவிட்டால், மாணவர்கள் கேட்பார்களே என்று வாசிப்பேன். மன்றோவையும் அப்படித்தான் வாசித்தேன். அ.மு. *(Appadurai Muttulingam)* அவர்கள் மன்றோ அம்மையார் பற்றி எழுதிய நிறைய விஷயங்களில் நினைவில் நிற்பது.. தினசரி இரண்டு மூன்று நற்செயல்கள் செய்ய வேண்டும் என்று அந்த அம்மையார் சொன்னதாக எழுதிய கருத்து - புதியவருக்கு ஒரு ஹலோ, செடிக்குத் தண்ணீர் ஊற்றுதல் எக்ஸட்ரா.

Constant happiness is curiosity - என்பது மனதில் பதிந்த மன்றோ வாசகம். *I am a man of random curiosity* என்பதால் இருக்கலாம்.

கதை என்றால் என்ன என்பதைப் பற்றிப் பலர் பலவிதமாகச் சொல்லியிருக்கிறார்கள். மன்றோ சொன்னதை

மாணவர்களிடம் அடிக்கடிப் பகிர்வேன். மொழிபெயர்ப்பு செம்மையானதாக இருக்குமா என்று தெரியவில்லை. நினைவில் இருந்து எழுதுகிறேன்...மன்றோ சொல்கிறார்.. "கதை என்பது சாலையில் பின்தொடர்வதல்ல.. ஒரு வீட்டுக்குள் நுழைந்து தங்கி, உள்ளே அங்குமிங்கும் அலைந்து உள் அறைக்கும் தாழ்வாரத்துக்குமான தொடர்பைக் கண்டுணர்ந்து, வீட்டுக்குள் இருந்தபடியே வெளி உலகை ஜன்னல் வழியாகப் பார்ப்பது.." ஆஹா! என்ன அழகான வர்ணனை. சும்மாவா சொன்னார்கள்.. கனடாவின் செகாவ் என்று.

மன்றோ அம்மையார் எழுதிய ஒரு சில சிறுகதைகள் மொழிபெயர்ப்பில் வாசித்துள்ளேன். இப்போது நினைவில் இல்லை. கூகுள் செய்து எழுதி பம்மாத்து பண்ண விருப்ப மில்லை. தம்பி ஆனந்த குமார் அடிக்கடி அம்மையாரின் சிறுகதைகள் குறித்துச் சொல்லிக்கொண்டிருப்பான்.

ஐ.ஏ.எஸ் படிக்கும் மாணவர்களுக்குத் தமிழ் விருப்பப் பாடம் கற்பிக்கும் ஒரு கால்நடை விஞ்ஞானிக்கு அயல்நாட்டு சிறுகதை எழுத்தாளர் பற்றி இவ்வளவு நினைவிருக்கிறதே போதாதா?

நிலைக்கட்டும் தன் பெயர் விளங்கி ஒளிர நிறுத்தும் வண்ணம் எழுதிய கனடா சிறுகதை சீமாட்டி மன்றோவின் மாட்சி.

- வைகறை வாசகன், *05.06.2024*

112

யாரைப் பிடிக்காது?

சமீபத்தில் எனக்கு முகநூலில் தோழமையான *2k kid* ஒருவர், "சார்! உங்களுக்கு யாரைப் பிடிக்காது?" என்று புலனத்தில் கேள்வி அனுப்பியிருந்தார். எனக்குப் புரியவில்லை.

பின்னர், அவரே வினாவை விளக்கி அனுப்பினார். அது பின்வருமாறு:

"சார் உங்கள் முகநூல், இன்ஸ்டா பதிவுகளை வாசித்தேன்.. ஆலிஸ் மன்றோ, அ.முத்துலிங்கம், ராஜேஷ்குமார், கி.ரா, பிரபஞ்சன் - எனப் பல எழுத்தாளர்கள், பாலகிருஷ்ணன் சார், உதயச்சந்திரன் சார், இறையன்பு சார், ஸ்வரன்சிங் சார் எனப் பல மூத்த ஐ.ஏ.எஸ் அதிகாரிகள், டாக்டர் ஆனந்த குமார், டாக்டர் ஜெயசீலன், சண்முகப்பிரியா, மதுபாலன், பூ.கொ.சரவணன்- என உங்கள் சிஷ்ய பரம்பரை குடிமைப்பணி அதிகாரிகள், உங்களுக்கு நட்பான வேறு பல அதிகாரிகள், ஈரோடு தமிழன்பன், கவிப்பேரரசு வைரமுத்து,

நெல்லை ஜெயந்தா, யுகபாரதி- எனப் பல கவிஞர்கள், நடிகர் சிவகுமார், நயன்தாரா எனத் திரைக்கலைஞர்கள், மார்த்தா செல்பி, கிரிகரி ஜேம்ஸ், தாமஸ் ஹிட்டோஷி என அயல்நாட்டுத் தமிழ் அறிஞர்கள் எனப் பலரைப் பற்றியும் பாராட்டிப் பதிந்துள்ளீர்கள். ஒளிப்படங்களைப் பதிவேற்றியுள்ளீர்கள். அதனால்தான் கேட்கிறேன் உங்களுக்கு யாரைப் பிடிக்காது என்று?"

அவருக்கு நான் பதில் சொல்ல... தமிழுக்குக் 'கதி' இருவர் - அவர்கள் கம்பரும் திருவள்ளுவரும் என்பார்களே! அவர்கள் இருவரின் வாக்குகளை மேற்கோள் காட்டுகிறேன்.

'யாரோடும் போர்கொள்ளலன் என்ற பின் போரொடுங்கும் - புகழொடுங்காது' என்பது கம்பர் வாக்கு. குறளில் 'இகல்' என்ற தலைப்பில் ஓர் அதிகாரம் உண்டு. இகல் எனில் வெறுப்பு. அந்த அதிகாரத்தில் யார் மீதும் வெறுப்பு கொள்ளக்கூடாது என்பதை 10 குறட்பாக்களில் விளக்கியுள்ளார் வள்ளுவர். இவையே என் வழிகாட்டிகள்.

- *வைகறை வாசகன், 06.06.2024*

113

உதவும்போது வரும் துன்பம்

நேற்று என் குடும்ப நண்பர் டாக்டர் கௌரி சங்கர் வீட்டுக்குச் சென்றிருந்தேன். அவர் மனைவி கோவை மாவட்டத்தைச் சேர்ந்தவர்.

கடந்த ஆறுமாத காலமாக கௌரி ஒருவிதமான பதற்றத்தோடும் கவலையோடும் இருந்து வந்தார். மிக மிக நல்லமனம் கௌரிக்கு. ஒரு காரியத்தை எடுத்தால் அதை முடிக்கும் வரை அவர் மனதில் அதைப்பற்றிய சிந்தனையே ஓடிக்கொண்டிருக்கும் .

சுமார் ஆறு மாதங்களுக்கு முன்பு, தனது பள்ளித்தோழர் ஒருவரைத் தற்செயலாகச் சந்தித்தார் கௌரி. அவர் பெயர் குமார். குமார் ஒன்றிய அரசுப் பணியில் கடந்த இருபது வருடங்களாக வடமாநிலங்களில் பணியாற்றி வருகிறார். குமாருக்குச் சில ஆண்டுகளாக ஓர் உடல்நலப் பிரச்னை. அந்தப் பிரச்னை 'நோயல்லாத ஒரு நோய்'. அதற்கு உணவே மருந்து. வேறு சிகிச்சைகள் கிடையாது.

குமாரின் மனைவியோ சென்னையில் மாநில அரசில் பணிபுரிகிறார். எனவே, குமாரின் குடும்பம் சென்னையில் வசிக்கிறது. வழக்கமாக மூன்றாண்டுகளுக்கு ஒரு முறை பணிமாறுதல் உண்டு. கடந்த பல ஆண்டுகளாகப் பெருமுயற்சி செய்தும் குமாருக்கு, சென்னைக்குப் பணிமாறுதல் கிடைக்க வில்லை.

ஆறு மாதங்களுக்கு முன் தன் பள்ளித்தோழரின் நிலைகண்டு, பரிவுகொண்ட கௌரி களத்தில் குதித்தார். முயற்சி எனில் அப்படி ஒரு விடா முயற்சி. பல மாநிலங்களில் பணியாற்றும் தனக்குத் தெரிந்த உயரதிகாரிகள், தன் மனைவிக்குத் தெரிந்த உயரதிகாரிகள் வாயிலாக விடாத முயற்சி ஒருபக்கம், என்னதான் முயன்றாலும் விஷயம்

கைகூட வேண்டுமே என்ற அக்கறையில் இறைபக்தி மிக்கவரான கௌரி, மாங்காடு கோயிலுக்கு ஆறு வாரம், காளிகாம்பாள் கோயிலுக்கு ஒன்பது வாரம், யோக நரசிம்மர் வழிபாடு (Deputation & Transfer ஸ்பெசலிஸ்டாம்), வடபழனி முருகன் வழிபாடு என எதையும் விட்டுவைக்கவில்லை.

ஒரு கட்டத்தில் நண்பருக்குப் பணி மாறுதல் கிடைக்குமா? என்று கவலையின் உச்சத்துக்குச் சென்றுவிட்ட கௌரியிடம் அவரின் குடும்ப நண்பரான உயரதிகாரி ஒருவர் "Gowri, you have taken all the best possible efforts for your friend. So, don't worry" என்று ஆறுதல் சொல்லி தேற்றவேண்டி இருந்தது.

அனைவரது முயற்சியாலும் ஆறுமாதங்களுக்குப் பின் குமாருக்கு சென்னைக்குப் பணிமாறுதல் கிடைத்தது. நண்பரின் குடும்பத்தைவிட அதிகம் மகிழ்ந்தது கௌரியின் குடும்பம்.

நேற்று நான் போனபோது, இது தன் முயற்சி, உயரதிகாரிகளின் உதவி மற்றும் வழிபாட்டுக்குக் கிடைத்த வெற்றி என்று மகிழ்ச்சியில் இருந்தார் கௌரி. கௌரியின் இணையர் சொன்னார் "இப்பந்தாங்கண்ணா... இவங்க முகத்திலே சிரிப்பே வருது! ஓல்டு ஸ்கூல் friend-க்காக இந்தளவு இவங்க focussed ஆக try பண்ணி, கிட்டத்தட்ட depressionக்கே போய் மீண்டது... அப்பா, thank God" என்று.

கைம்மாறு வேண்டா கடப்பாடு, செய்யாமல் செய்த உதவி, பயன் தூக்கார் செய்த உதவி என இந்த உதவியைச் செய்த கௌரி மற்றும் உயரதிகாரிகளும் அவர்களுக்கு இணையாக வள்ளுவர் சொன்ன மழை, கடல், வானகம், வையகம் எல்லாம் என் நினைவில் வந்தன. ஒப்புரவினால் (உதவி செய்வதால்) வரும் துன்பம் எனில் அதை விலை கொடுத்து வாங்கினாலும் தவறில்லை என்று வள்ளுவர் எழுதி இருப்பதை சொன்னேன். அது எந்த குறள் சார்? என்று ஆர்வமான கேள்வி கௌரியிடமிருந்து வந்தது. 'அதுவா.. 220. வழக்கமா Four twentyன்னா என்னன்னு எல்லோருக்கும் தெரியும். ஆனால், நீங்கள் kural-220' என்று சொல்லி சிரித்தேன். கூடவே கௌரியின் குடும்பத்தினரும் சிரித்தனர்.

வள்ளுவம் வாழ்கிறது.

- வைகறை வாசகன், 08.06.2024

114

அம்மாவின் ஸ்டேட்டஸ்

இன்று என் அம்மா என் அலுவலகம் வந்தார்கள். என் வீட்டிலிருந்து அண்ணன் வீட்டுக்குச் செல்லும் வழியில் சுமார் ஒரு மணி நேரம் என் அலுவலகத்தில் சிறு வழியிடைத் தங்கல் (*drop in stay*). அலுவலக வாகனம், ஓடி வந்து பையை எடுத்துச் சென்ற அலுவலக உதவியாளர், என் வருகைக்காக காத்திருந்த பதிப்பாளர்கள், ஏதேனும் கோப்பு நிமித்தம் வந்து வந்து சென்ற இருபது பணியாளர்கள், அரசாங்க அறையின் பிரமாண்டம், சுவரில் இருந்த வண்ண போஸ்டர்கள், மேஜையில் குவிந்திருந்த புத்தகங்கள், என் பணிகளை உவந்து சொன்ன சக ஊழியர்கள் இவற்றைக் கண்டு கண்களில் நீர் நிரம்ப, ஈன்றபொழுதில் பெரிது உவந்தார்கள்.

கொஞ்ச நேரம் அமைதி. பின் சொன்னார்கள் "ஏதோ விடிஞ்சு போனா அடைஞ்சு வருவே! அப்பல்லாம் உன் உத்தியோகம் பத்தி பெரிசாத் தெரியலை.. கிராமத்துப் பள்ளிக்கூடத்தில் தமிழில் படிச்சு வெளிநாடு எல்லாம் போய் பேசி இவ்வளவோ பேருக்கு ஆபிசரா பார்த்ததில் கண்ணெல்லாம் நிறைஞ்சு போச்சு. தற்செயலா ஆபிஸுக்கு வந்தது நல்லதா போச்சு." அம்மா இந்த மாதிரி உணர்ச்சிப்

பெருக்கோடு இதுவரை பேசியதில்லை. அன்னையர் தினத்தன்று புலனத்தில் ஸ்டேட்டஸில் வைக்க அம்மாவோடு நான் மட்டும் சேர்ந்து எடுத்த புகைப்படம் எதுவும் அவசரத்தில் கிடைக்காதது நினைவுக்கு வர அலுவலகத்தில் பணியாற்றும் அய்யனாரைக் கூப்பிட்டு ஒரு படம் எடுக்கச் சொன்னேன். அதை ஸ்டேட்டஸில் பகிர்ந்தபோது, அதைப் பார்த்த முந்நூற்றுச் சொச்ச பேரில் சுமார் அறுபது பேரிடமிருந்து வாழ்த்து வந்தது. எனது ஸ்டேட்டஸுக்கு இதுவரை இத்தனை பேர் வாழ்த்தியதில்லை. இது அம்மாவின் ஸ்டேட்டஸுக்கு வந்த வாழ்த்து. அன்னையர் தினம் எனக்கு மட்டும் இந்த வருடம் மே மாதம் வராமல் ஜூன் மாதம் வந்துள்ளது.

– வைகறை வாசகன், *12.06.24*

115

KMUTயும் அம்மாவின் அலைபேசியும்

அம்மாவுக்கு 82 வயது. இரண்டு நாட்களாக தனது அலைபேசியில் கலைஞர் உரிமைத் திட்டத்திற்குத் தானாகவே ஒரு Helpline Call Centre நடத்திக்கொண்டிருக்கிறார். அம்மா இப்போது இருப்பது சென்னையில் என்றாலும் நினைப்பெல்லாம் நெல்லையில்தான்.

என்ன கோபாலு, நம்ம ரேவதி, வசந்தா, சீதா, இந்திராவுக் கெல்லாம் உரிமைத்தொகை வந்ததா என்று விசாரிக்கிறார். எதிர்முனையில் கோபால் அத்தான் யார் யாருக்கு வந்தது என்று உறுதி செய்கிறார்.

வீடும், நிறைய வயலும்கொண்ட பக்கத்து வீட்டு பிரம்ம நாயகம் மனைவி பத்மா விண்ணப்பித்திருந்தும் அவருக்குக் கிடைக்கவில்லை என்பதை சின்ன மகிழ்ச்சியோடு சொல்கிறார்.

“ஆமா... ஆமா... என் தம்பி பொண்டாட்டிகூட அப்ளை பண்ணியிருந்தா.. ஆனால், அவளுக்கு வரலை. ஏன்னா

அவா மகன் கவர்மன்ட்ல வேலை பார்க்காம்லா...அது மட்டுமில்ல எந்தம்பிக்கும் பென்ஷன் வருது. பொறகு எப்டி கொடுப்பாங்கா.. அதெல்லாம் Strictஆ பார்த்துதான் கொடுக்கிறாங்க" என்கிறாள் அம்மா.

எதிர்முனையில் கோபால் அத்தான் எங்கள் கிராமத்தில் ஒருவர் பெயரைச் சொல்லி, அவருக்கு வீடிருந்தும் தாசில்தார் பரிந்துரையில் பணம் கிடைத்துவிட்டது என்கிறார்.

அம்மாவிடம் கொஞ்சம் அறச்சீற்றம் ஆரம்பமாகிறது... "என்னடே அர்த்தம் கெட்ட தனமா பேசுற... தாசில்தார்.. கலெக்டர் சிபார்சை எல்லாம் வச்சு பணம் வாங்க முடியாது. இங்க முதலமைச்சரே பெரிய பெரிய அதிகாரிங்களோட கூட்டம் போட்ட கம்யூட்டரில்ல எல்லா வெவரத்தையும் செக் பண்ணில்லா பணம் சேங்ஷன் பண்றாரு. நம்ம சரவணனும் அதுல இருக்காண்டே.. விடிஞ்சு ஆபிசுக்குப் போன அடைஞ்சுதான் வீட்டுக்கு வாறான். தகுதியில்லாத ஆளுக்குப் பணம் வராது. நல்லா விசாரிச்சுப் பாரு.. அதே மாதிரி தகுதியான ஆளுக்கு வராம போயிருந்தாலும் கள ஆய்வு பண்ணி கொடுத்துருவாங்களாம்."

நேற்றும் இன்றும் காலையில் அலுவலகம் கிளம்பிக் கொண்டிருந்தபோது அம்மாவின் அலைபேசி உரையாடலில் இருந்து காதில் விழுந்தவைதான் மேலே எழுதியவை. அலுவலகத்துக்குக் கிளம்பிவிட்டேன். அம்மா சொன்ன சரவணனும்.. என்பது இழிவு சிறப்பும்மையா? உயர்வு சிறப்பும்மையா? என்ற இலக்கண ஆய்வு மனதில் ஓடத்தொடங்கியது.

- வைகறை வாசகன்,
(18.09.2023 / விநாயகர் சதுர்த்தி)

116

உள்ளத்திற்கினிய உதய் சார்

வணக்கம். நாற்பது வாரங்கள் விகடனில் நீங்கள் ‘மாபெரும் சபைதனில்’ என்ற தலைப்பில் எழுதிய தொடர் கட்டுரைகள் ‘இனியவை நாற்பது’ எனலாம். ஆகச்சிறந்த ஐ.ஏ.எஸ் அதிகாரிகளின் பட்டியலில் தங்களை வைத்து மகிழ்ந்து வந்த தமிழக மக்கள், தங்கள் எழுத்துத் திறனும் ஆகச்சிறந்தது என்பதைக் கண்டுகொள்ள இத்தொடர் நல்லதொரு வாய்ப்பாக அமைந்தது.

மன்ரோ, பென்னிகுக், ஆர்தர் காட்டன், எல்லீஸ் போன்ற பிரிட்டிஷ் அதிகாரிகளின் தனித்துவத்தை கவித்துவமான நடையில் கவனப்படுத்தியது தங்கள் தொடர்.

காந்தியடிகள், பாரதி, மண்டேலா, சேகுவரா, லீ குவான் யூ, மானெக் ஷா போன்ற ஆளுமைகள் குறித்த அரிய செய்திகளை அறியத்தந்தது. லீ குவான் யூ பற்றிய தங்கள் குரல் பதிவை சமூக ஊடகம் வாயிலாக ஒன்றரை லட்சம் பேர் கேட்டார்கள் என்பதை அறிந்து மருட்கையின் உச்சம் சென்றேன்.

தன்னலம் பாராமல் பணியாற்றும் ஆதர்ச அரசு ஊழியர்கள் எப்படி இருப்பார்கள் என்பதையும் அதற்கான ஒரு சில உதாரணர்களாக பால்ராஜ், வணங்காமுடி, அருள்முருகன் போன்றோரையும் உங்கள் தொடர் அறிமுகம் செய்வித்தது.

பாப்பாப்பட்டி - கீரிப்பட்டி தேர்தல் நடத்தியது, பல்லாயிரக்கணக்கான மாணவர்களுக்கு வங்கிகளை கல்விக் கடன் வழங்கச் செய்தது, திருக்குறளை முழுமையாக பாடத்திட்டத்தில் சேர்க்கும் அரசாணை வெளியிட்டது, மிக உயர்ந்த தரத்தில் விரைவுக் குறியீடுகளுடனும் பற்பல புதுமைகளுடனும் புதிய பாடநூல்களைக் கொண்டு வந்தது, தமிழர்களின் தாய்மடியான கீழடி குறித்த ஆய்வுகள் சிறப்பாக நடைபெற்று கீழடி அறிக்கை 24 மொழிகளில் வெளியாகக் காரணமாக இருந்தது, சுனாமி, கொரோனா போன்ற பேரிடர் காலங்களில் ஓடி ஓடி களப்பணியும் கண்காணிப்புப் பணியும் ஆற்றுவது என்று ஓர் ஐ.ஏ.எஸ் அதிகாரியாக நீங்கள் பெற்ற வரலாற்று வாய்ப்புகளை, இல்லை இல்லை கிடைத்த வாய்ப்புகளில் வரலாறு படைத்ததை நீங்கள் நேரடியாக எழுதத் தயங்கினாலும் வாசகர்கள் உணர்ந்து உவந்தனர்.

எப்படிப்பட்டவர்கள் இந்தியக் குடிமைப் பணிக்கு வரவேண்டும் என்பதையும் சாதாரண குடும்பப் பின்னணியில் இருந்து இளம்பகவத், பாலகுரு, வான்மதி போன்றவர்கள் வந்து சாதிக்கக் காத்திருப்பதையும் எழுதி குடிமைப் பணி ஆர்வலர்களுக்கு நம்பிக்கை ஊட்டியிருந்தீர்கள்.

ஊழலை ஒழிக்க அரசுப் பணியாளர் தேர்வாணையத்தில் நீங்கள் எடுத்த முயற்சிகளையும் 'அரசியல் பிழைத்தோர்க்கு அறம் கூற்றாகும்' என்னும் சிலப்பதிகார வாக்கியத்திற்கேற்ப கிளைவ், ரோஸ் பீட்டர், டியூ போன்றோர் சிதைந்து போனதையும் தெரிந்து தெளிந்தோம்.

தங்கள் எழுத்து ஆர்வத்தை தாங்கள் மொழிபெயர்த்த ரஸ்கின் பாண்ட் சிறுகதை வழியாகவும் திரை மொழி மீது தாங்கள் கொண்ட தீராக்காதலை தாங்கள் பட்டியலிட்ட பத்துப் படங்களில் இருந்தும், ஓவிய ஆர்வத்தை ரவிவர்மா பற்றிய கட்டுரை வாயிலாகவும், கட்டடக்கலை காதலை சென்னையிலுள்ள இந்தோ சாரசெனிக் கட்டடங்களை உங்கள் கைவண்ணத்தில் காட்சிப்படுத்தியபோதும், அறிவியல் ஆர்வத்தை தொழில்நுட்பம் மற்றும் மலேரியா மருந்து பற்றிய கட்டுரைகளின் மூலமாகவும், மனித நேயத்தை தசைச் சிதைவு நோயின் கொடுமையைப் பதிவுசெய்த விதத்தாலும் உணர்ந்தோம்.

ஆர்.பாலகிருஷ்ணன் அவர்களின் *Journey of a Civilization* தொடங்கி பல்வேறு நூல்கள் மற்றும் திரைப்படங்கள் குறித்துச் சபைக்குறிப்பில் அறிந்தோம்.

சின்னச்சாமி முதல் அரசு நலத்திட்டங்களைக் கண்காணிக்கும் ஆசிரியர் வரை பல சாமானியர்கள் சபை எங்கும் கம்பீரமாக நடந்தார்கள்.

மாபெரும் சபைதனில் - மக்களைப் போற்றிய மக்கள் போற்றும் மகத்தான சபை.

— *வைகறை வாசகன், 18.07.2020*

117

நட்புக்கு வீற்றிருக்கை நாகலிங்கம்

முப்பத்து இரண்டு ஆண்டு காலமாக நான் பேணி வரும் நட்பு நாகலிங்கத்தோடுதான். நட்பாராய்தல் அதிகார மெல்லாம் அறியாத பருவத்தில் - கல்லூரி முதலாண்டில் - எஸ்.எஸ்.எல்.சியில் என்னை விட அதிகம் மதிப்பெண் பெற்ற, புகை-மது பழக்கமற்ற, ஆங்கில வழியில் பள்ளிப்படிப்பு முடித்த நல்ல பையன் ஒருவனோடு நட்புகொள்ள வேண்டும் எனும் *Pre qualification criteria* கொண்டு தேடியபோது அதில் *single bidder* ஆகத் தேறியது நாகலிங்கம் மட்டும்தான்.

கற்பதில் இருந்த ஆர்வம் தவிர அவனது அழகான கையெழுத்து, அறிவுக்கூர்மை, சுயசிந்தனை, வாசிப்பு நாட்டம், சினிமா ஆர்வம் இவை எல்லாம் எங்கள் நட்பை வலுப்படுத்தும் துணைக்காரணிகள் ஆயின.

மணிக்கணக்கில் இலக்கியம், அறிவியல், சினிமா என்று பேசி நாங்கள் கெக்கேபிக்கே என்று சிரிப்பதைப் பார்த்து.. அப்படி என்னதாண்டா பேசுவீங்க என்று டென்ஷனாவான்

பொன்னுசாமி. ஜென்ஸ் கிளப் (Gens club not Gents club) என்றொரு வாராந்திர நிகழ்வுக்கு கால்கோள் நடத்தி பொது அறிவுக் கோயிலுக்குப் புதுப்பாதை சமைத்தவன் நாகலிங்கம்தான்.

பங்குனிப் பொங்கல், அவன் மேஜைக்கு மேலே சுவரில் பச்சைநிற சேலையில் ஒட்டப்பட்டிருந்த 1990's ஹீரோயின் ஒருவரின் A3 Size படம், பதற்றமேயில்லாமல் எதையும் அணுகும் முறை, பண மேலாண்மை எனப் பல 'ப'-க்கள் நாகலிங்கத்தை நினைக்கையில் நினைவுக்கு வருகின்றன. தேர்வென்று வந்துவிட்டால் அவன் எழுதிய Class Notes-ஐ ஜெராக்ஸ் எடுத்தே ஜெராக்ஸ் கடைக்காரர் பணக்காரர் ஆவார். His class notes was one of the most wanted study material to many.

நாகலிங்கம் தற்போது இந்திய வேளாண்மை ஆராய்ச்சி கவுன்சிலின் கீழ் அமைந்த நிலையம் ஒன்றில் முதுநிலை விஞ்ஞானி (Senior Scientist).

என்னைப் பலவிதங்களில் ஆற்றுப்படுத்தி, நகுதல் பொருட்டன்று நட்டல் என்ற குறளுக்கு இலக்கணம் ஆனதோடு, இன்று பிறந்த நாள் காணும் அவனுக்காக நான் எழுதும் இந்த வாழ்த்துரைக்குத் தலைப்பாகி இருக்கும் 789-வது குறளுக்கும் அவனது நட்பே எனக்கு இலக்கியம்.

நாகலிங்கம் வாழ்க! வளர்க!!

- *டாக்டர் சங்கர சரவணன், 21.06.2024*

118

பண்ணையாரும் மீனாவும்

'பண்ணையாரும் பத்மினியும்' என்ற திரைப்படத்தைப் பலர் பார்த்திருக்கக்கூடும். பண்ணையார் புதிதாக வாங்கிய பத்மினி என்ற காரின் டிரைவரான விஜய் சேதுபதி பண்ணையார் டிரைவிங் கற்றுக்கொண்டால் தன் வேலை போய்விடும் என்று பண்ணையாருக்கு டிரைவிங் கற்றுக் கொடுக்காமல் தள்ளிப்போட்டுக்கொண்டே இருப்பார்.

இப்போது நான் பகிரப்போவது சுமார் 30 ஆண்டுகளுக்கு முன் நடந்த ஒரு சம்பவம். நான் கல்லூரியில் படித்துக் கொண்டிருந்தேன். செமஸ்டர் விடுமுறையில் மதுரையிலிருந்த எங்கள் வீட்டுக்கு வருவேன்.

அப்போது எனது இரண்டாவது அண்ணன் செல்வகுமார் மதுரையில் இருந்த பிரபல ஹோட்டல் ஒன்றில் மேலாளர். அந்த ஹோட்டல் பங்குதாரர்கள் பலர். அவர்களில் ஒருவர் பண்ணையார். நான் செமஸ்டர் விடுமுறையின்போது அந்த ஹோட்டல் எஸ்டிடி பூத்தில் பகுதி நேர பணி செய்தபடியே Competition Success Review படித்துக்கொண்டிருப்பேன். நான் எப்போதும் புத்தகமும் கையுமாக இருப்பதாலும் அந்தக் காலத்திலேயே டென்த்தில் அதிக மார்க் வாங்கி நேஷனல் மெரிட் ஸ்காலர்ஷிப் வாங்கியதாலும் என் மீது பண்ணையாருக்கு அளவு கடந்த மரியாதை. எப்போதும் என்னைப் பாராட்டிக்கொண்டே இருப்பார்.

ஒருநாள் அவர் கையில் ஆனந்த விகடன் வார இதழ். அட்டையில் நடிகை மீனா படம். அவர் என்னை சோதிக்கும்

நோக்கத்தில் அட்டைப் படத்தை என்னிடம் காட்டி கேட்கிறார்... "மீனா படம் நல்லா இருக்கு இல்லையா.."என்று. என் பதிலுக்கு அவர் ஆவலுடன் காத்திருந்தார். நான் ரொம்பவே அப்பாவியாக... "யார் சார் மீனா? இவங்களா? இவங்க யார் சார்?" என்றேன். அவர் அதிர்ச்சி அடைந்தார். "மீனா தெரியாது.. நீ எஜமான் பார்க்கலை?" என்றார். நானும் என் தொனி மாறாமல் 'இல்லை சார்.. நான் படம் பார்ப்பதில்லை" என்றேன். அவர் இன்னும் வியந்து போனார். "ச்சே இந்தக் காலத்தில் இப்படி ஒரு பையனா?" என்றார். நான் எதுவும் சொல்லவில்லை.

அடுத்த நாள் அவர் என் பெருமைகளை என் அண்ணனிடம் அடுக்கி இருக்கிறார். "குமார்... உன் தம்பி மாதிரி நல்ல பையனைப் பார்க்க முடியாதப்பா... டாக்டருக்குப் படிக்கிறான்; பார்ட் டைம் வேலை பார்க்கிறான்; இங்கேயும் வந்து இங்கிலீஷ் பத்திரிகை படிக்கிறான்... அதைவிட ஆச்சர்யம் அவனுக்கு நடிகை மீனா.. யாருன்னு தெரியலையப்பா..இந்தக் காலத்தில் இப்படி ஒரு பையனா!"

என் அண்ணன் உஷாராகி... "சார்... கொஞ்சம் நில்லுங்க... நில்லுங்க... எல்லாம் சரி.. அவனுக்கு நடிகை மீனா தெரியாதுன்னு எப்படி சொல்றீங்க?"

"நேற்று கேட்டேன்பா.. அவனுக்குத் தெரியலை.."

"சார்! அவன் உங்ககிட்ட சும்மா வேடிக்கை பண்ணி யிருக்கான் சார்... மீனா மட்டுமில்ல... மீனா டான்ஸ் ஆடும்போது இருபது பேரு கூட ஆடுவாங்களே... அவங்க பேரையும் சேர்த்து சொல்லுவான் சார் அவன்."

பண்ணையார் ஏமாந்து போய்விட்டார். விக்கிரமன் படம் ஒன்றில் விஜயகாந்தை நம்ப வைத்து ஏமாற்றிய மீனா போல ஏமாந்த நிலைக்கு ஆளானார். அதன்பின்னர் அவரைப் பார்க்கும்போதெல்லாம் "டேய் தம்பி, மீனா யாருன்னே தெரியுதுன்னு சொன்னதை மட்டும் மறக்கவே மாட்டேன்" என்பார். பொய்யர்தம் மெய் அச்சப்பட வைக்கும் தன்மை பற்றி பேசுவார் மணிவாசகர். மெய்யர்தம் பொய்யும் அவ்வாறேபோலும்.

சின்னச்சின்ன அன்பில் மட்டுமல்ல, சின்னச்சின்ன குறும்பிலும் ஜீவன் இன்னும் இருக்கிறது.

- வைகறை வாசகன், 05.08.2024

பின் இணைப்பு-1

விகடன் இயர்புக்கும் சங்கர சரவணனும்!

ஆர்.பாலகிருஷ்ணன் ஐ.ஏ.எஸ்

2018-ம் ஆண்டு வெளியான ஆறாவது இயர் புக்கான ‘விகடன் இயர்புக்-2018’ குறித்து ஒடிஷா மாநில கூடுதல் தலைமைச் செயலாளர் ஆர்.பாலகிருஷ்ணன் ஐ.ஏ.எஸ். அவர்கள், விகடன் இயர்புக் கௌரவ ஆலோசகர் டாக்டர் சங்கர சரவணன் அவர்களுக்கு அனுப்பிய கடிதம்:-

அன்புள்ள சங்கர சரவணன்,

வணக்கம்.

‘விகடன் இயர் புக் 2018’ படித்தேன். குடிமைப் பணி தேர்வு எழுதுபவர்கள் காதுகளில் காலம்காலமாக ஓதப்படுகிற ஓர் எச்சரிக்கை வாசகம். ‘சூரியனுக்கு கீழே இருக்கும் எதைப்பற்றி வேண்டுமென்றாலும் கேள்வி வரலாம்’ என்பதுதான். கேட்டதும் ‘கிலி’ பிடிக்கும் இன்னொரு அறிவுரையும் அடிக்கடி கிடைக்கும். எல்லாவற்றைப் பற்றியும் சில செய்திகளையாவது; சிலவற்றைப் பற்றி எல்லா செய்திகளையும் தெரிந்துவைத்திருக்க வேண்டும் என்பதுதான். போகிற போக்கில் சொல்லிவிட்டுப் போய்விடுவார்கள். வயிற்றில் புளி கரையும். நான் படிக்கும்போதும் இதே கதைதான். ஆனால், ஒரு வித்தியாசம் அப்போது விகடன் இயர் புக்கோ, ஒரு சங்கர சரவணனோ தமிழ்நாட்டில் இல்லை. இருந்திருந்தால், முதன்முதலில் தமிழிலேயே ஐ.ஏ.எஸ். தேர்வு எழுதி முதல் முயற்சியிலேயே வென்ற தமிழ் இலக்கிய மாணவனாகிய நான் இந்தியாவிலேயே முதல் ‘ரேங்க்’கூட வாங்கியிருப்பேன்.

'விகடன் இயர் புக்'கை பல ஆண்டுகளாகத் தொடர்ந்து வாசித்து வருகிறேன். அவ்வப்போது எழுதியும் வருகிறேன். தகவல் திரட்டுவதிலேயே அதிலும் ஆங்கிலத்தில் திரட்டி தமிழில் குறிப்பெடுப்பதிலேயே 'நாக்கு தள்ளிவிடும்' காலகட்டத்தில் படித்த என் போன்றோருக்குப் புரியும் இதன் அருமை.

ஆழ யோசித்துச் செதுக்கி இருக்கிறீர்கள். 'உள்ளங்கையில் உலக நாடுகள்' எட்டுப் பக்கங்களில் கிட்டும் உலகம், ஐ.நா. பற்றிய அனைத்தும் ஓரிடத்தில். உலகம், இந்தியா, தமிழ்நாடு என்ற முப்பரிமாணங்களில் விரிகின்றன தகவல்கள் சரம் சரமாய், விதம் விதமாய். அறிவியல் தொழில்நுட்பம் பற்றிய தகவல்கள் இந்த இயர்புக் அச்சுக்குப் போகும்வரை நிகழ்ந்த முக்கியமான தகவல்களையும் உள்ளடக்கியதாகத் தோன்றியது.

வழக்கமான இயர் புக் தகவல் கதம்பமாக மட்டுமே இருக்கும். ஆனால், விகடன் இயர் புக் ஒரு தகவல் களஞ்சியமாக, இன்னும் கவித்துவமாகச் சொல்வதெனில் ஒரு 'தகவல் இலக்கியமாக' எனக்குப் படுகிறது. உருவ உள்ளடக்க நேர்த்தி, கட்டமைப்பு, வண்ணப் படங்கள், பெட்டிக்குள் பெட்டகங்கள்.

'ஐம்பது ஆண்டு தமிழ் சினிமாவில் பெண் ஆட்சியர்கள்' என்ற சங்கர சரவணின் கட்டுரைக்கான தூண்டுதல் 'அறம்'. இது ஒரு வகையில் காலத்தின் குரல். இன்னொரு நோக்கில் பார்த்தால், குடிமைப் பணிக்கான நேர்காணல். ஒருவகையில் குடிமைப்பணியில் சேர தகுதியும் அதற்கான கண்ணோட்டமும் மனப்போக்கும் அற்றவர்களை முடிந்தவரை தடுத்து நிறுத்துவதும்தான். இதை இவ்வளவு பட்டவர்த்தனமாக யாரும் குறிப்பிடுவதில்லை. ஆனால், அதுதான் ஒரு வகையில் உண்மையும் நியாயமுமென்று தோன்றுகிறது. எனவே 'அறம்' போன்ற திரைப்படத்தின் தாக்கத்தை ஏற்று அதை ஒரு பொதுத் தலைப்பில் கொண்டுவந்து பேசிய விகடன் குழுவினரின் நோக்கத்தையும் செயலையும் பாராட்டுகிறேன். வாழ்த்துகள்!

அன்புடன்,
ஆர்.பாலகிருஷ்ணன்.
நாள்: 25.1.2018

பின் இணைப்பு-2

கனியமுதனும் அமுதநேசனும்

டாக்டர் இரா.ஆனந்த குமார் ஐ.ஏ.எஸ்

பயிற்சி அளிப்பவர்கள், பலவகைப்படுகிறார்கள். வெற்றி யாளர்கள் பேசப்படும்போது, பயிற்சியாளர்கள் போற்றப்படு கிறார்கள். மலர்களின் அழகான புகைப்படங்களை ரசிக்கும்போது அவற்றுக்குரிய மணம் வீசுவது போல தோன்றுவதில்லையா? அதைப்போலத்தான் பயிற்சி யாளர்களின் உத்தி வெற்றியாளர்களின் சாதனைக்குக் காரணமாக அமைந்துள்ளது.

முதல் நிலையும், முதன்மையும்

சமீபத்து 2018 ஐ.ஏ.எஸ் தேர்வில் வெற்றிக்கனி ஈட்டியவர் கனியமுதன். (பெயர் மாற்றப்பட்டுள்ளது). அவருக்குத் தமிழ் விருப்பப் பாடம். அவருக்குப் பயிற்சியளித்தவர்களில் முக்கியமானவர் அமுதநேசன். ஐ.ஏ.எஸ் தேர்வில் மூன்று அலைகள் வீசும். அவற்றில் அடித்துப் போய்விடாமல் சளைத்துப் போய்விடாமல் ஒரு வருடம் நீந்த வேண்டும். இரண்டு பாகங்கள் என்று கூறுவார்கள். முதல்நிலைத் தேர்வு, முதன்மைத் தேர்வு, இந்த இரண்டு பாகங்களில் இரண்டாவதில் எழுத்துத் தேர்வும் அதைத் தொடர்ந்து நேர்முகத் தேர்வும் வருகிறது. இது எல்லோருக்கும் நன்றாகத் தெரிந்ததே. அதாவது வழக்கமாகத் தேர்வு

ஓவியம்: புருஷோத்தமன்

எழுதக்கூடியவர்களுக்கும் அவர்களின் சுற்றுவட்டாரத் தினருக்கும் பழக்கப்பட்ட ஒன்று.

ஜூன் மாதவாக்கில் முதனிலை அலை அடிக்கும். அதில் இரு பகுதிகள். ஒன்று பொது அறிவு; இன்னொன்று அறிவுக்கூர்மை பரீட்சை. இரண்டாவதில் கணக்கு, மனத் திறன் முதலியன சோதிக்கப்படும். ஆனால், அதில் குறைந்தபட்ச மதிப்பெண் இருந்தால்போதும். தகுதியைத் தீர்மானிக்க அளந்து அறிவது என்பது முதல் பகுதிக்குள் வந்துவிடும். கனியமுதன் தன் இரண்டாவது முயற்சியில் தேர்வு எழுத இறங்கியுள்ளார்.

தேர்வுகள் முழுக்க அப்ஜெக்டிவ் டைப் கேள்விகள். அதில் போட்டியாளர்களின் தனித்திறன் வெளிப்படாது. பொதுத்திறன் மட்டுமே பரிசீலிக்கப்படும். கொடுக்கப்பட்ட பதில்களில் ஒன்றைத் தேர்ந்தெடுத்து பதில்களை ஷேடு செய்து கணினி மூலம் திருத்தப்படும் முறையாகும். இதில் கேட்ட கேள்விக்கு நமக்கு விடை தெரிந்திருக்க வேண்டும். முதன்மைத் தேர்வில் நமக்குத் தெரிந்த விடையைப் பக்குவமாக எழுதிவிட்டு வரலாம்.

முதல்நிலை அலசல்

கனியமுதன் தேர்வு எழுதி முடித்து, பிறகு அவரும் அமுத நேசனும் சென்னை டி.பி.ஐ வளாகத்தில் சந்தித்து முதனிலைப் பதில்களை ஆராய்ந்துவிட்டு அடுத்து வரும் முதன்மைத் தேர்வுக்கான தயாரிப்புப் பணிகளில் இறங்கினர். முதனிலைத் தேர்வுக்கும் முதன்மைத் தேர்வுக்கும் இடையிலான காலகட்டம் மிகவும் முக்கியமானது. பிரிலிமினரி எனப்படும் முதனிலைத் தேர்வின் வெற்றி - தோல்வி சில நேரம் அதிர்ச்சியுடன் கலந்ததாக அமைந்துவிடுகிறது.

என்ன செய்வது?

முதல்நிலைத் தேர்வு முடிவுகள் ஜுலை, ஆகஸ்டில் வரலாம். அக்டோபர், நவம்பரில் தீபாவளியைச் சுற்றி முதன்மைத் தேர்வு. அதன் பிறகு முதன்மைத் தேர்வின் இரண்டாம் பாகமான நேர்முகத் தேர்வு மார்ச், ஏப்ரல் மாதத்தில் நடைபெறும். முதனிலைத் தேர்வு முடிந்தவுடன் சில போட்டித் தேர்வர்கள் சிறிது காலம் ஓய்வெடுப்போம் என்று படிக்காமல் இருப்பார்கள். பலர் தொடர்ந்து படிப்பார்கள். கனியமுதன் முதனிலைத் தேர்வில் அறிவுக்கூர்மை பகுதியான இரண்டாவது தாளில் அளித்த விடைகள், அமுதநேசனால் பரிசீலிக்கப்பட்டன. சில போட்டித் தேர்வு பயிற்சி மையங்கள் தாங்கள் சரியான விடை என்று கருதுவதை வெளியிட்டிருந்தனர். அந்த விடைகளில் எட்டு ஒன்பது பதில்கள் கனியமுதன் பதில்களில் இருந்து மாறுபட்டன. பரிசீலனை அதுகுறித்துத்தான்.

ஒரு கேள்வியை எடுத்து பரிசீலித்ததில் கனியமுதனின் பதில் சரி.. பயிற்சி மையத்தினுடயது தவறு. அதற்கான லாஜிக் சரிபார்க்கப்பட்டது. அமுதநேசன் விளக்கினார். கனியமுதன் தன் வெற்றியைக் கொண்டாடினார். அவருக்கு 22 வயதுதான். அதற்குரிய உற்சாகமுடன் காணப்பட்டார்.

அடுத்து இரண்டாவது கேள்வி. இதற்கு கனியமுதனின் விடை தவறு எனத் தெரியவந்தது. சின்ன வயது தோல்வி யறியாத மனது துடித்துப்போனது.

ஷ்ஷ்ஷ்... என நாக்கைக் கடித்துக்கொண்டான்.

தலைமுடியைக் கலைத்தான்.. அடச் சே! என்றான்.

இவ்ளோ சிம்பிள் கேள்வி தப்பாயிடுச்சே.. தனது லாஜிக் கொஞ்சம் பிறழ்ந்ததை ஏற்றுக்கொள்ள முடியாமல் அலை பாய்ந்தான். ரொம்ப வருத்தப்பட்டான்.

இரண்டாவது அறிவுக்கூர்மைத் தாள். தகுதிப்படுத்தும் வகைப்பட்டதுதான். அதில் ஒன்றும் ஒரு கேள்விக்கெல்லாம் இவ்வளவு எடைபோட்டு கவலைப்பட வேண்டியதில்லை என்று அமுத நேசன் ஆசுவாசப்படுத்த முயன்றார். ஆனால் முடியவில்லை.

ஆகட்டும்... அடுத்த கேள்வியில் கனியமுதன் வென்றான். போட்டித்தேர்வுப் பயிற்சியக மாதிரி விடை தவறு. அதற்கடுத்ததில் கனியமுதனுடைய லாஜிக் தவறு என அமுத நேசன் அறிந்தார்.

இந்த முறை மாற்றி யோசித்தார். தனது மாணவன் தவறாகவே எழுதியிருந்தாலும் அதை சரியாகக் காட்டுவதற்கு ஒரு புது லாஜிக்கை அவசர அவசரமாக நேர்த்தியாக தயார் செய்தார். அது எவ்வளவு சிரமம் தெரியுங்களா?

அப்படி இல்லைன்னா... தம்பி ஒப்புக்கொள்ள மாட்டார். அவரும் அரை குறை ஆள் இல்லையே!

ஆனால், தோல்வியில் துவள்கிறார். அது முதனிலைத் தேர்வுக்கும் தொடர்ந்து வரும் முதன்மைத் தேர்வுக்கும் இடையிலான ஒன்றரை மாத காலத்தை அரித்து எடுத்துவிடும். வரும் என்கிற நம்பிக்கையை வரவு வைக்க வேண்டும். வராது என்கின்ற அச்சத்தைப் பற்றுவைக்க வேண்டும். ஒரு தேர்வு நிகழ்வுக்கு இரண்டு பதிவுகள் மனதில் மேற்கொள்ள வேண்டும். அடுத்து வந்த இரண்டு மூன்று கேள்விகளில் எங்கெல்லாம் கனியமுதன் தவறினானோ.. அங்கெல்லாம் அமுத நேசன் ஒரு புதிய லாஜிக் மூலம் அவனை வெற்றிபெறச் செய்து தற்காலிகமாக நல்லெண்ணத்தைப் பற்றுவைக்கச் செய்தார்.

'நானிருக்கிறேன் நீந்தும்மா'

'நானிருக்கிறேன் நீந்தும்மா' என்று பட்டும் படாமல் குழந்தையை நீரில் நீச்சலிடப் பழக்கும் தந்தையைப்போல.. பிடிக்காமலே பிடித்துக்கொண்டு இருக்கும் பயிற்சியாளர்தான் தன்னை நீச்சலடிக்க வைக்கிறார் என்று நம்பும் குழந்தையைப் போல, கனியமுதன் அடுத்த ஒன்றரை மாதத்தில் தன்

கவனத்தை முதன்மைத் தேர்வு தயாரிப்பில் முழுவதுமாக திருப்பினான்.

நேர்முகத் தேர்வெல்லாம் முடிந்து இறுதி வெற்றி, செய்தித் தாள்களெல்லாம் கொண்டாடும்போதுதான்.. அமுதநேசன் அந்த முதனிலைத் தேர்வுக் கேள்விகளுக்கான சரியான தர்க்க விடைகளைத் தெரிவித்தார். இனி அவற்றால் கனியமுதன் அசரமாட்டான். அவனுக்கு நீச்சல் வந்துவிட்டது. இப்படிப்பட்ட போட்டியாளருக்கு உகந்த பயிற்சியாளர் அவசியப்படுகிறார். ஒவ்வொரு போட்டியாளரும் வெவ்வேறு மாதிரியான மனநிலை கொண்டவர்கள். ஆட்சிப் பணி தேர்வும் ஆற அமர நீண்டகால மனநிலையை சோதித்துப் பார்க்கும் வலிமை கொண்டது. அதற்குத் தகுந்த நுணுக்கத்தை அமுதநேசன் போன்ற தேர்ந்த பயிற்சியாளர்கள் வடிவமைக்கின்றனர்.

அமுதநேசன் என்கிற பெயரில்... டாக்டர் சங்கர சரவணன் அவர்கள் இந்தக் கட்டுரையில் வந்துள்ளார். அவர் கூறிய உண்மைக் கதையின் அடிப்படையில் இந்தக் கட்டுரை தயாராகி இருக்கிறது. தேவைப்படும்போது எல்லாம் ஒரு புதிய கோணத்தில் லாஜிக் தயார் செய்ய முடியுமானால் மேஜிக் நடத்திக் காட்டலாம்.

- விகடன் இயர்புக், 2019

பின் இணைப்பு-3

வைகறை வாசகனுக்கு வயதாகவில்லை!

க.இளம்பகவத், இ.ஆ.ப.

நாங்கள் டிஎன்பிஎஸ்சி படித்துக் கொண்டு இருந்த நேரம். நண்பர் தர்மேந்திரா குரூப் 2 நேர்முகத் தேர்வுக்குத் தயாராகிக் கொண்டிருந்தார். அப்போது நேர்முகத் தேர்வுக்குப் போய்விட்டு வந்திருந்தவர்கள் எல்லாம் இன்டர்வியூ போர்டில் கேட்டிருந்த கேள்விகளை நண்பர்களுடன் பகிர்ந்து கொண்டிருந்தார்கள். அவர்களெல்லாம் டிஎன்பிஎஸ்சியில் கேட்கப்பட்ட பல புதிய பொது அறிவுக் கேள்விகளைப் பார்த்து மிரண்டுபோய் பேசிக்கொண்டிருந்தார்கள். சிலர் இன்னும் கொஞ்சம் ஆழமாக உற்று நோக்கி இன்டர்வியூ போர்டு உறுப்பினர்கள் தங்களது மேசைக்குக் கீழ் மறைவாக ஒரு புத்தகத்தை வைத்திருக்கிறார்கள் என்றும் அதிலிருந்துதான் கேள்வி கேட்கிறார்கள் என்றும் சொன்னார்கள்.

பொதுவாக போட்டித் தேர்வு மாணவர்களுக்கு ஒரு பழக்கம் உண்டு. நாம் என்ன படிக்கிறோம் என்பதைவிட அடுத்தவர் என்ன புத்தகம் படிக்கிறார் என்பதைத் தெரிந்துகொள்வதில் அவ்வளவு ஆர்வம்! இன்டர்வியூ போர்டு படிக்கும் புத்தகம் என்ன என்று தெரிந்துகொள்வதில் ஆர்வம் இருக்காதா என்ன? எப்படியோ ஒருவிதமாகப் போட்டித் தேர்வர்களின் கண்களுக்கு இன்டர்வியூ போர்டு படிக்கும் புத்தகம் என்ன என்பது தெரிந்துவிட்டது! அப்புறம் என்ன சும்மா விடுவார்களா? தர்மேந்திரா அந்தப் புத்தகத்தை வாங்கி வந்து

ஃப்ராங்க்பர்ட் பன்னாட்டுப் புத்தகத் திருவிழா–2022, தெற்காசிய மொழிகளிலேயே முதன்முதலாக தமிழில் கைட்டன் மற்றும் ஹால் எழுதிய 'மருத்துவ உடற்செயலியல்' வெளிவருவதை உறுதி செய்தது.

பரபரப்பாகப் படிக்கத் தொடங்கினார். நான் என்ன புத்தகம் என்று எட்டிப் பார்த்தேன்! (நம்மளும் அந்த போட்டித் தேர்வு வம்சம்தானே!) தலைவரே, இந்தப் புத்தகம் ரொம்ப சுருக்கமா நல்லா இருக்கு என்றார். 'கையளவு களஞ்சியம்' என்ற நூலை டாக்டர் சங்கர சரவணன் என்பவர் எழுத விகடன் பிரசுரம் வெளியிட்டிருந்தது.

அப்போது யு.பி.எஸ்.சி படிக்கும் மாணவர்களிடம் தருண் கோயல் பிரபலம். அவர் ஒவ்வோர் ஆண்டும் அப்டேட் செய்து வெளியிடும் பொது அறிவுப் புத்தகம் மிகச் சுருக்கமாகவும் அனைத்துத் தகவல்களையும் உள்ளடக்கிய நூலாகவும் இருக்கும். ஸ்பெக்ட்ரம் புத்தகங்களின் பொடிப்பொடி எழுத்துக்களில் பல நூறு பக்கங்கள் படித்து மண்டை சூடாகி இருக்கும் வேளையில், தருண் கோயல் கோடையிலே இளைப்பாற்றிக்கொள்ளும் வகை கிடைத்த 'குளிர் தருநிழலாக' ஆறுதல் தருவார். எனக்கு டாக்டர் சங்கர சரவணன் எழுதிய கையளவு களஞ்சியம் நூலைப் படித்தபோது அந்த உணர்வுதான் தோன்றியது. சரி, இவர் தமிழ்நாட்டின் தருண் கோயல் என்று நினைத்து தர்மேந்திராவை வாழ்த்தி விடைபெற்றேன். அவரும் வெற்றிகரமாக நேர்முகத் தேர்வைச் சந்தித்து வருவாய்த் துறையில் இணைந்தார். இதுபோன்று எண்ணற்ற டிஎன்பிஎஸ்சி நண்பர்கள் படிக்கும் பல பொது அறிவு நூல்களை எழுதி இருக்கும் டாக்டர் சங்கர சரவணன் ஒரு நடமாடும் பொது அறிவுக் களஞ்சியம். இவரைப் பற்றி சிவில் சர்வீசஸ் மாணவர்களுக்குத் தமிழ்

விருப்ப பாடம் எடுக்கும் முக்கிய நபராக மாணவர்கள் பலர் பேசிக் கொள்ள தொடங்கிய பிறகு இவர் ஒரு ஆல் ரவுண்டர் என்று தெரிந்தது!

டாக்டர் சங்கர சரவணன் உண்மையில் ஒரு டாக்டர். கால்நடை மருத்துவர். இந்திய வேளாண்மை ஆராய்ச்சி கவுன்சில் நடத்திய நுழைவுத் தேர்வில் அகில இந்திய அளவில் இரண்டாமிடம் பெற்றவர். கால்நடை மருத்துவத்தில் முதுநிலைப் பட்டமும், கால்நடை உயிரித் தொழில்நுட்பத்தில் ஆய்வு செய்து முனைவர் பட்டமும் பெற்றவர். இராணிப்பேட்டையில் உள்ள கால்நடை நோய் தடுப்பு மருந்து நிறுவனத்தில் ஆராய்ச்சியாளராகப் பணியில் சேர்ந்தார். தமிழ் ஆர்வத்தின் காரணமாகத் தமிழ் இலக்கிய வகுப்புகள் எடுக்கத் தொடங்கி, பள்ளிக்கல்வித் துறையில் பாட நூல்கள் புதுப்பிக்கும் பணிகள் நடைபெற்றபோது அதில் பெரும் பங்காற்றியவர். தற்போது தமிழ்நாடு பாடநூல் கல்வியியல் கழகத்தில் மொழிபெயர்ப்புப் பிரிவின் இணை இயக்குநராக உள்ளார். நல்ல வாசிப்பாளர். திருக்குறளில் மிகுந்த ஈடுபாடு கொண்டவர். நகைச்சுவை நயம் கலந்து ஆழ்ந்த கருத்துகளைச் சுவைபடப் பேசும் திறன் பெற்றவர். தமிழ்நாடு பாடநூல் கழகம் 50 ஆண்டுகளுக்கு முன்பு வெளியிட்ட பல அரிய பாட நூல்களைக் கண்டறிந்து மறு பதிப்பு செய்ததில் முக்கியப் பணியாற்றியவர். தமிழின் 70-க்கும் மேற்பட்ட நூல்களை ஆங்கிலத்தில் மொழி பெயர்க்கும் பணிகளைச் செவ்வனே செய்து முடித்துள்ளவர். தற்போது தமிழ் இலக்கியத்தை உலக மொழிகளில் கொண்டு செல்லும் சென்னை பன்னாட்டுப் புத்தகக் காட்சியில் முக்கிய பங்காற்றுபவர்.

இப்படிப்பட்ட கற்றறிந்த பெருமானார் அறிவு ஜீவிகளுடன் மட்டும் பேசுவதில்லை. பொதுவாக அறிவுஜீவிகள் அப்படித்தான் இருப்பார்கள்! ஆனால் இவர் திரைப்பட நடிகர்கள், பாடலாசிரியர்கள், பத்திரிகையாளர்கள், ஆய்வாளர்கள், பேராசிரியர்கள், அதிகாரிகள், கிளார்க்குகள், மாணவர்கள் என்று பலதரப்பட்டவர்களுடன் தினசரி பேசிக்கொண்டிருக்கிறார். அவரவர் டோனுக்கு அவர் இறங்கிப் பேசும் விதத்தைப் பார்த்தால் அந்நியன் விக்ரம் போலத் தெரியும்!

இவர் 'வைகறை வாசகன்' என்ற பெயரில் அதிகாலையில் பதிவிடும் தகவல்கள் நம்மைப் புருவம் உயர்த்த வைக்கும். பொது அறிவுப் புத்தகம் மட்டும் அல்ல, சிறந்த நடையுடன் புனைவு இலக்கியமும் எழுத வல்லவர் என்பது அதில் தெரியும். அதில் ஏனோ இன்னும் கவனம் செலுத்தாமல் இருக்கிறார். விரைவில் அவர் ஒரு புனைவு இலக்கியம் எழுத வேண்டும்.

டாக்டர் சங்கர சரவணனுக்கு இன்று பிறந்த நாள். 'வாழ்த்த வயதில்லை வணங்குகிறோம்' என்று சொன்னால் கோபித்துக் கொள்வார். 'உருவுகண்டு எள்ளாமை வேண்டும்' என்று திருவள்ளுவரைத் துணைக்கு அழைத்தாலும் அழைப்பார். என்னைவிட சில ஆண்டுகள் மட்டுமே மூத்தவர். நான் இன்ஸ்டாகிராமில் இயங்கும் இளைய தலைமுறை! நீங்கள் எல்லாம் பேஸ்புக்கில் பேசித் திரியும் பழைய தலைமுறை என்று 'பஞ்ச்' அடித்துவிடுவார்! எனவே, தினசரி அவர் பயன்படுத்தும் 'சாம்சங்' டேப்லெட்டோடும், தினசரி அவரைப் பயன்படுத்தும் டேப்லெட்டுகளோடும் நல்ல உடல் நலத்தோடு நீடூழி வாழ வாழ்த்துகிறேன். வைகறை வாசகனுக்கு இன்னும் வயதாகிவிடவில்லை. போட்டோவையும் ஸ்டைலையும் பாருங்கள் தெரியும்!

இனிய பிறந்த நாள் வாழ்த்துகள் சார்!

நாள்: 29.10.23